आपल्या
स्नेहीजनांना
पुस्तके
भेट द्या

बिंदुसरोवर

राजेन्द्र खेर

मेहता पब्लिशिंग हाऊस

- *या पुस्तकातील लेखकाची मते, घटना, वर्णने ही त्या लेखकाची असून त्याच्याशी प्रकाशक सहमत असतीलच असे नाही.*

BINDUSAROVAR by RAJENDRA KHER

© Rajendra Kher

बिंदूसरोवर / कादंबरी

Email - rkher1961@gmail.com

प्रकाशक : सुनील अनिल मेहता, मेहता पब्लिशिंग हाऊस,
१९४१, सदाशिव पेठ, माडीवाले कॉलनी, पुणे - ४११०३०.

मुखपृष्ठ : चंद्रमोहन कुलकर्णी

प्रथमावृत्ती : डिसेंबर, २००८ / मार्च, २०११ /
मेहता पब्लिशिंग हाऊस यांची सुधारित तृतीय आवृत्ती : एप्रिल, २०२०

P Book ISBN 9789353174613
E Book ISBN 9789353174620

या कादंबरीचं कथानक, प्रसंग, व्यक्तिरेखा, त्यांची नावं पूर्णत: काल्पनिक आहेत. दुरान्वयानंदेखील कुठे साधर्म्य आढळल्यास तो केवळ योगायोग समजावा.

– राजेन्द्र खेर.

माझ्याकडून अशाच अद्भुतरम्य गोष्टी ऐकणारी
माझी लाडकी मुलं
ईशान आणि देवांगिनी
यांना प्रेमपूर्वक

बिंदूसरोवरावर जाण्यापूर्वी

अलीकडच्या काळात मराठीत अद्भुतरम्य कादंबऱ्या फारशा लिहिल्या जात नाहीत. अशा कादंबऱ्या लिहिण्यासाठी लेखकाला स्वास्थ्य असायला हवं. माणूस स्वस्थ झाला तरच तो इतर विषयांमध्ये डोकावून बघेल. दुर्दैवानं भारतीय मानस ताणतणाव, कौटुंबिक प्रश्न, सामाजिक समस्या आणि इतर अनेक गोष्टींनी ग्रासलं गेलं आहे. त्यामुळे अद्भुतरम्य विषय लिहिण्यासाठी लेखकांना स्वास्थ्य मिळत नसावं. मीही याला अपवाद नाही. तरीपण या साऱ्या ताणतणावातून मी निश्चित वेळ काढून ही कादंबरी वर्षभरात पूर्ण केली.

पाश्चिमात्य देशांमध्ये पुष्कळ फॅन्टसीज् लिहिल्या जातात. 'लॉर्ड ऑफ द रिंग', 'हॅरी पॉटर', 'नार्निया', 'द गोल्डन कंपास' ही वानगीदाखल उदाहरणं. 'द अल्केमिस्ट'सारखे काहीसे तत्त्वज्ञानावर आधारित विषयही हाताळले जातात. परदेशी फॅन्टसीज्मध्ये आणि त्यांवर आधारित चित्रपटांमध्ये बऱ्याच गोष्टी त्याच त्याच असतात. परंतु, जबरदस्त मांडणी आणि प्रभावी तंत्रज्ञान या बळावर त्या गोष्टींची जनमानसात चांगली रुजवातही होते. तरीही कुठेतरी त्यांच्या गोष्टींना मर्यादा जाणवतात. उदा. ड्रॅगन, परग्रहावरचे अतिमानव (एलियन्स), पिशाच, भुतं, ममीज्, प्रेतात्मे, मत्स्यकन्या, अतिंद्रिय शक्ती लाभलेले जीव, रोबो, परी, जादूचा दिवा-परीस इत्यादी. या कथांमध्ये पुष्कळदा तंत्रज्ञानाचा, शस्त्रांचा, जादूच्या कांडीचा आधार घेतला जातो.

भारतीय, त्यातल्या त्यात मराठी मानसाला साहस आवडतं. वीरधवल, फास्टर फेणे यासारख्या साहसी व्यक्तिरेखा मागील पिढीतील लेखकांनी उत्तमपणे साकारल्या. काहींनी गूढवाद स्वीकारला तर अनेक लेखकांनी रहस्यमय प्रांत हाताळला. 'सिंहासन बत्तिशी', 'विक्रम-वेताळ', पुराणं यांमध्ये असे अनेक विषय आहेत की ज्यांवर उत्तम कादंबऱ्या होऊ शकतील.

'बिंदूसरोवर' ही कादंबरी मात्र या सर्व प्रकारांपेक्षा सर्वस्वी भिन्न आहे. एका वेगळ्या अनुभूतीतून ही कादंबरी साकारली आहे. किंबहुना बिंदूसरोवर आणि त्या दिशेनं होणारा अद्भुत प्रवास मी मनोमन अनुभवला आहे. वास्तवाकडून अद्भुततेकडे

जाणारी आणि अद्भुतातलं वास्तव दर्शविणारी अशी ही कादंबरी वाचकाला एका अनोख्या प्रांताचा प्रवास घडवील!

काय आहे बिंदूसरोवर? कुठे आहे ते? कोणतं रहस्य दडलंय त्यात? तिथे जाण्यासाठी कोणते मार्ग आहेत? तिथे जाईपर्यंत कोणकोणती रहस्यं उलगडत जातात? प्रत्यक्ष बिंदूसरोवरावर कोणत्या अद्भुताचं दर्शन घडतं? त्यासाठी 'बिंदूसरोवरा'चा शब्द न् शब्द वाचावा लागेल! केवळ काहीतरी अतर्क्य, कपोलकल्पित लिहायचं म्हणून ही कादंबरी लिहिलेली नाही. या कादंबरीत आत्मनिष्ठ गोष्टींचा वस्तुनिष्ठ प्रवास आहे, हे सुजाण वाचकाच्या ध्यानात येईल. वाचक या कथानकात रंगून जाईल आणि अज्ञाताच्या सुंदर प्रांताची पुरेपूर अनुभूती घेईल, असा विश्वास वाटतो.

ही कादंबरी लिहायला घेतली तेव्हा मी व्यक्तिरेखा कागदावर सोडण्याचं काम केलं! हळूहळू त्या व्यक्तिरेखा स्वत:च आकार घेत गेल्या! त्यांच्याबरोबर मी स्वत: प्रवास करीत गेलो. मला मुळात निसर्गाचं, चांदण्यात फिरण्याचं जबरदस्त आकर्षण! पण अनेक मर्यादांमुळे मला फारसा प्रवास करता येत नाही. त्यामुळे कादंबरीतला हा प्रवास मी मनोमन केला. वाचकही या अद्भुत प्रवासाचा अनुभव मनोमन घेऊ शकतील.

माझे वडील ज्येष्ठ साहित्यिक श्री. भा. द. खेर यांना मी ही कादंबरी सर्वप्रथम वाचून दाखवली. त्यांनी तोंडभरून स्तुती केली. अर्थात मी ती फारशी मनावर घेतली नाही. कारण मुलगा म्हणून कौतुकाचा भाग त्यात असणारच हे मी जाणून होतो! म्हणून मी ही कादंबरी 'वैदिक'कार श्री. राजीव पटेल आणि अभ्यासक-समीक्षक प्रा. वैजयंती चिपळूणकर यांना वाचायला दिली. त्या दोघांचाही खूपच सकारात्मक प्रतिसाद मिळाला. काही दुरुस्त्या त्यांनी सुचवल्या. या दोघांविषयी माझ्या मनात नक्कीच कृतज्ञताभाव आहे. मग अनेकदा कादंबरीचं वाचन आणि पुनर्लेखन करून मी ही काहीशी वेगळी कादंबरी सिद्ध केली.

'बिंदूसरोवर'च्या पहिल्या दोन आवृत्त्या आमच्या 'विहंग प्रकाशन'नं प्रकाशित केल्या. आता ही कादंबरी मोठ्या घरी; अर्थात मेहता पब्लिशिंग हाऊसकडे प्रकाशनासाठी आली आहे. मेहतांच्या लौकिकानुसार या कादंबरीची निर्मिती उत्तम झाली आहे. श्री. सुनील मेहता आणि श्री. अनिलजी मेहता यांचा मी अत्यंत आभारी आहे.

— राजेन्द्र खेर

अद्‌भुत पेटी

२०२५सालातली नोव्हेंबरची रात्र :

'सत्य हे कधी कालबद्ध नसतं...' पूर्वेकडून दहा हात वर आलेल्या चंद्राकडे बघत वृद्ध योगी शिवानंद पुटपुटले.

दूरवर हिमाच्छादित पर्वतशिखरं चंद्रप्रकाशात न्हाऊन निघाली होती. दऱ्याखोऱ्यात त्या शिखरांनी छाया-प्रकाशाचा खेळ आरंभला होता. आसमंत निळसर शुभ्र प्रकाशानं प्रकाशित झालं होतं. थंडीचा कडाका होता; पण हिमालयातल्या लहरी निसर्गाला निर्ढावलेला तो शंभरीतला योगी कडाक्याच्या थंडीला थोडीच भीक घालणार होता? मानवी जीवनाची इतिकर्तव्यता, 'स्व'चा शोध आणि पर्यायानं निर्मात्याचा शोध घेणाऱ्या त्या योग्याला निसर्ग कदापि वाकवू शकणार नव्हता. रात्री ध्यानाला बसण्यापूर्वी आपल्या दोघा शिष्यांना बरोबर घेऊन आसमंतात फेरफटका मारण्याची त्या योग्याची रीत होती. 'सत्'चा शोध घेताना सात्त्विक 'असत्'मधला आनंद घेण्याचाही योगी शिवानंदांचा रिवाज होता. ते म्हणायचे, 'निर्मात्याच्या निर्मितीचा कुणी तिरस्कार केला तर ती गोष्ट निर्मात्याला आवडेल का?'

त्यामुळे हिमालयातल्या सतत बदलत्या निसर्गाच्या रूपाचाही ते मनापासून आस्वाद घेत असत. चांदण्यात फिरताना तर ते हरखून जात. ते म्हणत, 'निसर्गाचं सर्वाधिक मनोहारी रूप म्हणजे चंद्रप्रकाशात न्हाऊन निघालेल्या सृष्टीचं दर्शन!' चांदण्यात फिरताना ते आपल्या दोघा शिष्यांना सांगत, 'या रानावनात, या पर्वतरांगांमधे जेव्हा चंद्रप्रकाश सांडतो तेव्हा सौंदर्याची पराकाष्ठा अनुभवायला मिळते.'

योगी शिवानंद चांदण्यात फिरताना असेच बोलत राहत आणि त्यांचे दोघे तरुण शिष्य जिवाचा कान करून त्यांचे शब्द मनात साठवून ठेवीत.

परंतु, आज तसं काहीच घडत नव्हतं. योगी आज फारसे बोलत नव्हते. आपल्या गुहेपासून एक फर्लांग अंतरावर येऊन ते सभोवारच्या चंदेरी सृष्टीकडे पाहत निश्चल उभे होते. त्यांची शुभ्र कफनी चंद्रप्रकाशात तेजाळली होती. छातीपर्यंत

रुळलेली शुभ्र दाढीही सभोवारच्या शुभ्रतेत प्रकर्षानं उठून दिसत होती.

"विश्वनाथ, मोहनीश..." आपल्या दोघा शिष्यांना ते म्हणाले, "आपल्या जाणिवा प्रगल्भ झाल्या तर कालबद्ध निसर्गातही आपल्याला सत्याची अनुभूती मिळू शकते. त्यानुसार आपलं वर्तन शुद्ध बनतं. पण आपल्या जाणिवा बोथटच राहिल्या तर मात्र..." योगी शिवानंद पुढे काहीच बोलले नाहीत.

दोघेही शिष्य विचार करू लागले... जाणिवाच बोथट झाल्या तर? विश्वनाथनं मनातल्या मनात उत्तर देऊन टाकलं, '...तर स्पर्धा, आक्रमकता, हेवेदावे अशा राजसी-तामसी वृत्ती बळावतात; आणि त्या निसर्गावरसुद्धा आक्रमण करण्यासाठी प्रवृत्त होतात.'

मोहनीशनंही असाच विचार केला होता. दोघांनाही उत्तर मिळालं होतं. त्या गोष्टीचा साक्षात अनुभवही त्यांना गेले दोन दिवस मिळत होता.

चिनी आक्रमकांनी तो सारा प्रदेश गेल्या दोन दिवसात व्यापून टाकला होता. त्यामुळे हिमालयतल्या पवित्र शांततेचा भंग होत होता. सात्त्विकता उद्ध्वस्त होत होती. केवळ निसर्गाचाच शब्द ऐकणारे आणि अनाहत ध्वनीची अनुभूती घेणारे योगी, संन्यासी यांच्या दृष्टीनं तो अवनतीचाच काळ होता. उत्तर-पूर्व दिशेकडून बंदुकांच्या फैरी झडण्याचे आवाज कानी पडू लागले होते. चिनी सैन्य नक्कीच दृष्टिपथात येऊन ठेपलं होतं. त्यांना अरुणाचल प्रदेशातून भारतीय हद्दीत घुसायचं होतं. एखाद्या स्वर्गसुंदरीवर आक्राळविक्राळ हिंस्र श्वापदानं बलात्कार करावा, चंद्राला राहूनं ग्रासावं, सुंदर उपवनात मैला वाहून यावा किंवा अभिजात संगीताच्या कार्यक्रमात हीन अभिरुचीचं संगीत अवचित सादर व्हावं तसाच प्रकार घडला होता. हिमालयातल्या स्वर्गीय सौंदर्याला स्वार्थी आक्रमकांनी काळिमा फासायला प्रारंभ केला होता. बर्फ धुमसायला लागलं होतं.

नकारार्थी मान हलवत योगी शिवानंद गुहेच्या दिशेनं मागे फिरले. काही न बोलता दोघे शिष्यही आपल्या गुरूच्या मागोमाग निघाले. शिवानंदांना स्वत:च्या जिवाची मुळीच पर्वा नव्हती किंवा चिनी आक्रमणाला बळी पडण्याचं भयही नव्हतं. मृत्यूचं भय सोडल्याशिवाय योग कधीच साध्य होत नसतो. योगी शिवानंद तर योगमार्गाच्या प्रगल्भ अवस्थेत होते. तरीही त्यांना कोणत्यातरी चिंतेनं ग्रासलं आहे हे त्या शिष्यांनी तेव्हाच ओळखलं. आपल्या गुरूच्या मागोमाग त्यांनी गुहेत प्रवेश केला.

बंदुकांचे बार तेव्हा जवळ जवळ येऊ लागले होते. कोणत्याही क्षणी आक्रमक त्या गुहेपर्यंत येऊन पोचणार होते. योगी शिवानंदांना भवितव्य कळून चुकलं असावं. एक सुस्कारा सोडून ते गुहेच्या अंतर्भागात गेले आणि याकच्या कातड्यात बांधलेली एक जुनीपुराणी वस्तू घेऊन आले.

दोघे शिष्य गेली दोन वर्षं शिवानंदांजवळ योगाभ्यास करीत होते. पण त्यांच्या वास्तव्यात त्यांनी ती वस्तू कधीच बघितली नव्हती.

शिवानंदांनी कातड्याचा बंध सोडून कातडं दूर केलं. तेव्हा अगम्य अशा धातूची दोन हातात मावणारी एक पेटी त्या दोघांना दिसली. ती पेटी चमचम करीत होती. त्यावर तारामंडळासह अनेक दुर्बोध आकृत्या कोरलेल्या होत्या.

अवाक् होऊन ते दोघे शिष्य त्या पेटीकडे पाहत राहिले. त्याच वेळी योगी शिवानंदांनी ती पेटी विश्वनाथन्च्या समोर धरली. "घे ही पेटी..."

ती पेटी हाती घेऊन विश्वनाथन् तिचं निरीक्षण करू लागला.

"विश्वनाथ, मोहनीश... मघाशी मी म्हटल्याप्रमाणे, सत्य हे कालबद्ध नसतं हे खरं! पण कालातीत सत्य कालबद्ध गोष्टींमध्येही राहू शकतं हीच तर खरी ईश्वराची किमया आहे!"

त्या दोघांना काहीही समजलेलं नव्हतं. समजावून द्यायला तेवढा वेळही नव्हता. योगी शिवानंद त्या पेटीवर हात ठेवत म्हणाले, "या कालबद्ध वस्तूत ते कालातीत सत्य लपलं आहे. यातल्या सत्याच्या अंशामुळेच पृथ्वीवर जीवन संभव झालं आहे. योग्य वेळी तुम्हाला सारं काही समजेल..." एक भूर्जपत्र विश्वनाथन्च्या हाती देऊन योगी पुढे म्हणाले, "यात या वस्तूविषयी थोडक्यात माहिती आहे. त्यावरून तुला याचं महत्त्व समजेल..."

चिनी सैनिकांचं पथक हाकेच्या अंतरावर येऊन पोचलं होतं. बंदुकांच्या बारांसह सैनिकांच्या घोषणा स्पष्टपणे ऐकू येऊ लागल्या होत्या.

"शिष्यांनो, हिमालयातल्या या दुर्गम भागात ही वस्तू आजपर्यंत सुरक्षित होती. मी स्वत: हिचा पन्नास वर्षं सांभाळ केला. पण आता या वस्तूला इथे धोका निर्माण झाला आहे. चुकीच्या लोकांच्या हाती ही वस्तू पडली तर पृथ्वीवर अनर्थ ओढवेल. त्यामुळे मी मोठ्या विश्वासानं ही वस्तू तुमच्या हाती सोपवत आहे. हिचा निष्ठेनं सांभाळ करणं तुमचं परमकर्तव्य आहे असं समजा."

यमनियम, आसन, प्राणायाम, प्रत्याहार, ध्यान, धारणा, समाधी या यौगिक विषयांखेरीज त्या शिष्यांनी गेल्या दोन वर्षांत फारसं काही अतर्क्य ऐकलं नव्हतं. आपल्या गुरूबरोबर रात्रीच्या वेळी फिरताना त्या दोघा शिष्यांनी निसर्गाची विविध रूपं अनुभवली होती. हिमालयातील विविध दुर्मिळ औषधी वनस्पती, मुळ्या यांच्याविषयी जाणून घेतलं होतं. काही अतर्क्य अनुभवही घेतले होते... नाही असं नाही; परंतु आज मात्र त्यांना पृथ्वीबाहेरील अत्यंत अजब अशा वस्तूचं दर्शन घडलं होतं. आपल्या गुरूच्या मुखातून त्या पेटीविषयी ऐकताना ते थक्क होऊन गेले होते. त्याचबरोबर गुरूंनी त्यांच्यावर सोपवलेल्या जबाबदारीचंही त्यांना भान येऊन चुकलं होतं.

"'कारण' म्हणून 'सत्य' वापरलं तर सर्जनशील कार्य उभं राहतं;" विश्वनाथन्च्या हाती ती वस्तू देऊन शिवानंद म्हणाले, "पण 'स्वार्था'साठी जर 'सत्य' वापरलं तर मात्र असुरी शक्ती प्रबळ होते..."

गुरूंचं बोलणं गहन होतं तरी ते विश्वनाथन्ला थोडंफार समजलं होतं. मोहनीश मात्र संभ्रमावस्थेत गेला होता.

शिवानंदांनी मग त्या दोघांना गुहेच्या अंतर्भागात नेलं. मग म्हणाले, "त्या कोपऱ्यातलं त्रिशूळ घ्या आणि या इथे थोडसं खणा..." त्यांनी गुहेच्या मागची जागा दाखवली. "इथली जमीन भुसभुशीत आहे. लगेच खड्डा पडेल. तिथून बाहेर पडा... मागे बर्फाचीच उतरण लगेल. त्यावरून घसरत जा... लवकर खाली दरीत पोचाल आणि या चिन्यांपासून सुटका करून घ्याल... लगेच निघा!"

दोघे शिष्य जागचे मुळीच हलले नाहीत. आपल्या गुरूला सोडून जाणं त्यांना शक्य नव्हतं.

पण शिवानंद जवळपास ओरडलेच, "निघा की लगेच...! ते पहा चिनी सैनिक इथे येऊन पोचलेत... कुणाची वाट बघता...?"

"पण गुरुजी तुम्ही..."

"माझी मुळीच चिंता करू नका... ही वस्तू सुरक्षित राहणं महत्त्वाचं आहे... निघा... तो पहा शुभ्र प्रकाश... तो मला बोलवत आहे... माझी काळजी करू नका... चला, त्वरा करा... निघा..."

दोघाही शिष्यांनी गुरूच्या आज्ञेचं नाइलाजानं पालन केलं.

पुढच्याच क्षणी योगी शिवानंद एकाएकी प्रकाशित होऊ लागले. त्यांच्या सभोवार धुराची वलयं निर्माण झाली. त्या धुरामध्ये ते वेढले गेले. सारं आसमंत धूरमय होऊन गेलं. मग प्रचंड वेगानं तो धुराचा लोळ गुहेबाहेर पडला आणि अंतराळात विलीन होऊन गेला.

गुहेजवळ आलेले चिनी सैनिकही आश्चर्यानं त्या दृश्याकडे बघत राहिले.

अज्ञाताकडून फोनकॉल

धुक्याचे जणू एकमेकांवर लपेटले गेलेले पडदे दूर होऊ लागले. त्यातून रात्रीच्या चंदेरी प्रकाशात न्हाऊन निघालेलं निळ्याशार पर्वतरांगांचं कोंडाळं दिसू लागलं. पर्वतांमध्येच एकरूप झालेला एक कृश योगी हळूहळू व्यक्त होऊ लागला. धूसर जलाला उकळ्या फुटू लागल्या- आणि एकाएकी एक दिव्य, तरल परंतु शुभ्रधवल प्रकाशखंड अवकाश भेदून पृथ्वीवर उतरला. प्रकाशखंडातून प्रकाशाचंच शरीर धारण केलेली मानवाकृती साकार होऊ लागली...

एवढ्यात फोन वाजला आणि प्रा. विश्वनाथनांची तंद्री भंग पावली. ती धुरकट दृश्यं, तो प्रकाशझोत ती मानवाकृती सारं काही त्यांच्या दृष्टीसमोरून लुप्त झालं.

कांचननं तेवढ्यात रिसीव्हर उचलला.

'हॅलो, कोण बोलतंय?'

फोन बंद झाला होता.

"मघाशी पण आला होता फोन! पण माझा आवाज ऐकून कट् केला. कोण होतं देव जाणे!"

"आणखी कुणाकुणाचे फोन आले होते?"

"प्रा. दांडेकरांचा... आणि साळवींचा पण आला होता. ते सकाळी पुन्हा करणार आहेत."

"ठीक आहे..." प्रा. विश्वनाथन् हलकेच उठून उभे राहिले. त्यांचे दोन्ही पाय अद्याप गुडघ्यात वाकलेलेच होते.

प्रा. विश्वनाथनांनी नुकतंच सत्तरीत पदार्पण केलं होतं. तसा त्यांना कोणताच विकार नव्हता. पण गुडघेदुखीच्या त्रासामुळे ते त्रस्त झाले होते. त्यांना नेहमी थकवा जाणवत असे. 'ओ गॉड' असं पुटपुटत ते काहीसे वाकूनच समोरच्या टेबलापाशी गेले. डिव्हीडाचा पाऊच काढून ते एकेक डिव्हीडा बघू लागले. त्यांचे मानेपर्यंत रुळलेले पांढरे शुभ्र केस अंगातल्या तपकिरी जाकिटावर सीगल पक्ष्याच्या पिसांप्रमाणे

फुलले होते. दख्खनच्या काळ्याकुट्ट पर्वतशिखरांवर हिमवृष्टी झाल्यासारखं ते दृश्य दिसत होतं.

"कपडे नाही का बदलून घ्यायचे आधी...? जेवणही तयार आहे, नऊ वाजून गेले."

"ही एवढी डिव्हीडा लावून आलो..."

"एरवी रात्री साडेआठच्या ठोक्याला तुम्हाला जेवण लागतं; आणि आज..."

कांचनचं वय जेमतेम पस्तीस वर्षांचं होतं. म्हणजे प्रा. विश्वनाथनांच्या वयाच्या निम्म्यानं! पण घरात तिचा अधिकार चाले. प्रा. विश्वनाथनांना तरी तिच्याशिवाय दुसरं कोण होतं? त्यांनी विवाह केला नव्हता. उलट ब्रह्मचर्य व्रत घेऊन ते दोन वर्षं हिमालयात स्वामी शिवानंदांकडे योगविद्या शिकण्यासाठी गेले होते. लग्न केल्यामुळे कामात व्यत्यय येतो, बंधनं येतात - मर्यादा येतात, अशी त्यांची पूर्वीपासून पक्की धारणा होती. त्यामुळे हिमालयातून परतल्यानंतरही ते विवाहबंधनात अडकले नव्हते. उमेदीच्या काळात त्यांचं त्यावाचून फारसं अडलंही नव्हतं. पण आता उतारवयात कुणीतरी बघणारं, काळजी घेणारं जवळ हवं होतं. त्यांच्या सुदैवानं त्यांना कांचन मिळाली होती. दोन वेळचा स्वयंपाक करून ती जायची. कधी तिथेच मुक्काम करायची. स्वयंपाक करण्यासाठी जरी ती येत असली तरी प्रा. विश्वनाथन् तिला मुलीप्रमाणे वागवायचे. तीही त्यांची उत्तम देखभाल करायची.

"येताय ना? मग पुन्हा कशाला बसलात तिथे?" कांचननं प्रेमाधिकार गाजवला.

"थोडा रिलॅक्स होऊन येतो... तू जेवून घे..."

लटक्या रागानं कांचन आत निघून गेली.

प्रा. विश्वनाथांनी बालमुरलीकृष्णन् यांच्या गायनाची एमपी-३ प्लेअरमध्ये ढकलली. बालमुरलीकृष्णन्, सुब्बलक्ष्मी हे त्यांचे आवडते गायक. कर्नाटक संगीत त्यांना अतिशय प्रिय. गायनाबरोबर एम. एस. गोपालकृष्णन् यांचं व्हायोलिन-वादनही त्यांना फार आवडायचं. आता मात्र त्यांनी बालमुरली-कृष्णन् यांची एमपी-३ प्लेअरमध्ये सरकवली. पण पुन्हा त्यांचा विचार बदलला. त्यांना अचानक संतूर ऐकावसं वाटलं. पुण्यात आणि दिल्लीत राहून त्यांना हिंदुस्थानी शास्त्रीय संगीतही आवडू लागलं होतं. शिवकुमार शर्मा आणि हरिप्रसाद चौरासिया हे तर त्यांचे अतिशय आवडीचे वादक. शिवकुमारांचाच संतूरवर वाजवलेला 'वाचस्पती' राग त्यांनी सुरू केला.

संतूरवरचे 'वाचस्पती'चे अतिशय शांत, तरल सूर खोलीत घुमू लागले. त्यांच्या साऱ्या वृत्ती शांत होऊ लागल्या. नेत्र नकळत मिटले गेले. दृष्टीसमोर पुन्हा निळसर धुक्यात लपेटलेली दृश्यं दिसू लागली. गडद निळ्याशार रंगाचं कोंडाळं चंद्रप्रकाशात न्हाऊन निघालेलं दिसू लागलं.

तेवढ्यात पुन्हा फोन वाजला. त्यांची तंद्री पुन्हा एकदा भंग पावली. कांचन

लगबगीनं बाहेरच्या खोलीत आली.

"थांब, तू घेऊ नकोस... तो कॉर्डलेस दे..." असं म्हणून त्यांनी रिमोटनं संतूरचा आवाज कमी केला.

कॉर्डलेस त्यांच्या हाती देऊन कांचन पुन्हा आत निघून गेली.

"हॅलो, प्रो. विश्वनाथन् हिअर..." 'टॉक'चं बटण दाबून ते बोलू लागले.

"प्रो. विश्वनाथन्! हाऽ हाऽ हा! अॅटलास्ट आय कुड कॅच यू..."

"कोण बोलतंय?"

"ते महत्त्वाचं नाही. पण माझं तुमच्याकडे महत्त्वाचं काम मात्र आहे... अगदी आत्ताच..."

"आत्ता? छे! माझी विश्रांतीची वेळ आहे ही! सोमवारी भेटायला या."

पलीकडून पुन्हा छद्मी हास्य प्रा. विश्वनाथनांच्या कानात घुमलं. "उद्याचा कुणाला भरवसा देता येतो का प्रोफेसर? मला माझं काम आज रात्रीपर्यंतच उरकायचं आहे..."

"कसलं काम? कोण आहात तुम्ही?"

"हाय कमांडकडून मी बोलतोय्. कामाचं स्वरूप तुम्हाला माहीतच आहे."

"मला? तुमचा काहीतरी गैरसमज झालेला दिसतोय. गुडनाइट!"

प्रा. विश्वनाथनांनी फोन बंद केला.

पुन्हा फोनची रिंग वाजली. विकट हास्य त्यांच्या कानात घुमलं. "आजचं तुमचं भाषण... तो पुरावा... आलं ना लक्षात? प्रोफेसर! मी तासाभरात तुमच्याकडे येत आहे. हॅव अ ग्रेट इव्हिनिंग सर...! आणि हो, डोन्ट ट्राय टू एस्केप!"

फोन बंद झाला.

प्रा विश्वनाथन् ताड्कन जागचे उठले. भर थंडीतही त्यांच्या सर्वांगाला घाम फुटला. त्यांनी अंगावरचं जाकीट काढलं आणि सोफ्यावर फेकून दिलं. बदामी कुर्त्याची वरची दोन बटणं काढत ते ओरडले, "कांचन... पाणी घेऊन ये!"

कांचन पाणी घेऊन आली. "जेवणाच्या आधीच पाणी? कुणाचा होता फोन? बरं नाही का वाटत?"

उभ्या उभ्या पाणी पिऊन प्रा. विश्वनाथन् म्हणाले, "विशेष काही नाही. जा तू..." रिकामा ग्लास घेऊन कांचन पुन्हा आत निघून गेली.

प्रा. विश्वनाथनांनी पुन्हा कॉर्डलेस हाती घेतला आणि 'टॉक'चं बटण दाबलं. पण फोन डेड होता. "डॅम इट! फोन कट केला गेलाय..."

लगबगीनं त्यांनी समोर बसक्या टेबलावर ठेवलेला मोबाइल हॅन्डसेट उचलला आणि ०२०१०० हा नंबर लावला. 'ही सुविधा तात्पुरती बंद केली गेली आहे...' अशी रेकॉर्ड वाजू लागली.

हातवारे करत प्रा. विश्वनाथनांनी पुन्हा सोफ्यात बसकण मारली. ‘कुणीतरी खेळ खेळतंय माझ्याशी! त्यांना कदाचित ते गुपित... यस् तेच ते!’ ते स्वत:शी पुटपुटले. काय करावं ते त्यांना सुचेनासं झालं. एकदम उठून त्यांनी बाहेरचा दरवाजा उघडला आणि ते गॅलरीत आले. रस्त्याच्या दिशेनं त्यांनी दृष्टिक्षेप टाकला. पलीकडच्या फुटपाथवर एक माणूस त्यांच्याकडेच बघत उभा असलेला त्यांना दिसला.

दार लावून त्यांनी आपला सत्तरीचा देह पुन्हा सोफ्यावर ढकलला. त्यांच्या मनाची अवस्था सैरभैर होऊन गेली होती. संकट हे नेहमी अचानकच दाराशी येत असतं आणि त्याचा सामना करताना माणसाला काही सुचेनासं होतं. सत्तरीतल्या या सज्जन प्राध्यापकांपुढे हे अनोखं संकट असंच अवचित येऊन ठेपलं होतं आणि त्यामुळे त्यांना काही सुचेनासं झालं होतं.

विचारगर्भ अवस्थेत त्यांची नजर खोलीभर भिरभिरली. सोळा बाय वीस चौरस फुटांच्या त्या प्रशस्त बैठकीच्या खोलीत फारसं फर्निचर नव्हतं. पिस्ता रंगाचा सोफासेट, समोर शिसवीच्या लाकडापासून बनवलेला जुनाट नक्षीदार टीपॉय, भिंतींवर अजंठा-वेरूळ लेण्यांची दोन तैलचित्रं आणि बाजूच्या भिंतीपाशी मोठी शोकेस एवढंच सामान त्या खोलीत होतं.

‘मी ते बोलायला नको होतं... उगाच बोललो... पण...’ स्वत:शीच बोलता बोलता त्यांचं लक्ष समोरच्या शोकेसनं वेधून घेतलं. त्या संपूर्ण काचेच्या शोकेसमध्ये अनेक पदकं, गोल्ड मेडल्स, पुरस्कार, विविध मान्यवरांबरोबरचे फोटो दाटीनं भरले होते. त्यांचे तरुण वयातले फोटोही त्यात होते. त्या फोटोंकडे जणू ते नव्यानं बघू लागले. ‘आयुष्यात सारं काही मिळवलं. पण...’

त्यांचं मन ओघातच भूतकाळात जाऊन दाखल झालं.

*

इरापल्ली वेंकटेश विश्वनाथन् यांचा जन्म जरी चेन्नईत झाला असला तरी त्यांचं सारं शिक्षण पुण्यातच झालं होतं. पुणे विद्यापीठातून त्यांनी विज्ञान शाखेत पदवी प्राप्त केली होती. त्याचवेळी त्यांना पुरातत्त्व विषयाची गोडी लागली होती. म्हणून डेक्कन कॉलेजमधून त्यांनी पदव्युत्तर शिक्षण घेतलं होतं. प्रा. हर्डीकरांबरोबर त्यांनी अनेक उत्खननात भाग घेतला होता. त्याचदरम्यान एके दिवशी त्यांचा योगी सहजानंदांशी अवचित परिचय झाला होता. त्यांच्या सहवासात त्यांनी बराच काळ व्यतीत केला. हिमालयात अर्धवट राहिलेला योगाभ्यास त्यांनी पुढे सुरू केला. ओघानंच तत्त्वज्ञान, अध्यात्म अशा विषयांमध्ये त्यांना रस निर्माण झाला. इतका की ऐन तिशीत व्यावहारिक जगातून निवृत्त होऊन त्यांनी जवळपास संन्यास स्वीकारला. नगर जिल्ह्यातल्या एका आडगावातल्या आश्रमात जाऊन ते राहिले. आजन्म अविवाहित राहण्याचाही तेव्हा त्यांनी संकल्प सोडला होता. तो त्यांनी आजपर्यंत पाळला होता.

मात्र, योगी सहजानंदांच्या आदेशानुसार त्यांनी संन्यासमार्गावरून परावृत्त होऊन पुन्हा आपल्या कार्यात लक्ष घातलं होतं. डेक्कन कॉलेजमध्ये ते अध्यापक म्हणून रुजू झाले होते. पुढे त्यांना दिल्ली विश्वविद्यालयानं सन्मानानं बोलावलं होतं. १९९०पासून ते दिल्लीत वास्तव्याला होते. सुट्टीच्या काळात त्यांनी हिमालयात पुष्कळ परिभ्रमण केलं होतं. अनेक साधुसंन्याशांचं त्यांनी दर्शन घेतलं होतं. अनेक अतर्क्य अनुभवही त्यांच्या गाठीशी होते. दिल्लीहून पुन्हा पुण्याला परतल्यानंतर विविध चर्चासत्रांमधून त्यांनी भाग घेतला होता. बुद्धिनिष्ठ दृष्टिकोनातून अतर्क्य विषयांवर त्यांनी आपली मतं नोंदवली होती. कित्येक वेळा त्यांच्या विधानांना विरोधही व्हायचा. विशेषत: परदेशी मानसिकता जोपासलेल्या सह-प्राध्यापकांकडून आणि विद्यार्थ्यांकडून त्यांना बऱ्याचदा विरोध होत असे. तरीही प्रा. विश्वनाथन् आपल्या विचारांशी ठाम असायचे. विचारांना आधारभूत असे अनेक पुरावेही त्यांच्या पोतडीत होते. परंतु त्या पुराव्यांची वाच्यता मात्र त्यांनी कधी केली नव्हती... त्या दिवसापर्यंत!

अवेळी भूतकाळात रमलेलं प्रा. विश्वनाथनांचं मन पुन्हा वर्तमानात आलं. तो फोन येऊन एव्हाना पंधरा मिनिटं उलटून गेली होती. आणखी पाऊण तासात फोनवरचा आवाज देहासह साक्षात प्रकट होणार होता. काय करावं ते त्यांना समजत नव्हतं. कुणाला बोलवावं तर संपर्क-यंत्रणाच तोडलेली! एकदम ते उठले आणि खिडकीपाशी गेले. खिडकीचा पडदा दूर सारून त्यांनी बाहेर बघितलं. मघाचा माणूस अद्याप होता तिथेच उभा होता. त्याच्या मागे असलेल्या इमारतींच्या लुकलुकणाऱ्या असंख्य दिव्यांनी त्यांना दर्शन दिलं. काही वेळ ते खिडकीपाशीच बाहेर बघत उभे राहिले. रस्त्यावर फारशी वर्दळ नव्हती. पुण्यनगरी थंडीनं आक्रसून गेली होती. एक शेकोटी मात्र रस्त्याच्या कडेला जळत होती.

त्या शेकोटीनं प्रा. विश्वनाथनांचं लक्ष वेधून घेतलं. काही क्षण ते त्या शेकोटीकडे टक लावून पाहत राहिले... आणि अचानक शेकोटीच्या त्या भडकणाऱ्या ज्वाळांनी वणव्याचं रूप घेतल्याचा त्यांना भास झाला. त्यांचे नेत्र दिपून गेले. अंग शहारलं. मान झटकून ते खिडकीपासून दूर झाले. शेकोटी होती तशीच जळत राहिली.

प्रा. विश्वनाथनांनी खिडकीचे पडदे लावून घेतले. पुन्हा ते सोफ्यावर बसले. मनावरचं दडपण क्षणोक्षणी वाढत होतं. 'हे दडपण दूर कसं करायचं...? पण दडपण तरी कशासाठी घ्यायचं? मी थोडंच ते गुपित कुणाला सांगणार आहे? फार काय होईल? माझा जीव घेतील ते! इथे कुणाला जिवाची फिकीर आहे?'

या विचारांसरशी प्रा. विश्वनाथनांचं मन पुन्हा शांत होऊ लागलं. 'जीवन हे क्षणभंगुर आहे. आज ना उद्या ते संपणारच आहे. मग त्याची चिंता कशाला

करायची? चिंता करायची ती फक्त त्या गुपिताची! तो गौप्यस्फोट होऊ नये याची! पण त्याचा कर्ताकरविताच त्याची काळजी घेण्यासाठी समर्थ आहे!'

या विचारासरशी त्यांचं मन काहीसं शांतावलं.

पुन्हा खोलीतले दिवे लावून त्यांनी कांचनला हाक मारली.

कमरेला लावलेल्या ॲप्रनला हात पुसत कांचन बाहेरच्या खोलीत आली. म्हणाली, ''जेवण निवायला लागलंय... बसायचं का लगेच?''

''बसू... पण तुझा मोबाइल दे आधी!''

आत जाऊन कांचननं आपला हॅन्डसेट आणला आणि अनलॉक करून त्यांच्या हाती दिला. प्रा. विश्वनाथनांनी भराभर बटणं दाबली. फोन लागला.

''हॅलो... विक्रम?''

''हो, बोला सर, काही काम?''

''खूप महत्त्वाचं काम आहे. प्लीज, तू लगेच येऊ शकशील का?''

''आत्ता?''

''हो...''

''बरं नाही का वाटत सर तुम्हाला?''

''तसंच समज; पण दहा मिनिटात ये. प्लीज!''

''लगेच निघतो सर!''

''थँक्स... पण येताना प्रवासी बॅगही बरोबर असू दे...''

''बॅग...? ओके... मी येतो... लगेच निघतो सर!''

विक्रम भार्गवला फोन केल्यावर प्रा. विश्वनाथन्ना थोडं बरं वाटलं. पुन्हा उठून ते खिडकीपाशी गेले. दूरवरचे दिवे धुक्यात हरवून गेले होते. तो माणूस होता तसाच उभा होता. रस्त्यातली शेकोटी मात्र विझली होती. त्यातून निघणारा धूर धुक्यात एकरूप होऊन गेला होता. हळूहळू धुक्याचेच अनेक पदर एकमेकांवर लपेटले गेले. व्यक्त सृष्टी त्यात गडप होऊ लागली.

धुक्याला वर उसळवत धुराचे लोट एकमेकांमध्ये गुंफले जाऊ लागले. त्यांच्या वेटोळ्यातून एकदम एक मानवी चेहरा व्यक्त झाला; आणि प्रा. विश्वनाथनांच्या दिशेनं पुढे झेपावला. प्रा. विश्वनाथन् भेदरून त्या दृश्याकडे पाहू लागले.

'मी आलोय... मी आलोय...' तो चेहरा जणू बोलत होता.

'कोण आलंय?' ते स्वत:शीच पुटपुटले. प्रा. विश्वनाथन् दचकून भानावर आले.

समोर कुणीच नव्हतं.

नको ते घडून गेलं

“तुझ्याशी फार महत्त्वाचं बोलायचं आहे.” विक्रम समोर बसल्यावर प्रा. विश्वनाथन् सांगू लागले.

“बोला सर...”

“अरे तो आलाय... म्हणजे केव्हाही येईल तो इथे...”

“कोण?”

“मला सांगता येत नाही... पण काहीतरी अघटित घडणार आहे... थोड्याच वेळात तो येईल... माझाच दोष...”

“कोणता सर...?”

“मला सांग, आजच्या कॉन्फरन्सला तू आला होतास ना?”

“हो तर! काय डॉमिनेटिंग बोललात सर तुम्ही!”

“पण जरा अधिकच बोललो! कसं काय कोण जाणे; पण नको ते बोलून गेलो मी! इतकी वर्षं जिवापाड जपलेलं रहस्य उघडं पडलं...”

“कसलं रहस्य?”

“उद्या पुरावा देतो असं म्हणालो होतो ना मी कॉन्फरन्समध्ये! स्वत:हून कुऱ्हाडीवर पाय मारण्यासारखंच झालं ते! मला अजून समजत नाही, माझा ताबा कसा काय सुटला? अगतिकता संयमावर मात करते हेच खरं!”

प्रश्नार्थक मुद्रेनं विक्रम त्यांच्याकडे बघत राहिला. त्याला कसलाच अर्थबोध होत नव्हता. प्रा. विश्वनाथन् मात्र त्याला काही सांगू शकत नव्हते. संध्याकाळच्या प्रसंगामुळे ते बेचैन होऊन गेले होते.

त्या संध्याकाळच्या कॉन्फरन्समध्ये प्रा. विश्वनाथनांच्या वैखरीचे अश्व चौखूर उधळले होते. आंतरराष्ट्रीय परिषदेत अशा पद्धतीनं ते कधी बोलले नव्हते. किंबहुना अशा परिषदांमध्ये जसं वरवर बोलयचं असतं तसंच ते इतकी वर्षं बोलत आले होते. असल्या परिषदांचा त्यांना अनुभव नव्हता असं थोडंच होतं?

परंतु त्या दिवशीच्या परिषदेचा विषय त्यांच्या जिव्हाळ्याचा होता. भौतिक शास्त्रज्ञ, पुरातत्त्ववेत्ते, तत्त्वज्ञ, संगणकशास्त्रज्ञ अशा विविध विषयांमधले तज्ज्ञ प्रथमच पुण्यातल्या 'ल-होरायझन' हॉटेलमधल्या एका प्रशस्त सभागृहात एकत्र आले होते. तीन दिवसांच्या त्या परिषदेमध्ये अनेक चर्चासत्रं आयोजित करण्यात आली होती. जागतिकीकरण, पर्यावरणाचा ऱ्हास, बेकारी, गुन्हेगारी, दहशदवाद, समुद्रावर-हवेवर झालेलं मानवाचं आक्रमण, अनेक नैसर्गिक आपत्ती, जागतिक तापमानवाढ, भांडवलशाही धोरणामुळे विविध राष्ट्रांतर्गत रुंदावलेली गरीब-श्रीमंतांमधील दरी, धर्माधर्मांतली तेढ, शेतजमिनींचा झपाट्यानं होत चाललेला ऱ्हास अशा विविध विषयांवर जगात ठिकठिकाणी चर्चासत्रं आणि आंतरराष्ट्रीय परिषदा आयोजित केल्या जात होत्या. पृथ्वीपुढे उभ्या ठाकलेल्या आव्हानांवर मात करण्यासाठी विविध राष्ट्रांची एक जागतिक समिती अमेरिकेच्या पुढाकारानं नेमण्यात आली होती. अनेक विषयांचा तौलनिक अभ्यास करून प्राप्त आव्हानांवर कायमस्वरूपी उपाय शोधले जात होते. त्यातून नवनीत काढण्याचा संयोजक राष्ट्रांचा उदात्त हेतू होता. त्यासाठी प्राचीन कालातही डोकावून बघितलं जात होतं. इतकी वर्षं उपेक्षित राहिलेली प्राचीन उपायांची उपयुक्तता किंवा कालबाह्यता मापली जात होती.

त्यातलाच एक भाग म्हणून 'अ ट्रुथ बिहाइंड द प्रिन्सिपल्स ऑफ फिलॉसॉफी अ‍ॅन्ड स्पिरिच्युअ‍ॅलिटी' या विषयावर तीन दिवसांचं चर्चासत्र पुण्यात आयोजित करण्यात आलं होतं. प्रा. विश्वनाथन् हे मान्यवर सदस्यांपैकी एक सदस्य होते. परिषदेचा दुसरा दिवस त्यांनी एका अर्थानं गाजवला होता. पण ते करत असताना त्यांनी नकळत अनेकांचा रोष ओढवून घेतला होता.

आधीच्या जवळपास सर्व वक्त्यांनी विषयाच्या ओघात अध्यात्मशास्त्राची टर उडवली होती. जगापुढच्या आव्हानांवर मात करायची असेल तर समाजाला धर्म आणि संप्रदायापासून दूर केलं पाहिजे, देवाच्या अस्तित्वाच्या भोळसट-खुळचट कल्पनेपासून परावृत्त केलं पाहिजे, असाच एकंदर वक्त्यांचा सूर होता. उत्तम अर्थकारण, व्यवस्थापन, व्यापारवृद्धी, भौतिक साधन-सुविधा-सवलती यांच्या आधारावर आपण एक आदर्श समाज घडवू शकतो, अशी पुस्तीही काही वक्त्यांनी जोडली होती. या जोडीला चंद्र आणि मंगळावर नवीन मानवी वसाहती निर्माण करून पृथ्वीवरची लोकसंख्या पुष्कळ प्रमाणात कमी करता येईल असाही निर्वाणीचा संदेश काहींनी दिला. तर काहींनी चंद्र आणि पृथ्वी यांच्या कक्षेतल्या लॅग्रान्ज बिंदूवर नवीनच ग्रह निर्माण करण्याचा विचार मांडला होता. केवळ भौतिकता आणि अर्थकारणाला प्राधान्य दिल्यामुळे गेल्या ३०-३५ वर्षांत मानवतेचा प्रचंड ऱ्हास झाल्याचा विचारही काही विचारवंतांनी मांडला होता... नाही असं नाही!

त्यानंतर प्रा. विश्वनाथन् बोलायला उभे राहिले होते. त्यांनी त्या सर्व विचारांचा

कडव्या भाषेत समाचार घेतला होता. ते म्हणाले होते, 'धर्म आणि संप्रदाय या गोष्टींची आपण गल्लत करतो. धर्म हा सद्विचारांचं धारण करण्यासाठी माणसाला अंत:प्रेरणा देत असतो. सद्विचारांचं धारण करणाऱ्या धर्मामुळे संस्कृती उभी राहते. पण हळूहळू धर्मावर अर्थात तथाकथित धार्मिकांच्या विचारांवर जळमटं चढू लागतात. त्यातून एखादा संप्रदाय तयार होतो. मग धर्माचा मूळ विचार हरवून जातो आणि संकुचित मनोवृत्ती, आततायीपणा, दहशतवाद पोसला जातो. एकांगी विचारांवर किंवा एखाद्या ग्रंथावर निष्ठा जोपासल्या जातात. धर्माचा वापर तथाकथित धार्मिक गुरू स्वत:च्या ऐशारामी भौतिक जीवनाच्या आणि वासनांच्या तृप्तीसाठी करून घेतात. त्यासाठी खोट्यानाट्या चमत्कारांचा प्रसार करून निष्ठावान भोळ्या भक्तांची मांदियाळी निर्माण करतात. धर्माला ग्लानी येते ती अशी! हा खरा धर्म मुळीच असू शकत नाही.

'याउलट गेल्या शे-पन्नास वर्षांत केवळ विज्ञान, भौतिकता, प्रयोग-अनुमान-निष्कर्ष यांवरच सारा भर दिला गेला. जे इंद्रियांना जाणवत नाही ते नाहीच, असे निष्कर्ष काढले गेले. एकीकडे खुळचट धार्मिकता आणि दुसरीकडे सतत परिवर्तनशील वैज्ञानिक विचार असे दोन ध्रुव समाजमन पकडून बसलं. त्यातून प्राचीन ज्ञान उखडण्यात भौतिकवाद्यांना एकप्रकारचं पुढारलेपण वाटू लागलं. दोन टोकांचे हे हे दोन्ही ध्रुव तसे भ्रामकच!'

उपस्थित भौतिकवाद्यांमधे हे विचार ऐकून जरा चुळबुळ सुरू झाली होती.

'धर्म, भक्ती, सभ्यता, संस्कृती यांची गल्लत झाल्यामुळे ही परिस्थिती निर्माण झाली आहे,' प्रा. विश्वनाथन् पुढे बोलत होते, 'आणि फक्त आणि फक्त भौतिकतेलाच प्राधान्य दिल्यामुळे आजची विदारक परिस्थिती निर्माण झाली आहे. माणसानं निसर्गाशी नाळ तोडल्यामुळे अनेक प्रश्न निर्माण झाले आहेत. माणूस एकतर भावनाहीन यंत्रवत् तरी झाला आहे नाहीतर मनोरुग्ण तरी बनला आहे. मूळ मनुष्यधर्मच आज हरवून गेला आहे. तो पुन्हा जागवण्याची नितांत गरज आहे. विज्ञाननिष्ठ भोगवादी विचारांच्या लोकांनी या विपरीत परिस्थितीचा गांभीर्यानं विचार करण्याची खरोखर गरज आहे...

'आमच्या वेद-पुराणांमध्ये जे जे लिहिलं आहे ते ते सत्य आहे. जगातल्या अनेक पुराणांमध्ये वास्तविकताच प्रतिपादन केली आहे. सप्तलोकातील जीवन-व्यापाराचं समालोचन ज्यामध्ये असतं त्याला 'पुराण' म्हणतात. वेद-उपनिषदं-पुराणांचं महत्त्व समजून घेण्याची कुवत आज आपण गमावली आहे. शिवाय हे ज्ञान संस्कृतात आहे. संस्कृत ही ज्ञानभाषा आहे. दुर्दैवानं आज आपण संपर्कभाषेला ज्ञानभाषेचा दर्जा देऊन टाकला! ज्या देशात ही प्रगल्भ ज्ञानभाषा अस्तित्वात होती तिची घराघरांतून उपेक्षा करून हद्दपार केली गेली आणि सारा देश संपर्कभाषा

अभिमानानं मिरवत राहिला. म्हणून मूळ प्रगल्भ अशी संस्कृत भाषा आणि त्यातल्या विचारांचा अंगीकार आज आपण केला तर अनेक प्रश्न निश्चितपणे सुटतील. कारण वेदविचारांनी मानवी जीवनात सौंदर्य निर्माण होतं, तर उपनिषदांमुळे माणसाचा परामार्ग प्रकाशित होतो... भोग-भाव आणि भक्ती या त्रयीची मानवी जीवनात आवश्यकता असते. त्यांचं संतुलन जमणं आवश्यक असतं. केवळ एक टोक पकडून बसण्यात अर्थ नसतो...'

'आपण कोणत्या काळात वावरत आहात प्रोफेसर?' बऱ्याच वेळच्या चुळबुळीतून पहिला आवाज सभेत फुटला होता.

'काळाचा इथे काय संबंध?'

'आपण एकविसाव्या शतकाकडे झपाट्यानं जात आहोत म्हटलं!' दुसरा आवाज उमटला होता. 'सुपर कॉम्प्युटर्समुळे मानवी जीवनाला केवढी गती आली आहे!...'

'गती आली; पण दिशा नाही त्याचं काय?' प्रा. विश्वनाथनांनी प्रतिवाद केला.

'असं कसं म्हणता? आज प्रत्येक माणूस सेल्फ-सफिशियंट होत आहे. प्रत्येक राष्ट्राचं तेच तर उद्दिष्ट असतं... ॲन्ड व्हेअर आर यू लीडिंग अस, प्रोफेसर?'

अमेरिकन वैज्ञानिकानं त्यांची खिल्ली उडवली होती.

'मि. हॅमिल्टन, लेट मी इंट्रड्यूस यू अवर एन्शियंट...'

प्रा. विश्वनाथनांचे शब्द हवेतच विरले.

वास्तविक एक वक्ता बोलत असताना श्रोत्यांनी किंवा अन्य वक्त्यांनी मधेच बोलण्याचा परिपाठ नव्हता. पण सहभागी मान्यवरांनी तो संकेत साफ धुडकावला होता.

श्रोतृसमुदायामधे देशोदेशींच्या मान्यवर वक्त्यांबरोबरच अनेक राजकारणी, सरकारी उच्चपदस्थ, उद्योजक, राजदूत असे विविध क्षेत्रांमधले सुमारे चारशे आमंत्रित अभ्यागत प्रथमच एकत्र आले होते. त्यांच्यामध्ये एकच गलका सुरू झाला. हात वर करून प्रा. विश्वनाथन् त्यांना शांत करण्याचा प्रयत्न करीत होते. पण कुणीच त्यांचं ऐकत नव्हतं. अखेर अध्यक्ष रोस्ट्रमपाशी येऊन उच्च स्वरात ओरडले, 'हा प्रकार निंदनीय वाटतो. प्रो. विश्वनाथन् यांचे सारे विचार ऐकून मगच आपण त्यांना आपल्या भाषणातून उत्तर द्यावं. प्लीज्, प्लीज्... क्वाएट प्लीज.'

सभागृह शांत झालं.

प्रा. विश्वनाथन् पुन्हा बोलू लागले. 'माझं बोलणं अनुभवनिष्ठ आहे. आज काळ कुठे चालला आहे याची मला पूर्ण जाणीव आहे. मी मुळात विज्ञानाचाच विद्यार्थी. पण तत्त्वज्ञ, पुरातत्त्ववेत्ता या नात्यानं मी प्राचीन काळात नेहमीच डोकावून बघत असतो. आजच्या विपरीत परिस्थितीवर काही उपाय आहेत का ते बघत असतो.

हिमालयातूनही मी पुष्कळ फिरलो आहे. अनेक योग्यांना, साधूंना भेटलो आहे. प्राचीन काळात अशी परिस्थिती अनेकदा आली होती असं माझा अनुभव सांगतो. विशिष्ट जीवनप्रणाली देऊन ऋषींनी त्यातून सुखी जीवनाचा मार्ग दाखवला होता... तुम्ही मला भौतिक विकास, कॉम्प्युटर, परग्रह-वसाहत वगैरे गोष्टी सांगता. पण आमच्याकडे त्याहून पुढच्या गोष्टी होत्या. 'समरांगण सूत्रधारा' तुम्ही वाचलं आहे का? त्यात प्राचीन विमानांविषयी लिहून ठेवलं आहे. विविध अस्त्रांचं तर महाभारत-रामायणात वर्णन आहेच; पण इतर अनेक अशा विद्या होत्या की आज त्या असंभवनीय वाटाव्यात. संपूर्ण विश्वावर आणि सृष्टीतल्या यच्चयावत पदार्थांवर कन्ट्रोल करता येईल, अशीही एक विद्या प्राचीन काळात...'

'प्रोफेसर, काय बोलताहात हे?' एका ब्रिटिशानं छेडलं.

'आपला विषय काय आणि... यू आर टेलिंग अस दीज् सुपरस्टिशस् स्टोरीज्! यस्! दे आर जस्ट स्टोरीज्! बिलीव्ह मी! आमच्याकडेही अशा पुष्कळ कथा आहेत. बायबलमध्ये तर हेच आहे.'

त्यांना अनुमोदन देऊन एक भारतीय कुचेष्टेनं म्हणाला, 'प्रोफेसरसाब, ती पुराणातील वांगी पुराणातच राहू द्यात! आजच्या समस्या वेगळ्या आहेत. म्हणे सृष्टीतल्या पदार्थांवर कन्ट्रोल! पुरावा आहे का काही याचा?'

'खरंच? आहे का पुरावा?' दुसऱ्यानं छेडलं. 'चार लिखित गोष्टी ऐकवू नका आम्हाला! अनेक वर्षं घरीदारी, टीव्हीवर तेच ऐकत आलो आहोत. पण पुरावा नाही! आपण एखादा तरी पुरावा द्या. नुसतं लिखित भांडार नको... वस्तुनिष्ठ पुरावा द्या!'

'पुरावा द्या! पुरावा द्या!' सर्वांनीच तो परवलीचा शब्द उचलून धरला.

एकच गलका झाला. अशोभनीय गडबड गोंधळ वाढतच होता.

प्रा. विश्वनाथनांना ती गोष्ट असह्य झाली. थरथरत्या हातांनी त्यांनी पुन्हा माइक हाती घेतला आणि ते जवळपास ओरडलेच- 'उद्या मी तुम्हाला पुरावा देतो. हिमालयातल्या एका योग्यानं मला एक वस्तू दिली आहे. तिच्या आधारानं आपण या विश्वावर ताबा मिळवू शकतो. मृत्यूवर विजय मिळवू शकतो. त्या वस्तूच्या साहाय्यानं सृष्टीतील सारी रहस्यं आपल्यापुढे उलगडतील. ज्याच्या हाती ती वस्तू पडेल तो समस्त मनुष्यजातीवर प्रभाव पाडू शकेल... उद्या देतो पुरावा...'

सारी सभा अवाक् होऊन त्यांच्याकडे पाहत राहिली.

हा प्रसंग आठवून प्रा. विश्वनाथन् म्हणाले, ''विक्रम, परिषदेत एवढा गोंधळ माजला की मी नकळत हे बोलून गेलो. माझा स्वत:वरचा ताबा सुटला. खरंच! काय करून बसलो मी हे!''

"मी ऐकलं की सारं. पण त्यात एवढं विशेष काय झालं? तुमच्याजवळची वस्तू उद्या फक्त सर्वांना दाखवा आणि..."

"इतकी साधी गोष्ट नाही ती, विक्रम! आजपर्यंत मी कुणाशीही त्या वस्तूविषयी बोललो नव्हतो. किंबहुना योगी शिवानंदांनी मला तशी अट घातली होती. हिमालयातल्या वादळवाऱ्यात आणि विशेषत: असुरी वृत्तीच्या लोकांकडून धोका निर्माण झाल्यामुळे त्या योग्यानं ती वस्तू मोठ्या विश्वासानं माझ्याजवळ दिली होती. आणि...

"विक्रम, महत्त्वाकांक्षी माणूस सत्ता, संपत्ती, अधिकार या गोष्टींसाठी दिवसरात्र झटत असतो. ही वस्तू आयतीच त्याच्या हाती पडली तर... नको ते केलं मी विक्रम! संयम बाळगायला हवा होता मी! उद्या मी पुरावा देईन म्हटल्यावर कितीतरी जणांचे नेत्र चमकले होते. काही असुरी विचारांच्या नेत्रांमध्ये तर मला वेगळीच चमक दिसली होती. पैसा, अधिकार, सत्ता, समाजाचं पाठबळ अशा कोणत्याही गोष्टींमधून मिळू शकणार नाही अशी वस्तू सहजगत्या हातातोंडाशी आलेली पाहून कोण स्वस्थ बसेल...?"

"खरंच! ही गोष्ट माझ्या ध्यानातच आली नव्हती. आता काय करायचं सर?" शूज् काढता काढता विक्रम बोलू लागला. पण त्याला अडवत प्रा. विश्वनाथन् म्हणाले, "राहू देत शूज्... काढू नकोस... तुला लगेच निघायचं आहे..."

प्रा. विश्वनाथन् एकदम आपल्या जागेवरून उठले आणि खिडकीपाशी जाऊन उभे राहिले. खिडकीचा पडदा लावत ते म्हणाले, "या विषयावर पडदा टाकायचं ठरवलं आहे मी! म्हणून तुला मुद्दाम बोलावून घेतलं आहे."

विक्रम त्यांच्या मागे जाऊन उभा राहिला. तेव्हा वळून आपले काळेभोर नेत्र विक्रमवर रोखत ते म्हणाले, "तुला फार महत्त्वाची कामगिरी पार पाडायची आहे, विक्रम! करशील ना माझ्यासाठी एवढं?"

"मी...? काय करायला हवं?" विक्रमचे पिंगट नेत्र चमकू लागले.

"खूप काही! नेमकं काय करावं लागेल हे मला सांगता येणार नाही. पण तू फक्त हो म्हण. तुला मार्गही मिळेल आणि तुला तुझं कार्यही आपोआप समजेल... मला विश्वास वाटतो."

"ठीक आहे सर! मी आपलं कार्य करीन."

"यू सेड इट! गुड!!" विक्रमचे खांदे घट्ट पकडून त्यांनी म्हटलं. त्यांच्या मनावरचं दडपण थोडंफार हलकं झालं होतं.

"पण करायचं तरी काय?"

"सांगतो!"

विक्रमकडे ते मोठ्या प्रेमानं पाहू लागले. विक्रमची पाच फूट अकरा इंच उंचीची सडपातळ शरीरयष्टी, लोकरीच्या टोपीबाहेर डोकावणारे त्याचे लांबसडक

पिंगट-काळे केस, लालगौर वर्ण, काळं जर्किन, निळी फेडेड जीन्स, उंच टाचेचे शूज आणि काहीशी प्रश्नार्थक मुद्रा अवलोकन करून ते म्हणाले, ''चल माझ्याबरोबर...''

खोलीचं दार उघडून ते बाहेरच्या गॅलरीत आले. तिथून वर एका छोट्या खोलीकडे जाणाऱ्या जिन्यावरून ते दोघे वर जाऊ लागले. जिन्यात अंधार होता. विक्रमनं आपल्या घड्याळातला लॅन्टर्न ऑन केला. त्या उजेडात ते वर जाऊ लागले. वरच्या माळावजा खोलीला भलं मोठं कुलूप आणि एक लॅचही होतं. प्रा. विश्वनाथनांची ती अभ्यासिका होती. वीस वर्षांपूर्वी जेव्हा त्यांनी हा तीन खोल्यांचा ब्लॉक खरेदी केला होता तेव्हा मुद्दामच ही माळावजा खोलीही त्यांनी विकत घेतली होती. त्या छोट्या खोलीत त्यांचं विश्व सामावलं होतं. भपकेबाज खोल्यांपेक्षा, फर्निश्ड फ्लॅटपेक्षा त्यांना ही दहा-बाय दहाची जुनाट खोली अतिशय आवडायची. त्या खोलीला तिन्ही बाजूंनी छोट्या खिडक्या होत्या. कामात विरंगुळा म्हणून ते आळीपाळीनं बाहेरची दृश्यं बघत बसायचे. आपल्या अभ्यासिकेला ते 'हेवनली अबोड' म्हणून संबोधायचे!

या त्यांच्या अभ्यासिकेत ते कुणालाही येऊ देत नसत. विक्रम त्यांचा लाडका विद्यार्थी होता. नेहमी त्यांच्याकडे यायचा, प्रश्न विचारायचा, त्यांची छोटीमोठी कामंही करायचा. तरीपण त्यांनी विक्रमला कधी वरच्या खोलीत आणलं नव्हतं. एवढंच काय; घराची स्वच्छता करायला येणाऱ्या कामवालीलाही त्यांनी कधी वरच्या खोलीत येऊ दिलं नव्हतं.

पण आज प्रथमच ते विक्रमला स्वत:हून वर घेऊन आले होते. विक्रमलाही त्याबाबत आश्चर्य वाटत होतं. जिना चढून आल्यावर प्रा. विश्वनाथन् काहीसे थकले. त्यांना थोडी धाप लागली.

''पाणी आणू का?'' विक्रमनं विचारलं.

''नको...''

त्यांनी खोलीचं दार उघडलं. विक्रमच्या आधारानं ते आत गेले. दिवा लावला. विक्रमची नजर खोलीभर भिरभिरू लागली. त्या छोट्या खोलीतली दोन काचेची कपाटं अनेक जुन्या ग्रंथांनी भरलेली होती. बाजूच्या जुनाट राजस्थानी पद्धतीच्या टेबलावर पाच-दहा पुस्तकं धूळ खात पडली होती. टेबलाचं पॉलिश उडून कित्येक वर्षं लोटली होती. वर मध्यभागी एक दिव्याची पूर्वाश्रमीची पांढरी शेड लटकत होती. आता ती काळीकुट्ट झाली होती. त्यातला दिवा मात्र एल.ई.डी.चा होता. नवेपणाचा तेवढाच एक अपवाद! शेडच्या वायरीपासून भिंतींपर्यंत चारही बाजूंनी कोळ्यांनी तोरणं बांधली होती. त्यात अनेक छोट्या किड्यांचे अवशेष लोंबत होते. खोलीच्या दुसऱ्या कोपऱ्यात एक छोटं बैठं शेल्फ होतं. त्यामधे पुरातन वस्तुसंग्रहालयात शोभाव्यात अशा अनेक वस्तू मांडून ठेवल्या होत्या.

खोलीचं प्रथमदर्शन विक्रमच्या काळजाचा ठोका चुकवून गेलं. त्याच वेळी प्रा. विश्वनाथन् टेबलपाशी गेले. "त्या बाजूनं टेबल धर." त्यांनी विक्रमला सहजगत्या सांगितलं.

दोघांनी मिळून ते टेबल पुढे ओढलं. "आणखी पुढे ओढ... मध्यभागी नेऊ या."

टेबल खोलीच्या मध्यभागी आणलं गेलं. टेबल ज्या भिंतीपाशी ठेवलं होतं तिथे एक छोटं दार होतं. त्याचं छोटं कुलूप विश्वनाथनांनी उघडलं. विक्रमला वाटलं, तिथे आणखी एक छोटं शेल्फ असावं... असंच जुनाट पुस्तकांनी खच्चून भरलेलं! पण प्रत्यक्षात तिथे काहीच नव्हतं. आत गुडुप अंधारी पोकळी होती.

प्रा. विश्वनाथनांनी टेबलावरचा टॉर्च हाती घेतला आणि ते अंधार भेदून आत गेले. विक्रमला थोडं वाकूनच आत जावं लागलं.

"इथे दिवा ठेवलेलाच नाही! माझ्या मागोमाग बरोबर ये!"

विक्रम त्यांच्या मागोमाग जाऊ लागला.

आत जाऊन प्रा. विश्वनाथन् बाजूच्या भिंतीपाशी खाली बसले. भिंतीवरच्या एका धातूच्या प्लेटवर पुश-बटन्स् होती. प्रा. विश्वनाथनांनी भराभर बटणं दाबली- ०९१००३९३. एकदम तिथल्या लॉकरचे दोन पोलादी दरवाजे बाजूला सरकले.

नेत्र विस्फारून विक्रम तो प्रकार बघत होता. प्रा. विश्वनाथनांनी मुद्दामच या अडगळीच्या खोलीत अशी अत्याधुनिक यंत्रणा तयार करून घेतली असणार, हे तो पुरता समजून चुकला. पण त्याचं कारण त्याला समजलं नव्हतं.

प्रा. विश्वनाथनांनी आतून एक पंचधातूची दोन हातात मावेल अशी पोलादी पेटी बाहेर काढली. त्यावर त्यांनी जोरात फुंकर मारली. थोडी धूळ उडाली; परंतु एका फुंकरेनं अनेक वर्षांची काळाची काळपट पुटं थोडीच झटकली जाणार होती?

विक्रमच्या हाती पेटी देऊन प्रा. विश्वनाथनांनी पुन्हा लॉकरची बटणं भराभर दाबली. सरकते दरवाजे खाड्कन बंद झाले.

तेवढ्या अवधीत विक्रम टॉर्चच्या उजेडात ती पेटी अवाक् होऊन न्याहाळत होता. ती पोलादी पेटी कोणत्याच बाजूनं उघडता येण्यासारखी नव्हती. त्याला झाकण असं नव्हतंच. वरच्या बाजूनं सुबक नक्षीकाम केलेलं होतं. मधोमध आपली सूर्यमाला स्पष्ट दिसत होती. पृथ्वी, शनी, गुरू, बुध असे अनेक ग्रह त्यावर होतेच; पण गुरू, पृथ्वी, शनी अशा मोठ्या ग्रहांचे चंद्रदेखील होते. मध्यभागी सूर्य होता.

विक्रमनं हलकेच शनीवर जोर दिला. त्याबरोबर खटका पडल्यासारखा आवाज झाला आणि शनी पुढे सरकला.

"आत्ता उघडण्याचा प्रयत्न करू नकोस!" प्रा. विश्वनाथनांनी त्याला दटावलं.

विक्रमनं पेटीवरचा हात झट्कन बाजूला केला आणि पेटी त्यांच्या हाती दिली.

"विक्रम, याच पेटीत तो पुरावा आहे. मोठ्या विश्वासानं हा मी तुझ्या स्वाधीन करीत आहे..."

"पण... का... काय आहे या पेटीत?" विक्रमनं चाचरत विचारलं.

"समजेल तुला यथावकाश... आता वेळ फार कमी आहे..."

"कुणी दिली ही पेटी तुम्हाला सर?"

प्रा. विश्वनाथनांनी टॉर्चच्या उजेडात घड्याळात बघितलं. पावणेदहा वाजले होते.

"तुझी जिज्ञासा तुला स्वस्थ बसू देणार नाही. पण सारं काही सांगणं आत्ता शक्य नाही... तरीपण मी तुला थोडी कल्पना देतो. त्यामुळे निदान तुला या पेटीचं महत्त्व समजून चुकेल..."

"तिबेटमध्ये एक पुरातन मंदिर आहे. तिथे पुरातन कागदपत्रांचं आणि गूढ वस्तूंचं एक गुप्त भांडार होतं. तिबेटी लामा त्या मंदिराला स्वर्ग मानतात. कम्युनिस्ट चीननं तिबेटमधील अनेक पुरातन मंदिरं, धार्मिक ठिकाणं गेल्या काही वर्षांत उद्ध्वस्त केली. अतर्क्य, गूढ गोष्टींवरची समाजाची निष्ठा उखडण्यासाठीच चीननं हे पाऊल उचललं होतं. काही मंदिरांमधून पुरातन हस्तलिखितं चिनी सैनिकांच्या हाती पडली. अभ्यासकांच्या मदतीनं चिनी लोक त्या हस्तलिखितांचं संशोधन करीत आहेत. हे पुरातन ठिकाण मात्र चिनी आक्रमकांपासून बचावलं होतं. पण दोन वर्षांपूर्वी त्यांनी कोणत्याही विरोधाला न जुमानता त्या मंदिरातील गुप्त ठिकाणांवर आक्रमण केलं. त्या त्यांच्या क्रूर मोहिमेत अनेक पुरातन हस्तलिखितांचा नाश झाला. काही हस्तलिखितं आणि गूढ वस्तू चिन्यांनी हस्तगत केल्या. त्यात त्यांना एक संस्कृत हस्तलिखित गवसलं. त्यांनी ते अभ्यासण्यासाठी हरियाणा विद्यापीठाकडे पाठवून दिलं. डॉ. वितस्ता सैनी यांनी त्यांना त्याचा अनुवाद करून दिला..."

प्रा. विश्वनाथन् क्षणभर बोलायचे थांबले.

विक्रमला या गोष्टी माहीत असण्याचं काहीच कारण नव्हतं.

पण खरोखरच ते वास्तव होतं. आंतरग्रहीय स्पेसशिपस् कशी बनवायची याची माहिती अशा अनेक संस्कृत हस्तलिखितात होती. चिनी अभ्यासकांनी ती हरप्रकारे भारतातून आणि तिबेटमधून मिळवली होती. 'अंतिमा' Cap of invisibility - आणि 'गरिमा' - How to become heavy as mountain of lead - याविषयीची माहिती एका हस्तलिखितात होती. ही विमानं anti-gravity तत्त्वावर चालत... पाण्याखालूनही ही विमानं चालत, असा संस्कृत साहित्यात उल्लेख मिळाला. ऋग्वेदात तर त्या अर्थाचे श्लोकही मिळाले. यातला काही भाग चिनी शास्त्रज्ञांनी आपल्या अंतराळ-संशोधन कार्यक्रमात वापरायला सुरुवात केली होती. महर्षी भरद्वाज लिखित 'वैमानिक शास्त्रम्' या इ. पू. चौथ्या शतकात सापडलेल्या ग्रंथात

विमानाच्या इंजिनात Combustion आणि Pulse-jet असे प्रकार असायचे, असं म्हटलं होतं. चिनी संशोधक त्या तंत्रज्ञानावरही रात्रंदिवस अभ्यास करीत होते. एकीकडे तंत्रज्ञानात आघाडी मिळवून, त्यासाठी प्रचंड मनुष्यबळाचा वापर करून जगावर आर्थिक नियंत्रण आणण्याचा चीनचा हेतू होता; तर दुसरीकडे प्राचीन शास्त्रांवर आधारित पॉवर्स मिळवून जगावर सत्ता गाजवण्यासाठी चीनचे प्रयत्न होते. हिटलर आणि त्याचे नाझी कर्मचारी यांना जसा प्राचीन भारत आणि प्राचीन तिबेट यांमध्ये रस होता तसाच चिनी महत्त्वाकांक्षी राज्यकर्त्यांना होता. 'वैमानिक शास्त्रम्'मधल्या Pulse-jet इंजिनाचा वापर नाझींनी आपल्या 'V-8 रॉकेट बझ बॉम्ब्स'मध्ये सर्वप्रथम केला होता... आणि आता तर चिनी राज्यकर्त्यांना संपूर्ण जगावर अधिसत्ता गाजवायची होती. तिबेटमध्ये सापडलेल्या संस्कृत हस्तलिखितानुसार तशी एक वस्तू भारतात होती. विश्वावर अधिसत्ता गाजवण्यासाठी त्या वस्तूचा उपयोग कसा करायचा यावर त्यांना संशोधन करायचं होतं. त्यासाठी ती वस्तू मिळवायलाच हवी होती... काहीही करून!

"बापरे!" प्रा. विश्वनाथनांच्या मघाच्या बोलण्यावर विक्रमनं आश्चर्य व्यक्त केलं. तो थक्क होऊन गेला होता.

त्यावर प्रा. विश्वनाथन् म्हणाले, "अरे, जगात सर्वत्र पॉवरचाच खेळ सुरू आहे. आपले काही भ्रष्ट राजकारणी आणि उच्चपदस्थ नोकरशहा यांच्याशी संगनमत करून चीननं हा 'पॉवरगेम' आरंभला आहे... तिबेटमधल्या त्या पुरातन मंदिरात मिळालेल्या त्या दुर्मिळ हस्तलिखिताचं म्हणूनच चिनी अभ्यासकांना महत्त्व वाटतं.

"काय लिहिलं होतं त्या हस्तलिखितात?" न राहवून विक्रमनं विचारलं.

"आपल्यापेक्षा कितीतरी पटीनं प्रगत असलेले अवकाशातले अतिमानव हजारो वर्षांपूर्वी पृथ्वीवर एक वस्तू घेऊन आले होते..."

"कोणती? कशासाठी?"

"अवकाशातल्या आणखी प्रगत जीवांपासून त्या वस्तूला धोका उत्पन्न झाला होता. त्यांच्यापासून ती वस्तू सुरक्षित ठेवण्यासाठी ते अतिमानव पृथ्वीवर आले होते. ॲन्डिज् पर्वतरांगांपासून पृथ्वीवरच्या अनेक दुर्गम ठिकाणी ती वस्तू ठेवण्याचा त्यांनी प्रयत्न केला. परंतु हिमालयासारखी सुरक्षित जागा त्यांना पृथ्वीच्या पाठीवर सापडली नाही. हिमालयातील निरिच्छ योग्यांजवळ ती वस्तू ठेवली तर ती निश्चितपणे सुरक्षित राहील, अशी त्यांची खात्री होऊन चुकली होती. प्राचीन काळातील त्या तपस्वी योग्यांनी देवकार्य समजून त्या वस्तूचा सांभाळ केला. ती परंपरा आजतागायत सुरू होती.

"परंतु ते गुप्त हस्तलिखित चिन्यांच्या हाती पडल्यापासून त्या वस्तूला धोका निर्माण झाला. कम्युनिस्ट चिनी सरकारनं ती वस्तू मिळवण्यासाठी सर्वाधिक प्राधान्य

दिलं आहे. कारण त्या वस्तूच्या साहाय्यानं संपूर्ण विश्वावर कन्ट्रोल करता येऊ शकतो, आपल्याला हवी ती गोष्ट साध्य करता येऊ शकते, असा उल्लेख त्या हस्तलिखितात आहे...''

''बापरे!''

''म्हणून गेली दोन वर्षं चिनी घुसखोर हिमालयातील दुर्गम प्रदेश पिंजून काढत आहेत. अनेक साधूंना, योग्यांना कंठस्नान घातलं जात आहे. त्यांचा छळ केला जात आहे...''

''मग?''

''तुला मघाशी सांगितल्याप्रमाणे त्या योग्यानं ती वस्तू मोठ्या विश्वासानं माझ्याजवळ दिली आहे. विक्रम, याच पेटीत ती वस्तू आहे...''

''यात? माय गॉड!''

''हो, हजारो वर्षांपूर्वी अवकाशातल्या अतिमानवांनी पृथ्वीवर आणलेली! माझे हिमालयातील गुरू योगी शिवानंद यांच्या आज्ञेनुसार आजपर्यंत मी ही जिवापाड सांभाळली... काल मी नको ते बोलून बसलो आणि...

''विक्रम, ज्या वेळी या वस्तूला धोका उत्पन्न होईल किंवा हिचा सांभाळ करणं अशक्य होईल तेव्हा ती वस्तू विशिष्ट ठिकाणीच नेऊन ठेवायला मला त्या योग्यानं सांगितलं होतं.''

''कुठे नेऊ सांगा सर... गंगेत विसर्जन करू? का पुरून टाकू? का माझ्या घरी नेऊन ठेवू? ''

''घरी कुठला नेतोस? विश्वातलं दिव्यत्व भरलेली ही वस्तू आता घरात ठेवणं धोक्याचं आहे. कुणाच्याही हाती ही पेटी पडता कामा नये.''

विक्रमचे दोन्ही खांदे पुन्हा घट्ट आवळून धरत प्रा. विश्वनाथन् व्याकूळतेनं म्हणाले, ''फार जोखमीचं काम आहे हे विक्रम! हे देवकार्यच आहे असं समज!''

''पण सर, मी देवभोळा नाही... तसा भाविकही नाही. त्यामुळे...''

''तू नास्तिक असलास तरी काही बिघडत नाही. उलट लबाड धार्मिकापेक्षा तुझ्यासारखा नास्तिक बरा! कारण तू सात्त्विक वृत्तीचा आहेस. सत्प्रवृत्त आणि नि:स्वार्थी आहेस. किती वर्षं मी ओळखतो तुला!''

इतक्यात खालच्या मजल्यावरून गडबड ऐकू आली. प्रा. विश्वनाथनांच्या ब्लॉकची बेल वाजत होती. दोनदा... चारदा! काही क्षण शांततेत गेला आणि एकदम कांचनच्या किंचाळण्याचा आवाज रात्रीची शांतता भेदून गेला. पाठोपाठ वरच्या जिन्यावर पावलं उमटू लागली. जिना हादरू लागला.

''ही पेटी तुझ्या सॅकमध्ये ठेव आणि पळ इथून!'' प्रा. विश्वनाथन् गडबडीनं म्हणाले.

पण विक्रमचा पाय निघेना.

"अरे नीघ म्हणतो ना! संकट आलंय दाराशी!"

"पण सर, तुम्ही संकटात..."

"माझ्यापेक्षा ही पृथ्वी वाचवणं अधिक महत्त्वाचं आहे... जा! जा म्हणतो ना!"

"कुठे जाऊ सांगा ना सर!"

"उत्तरेकडे अजिबात जाऊ जाऊ नकोस; धोका आहे त्या दिशेला... दक्षिणेकडे जा... मिळेल त्या गाडीनं. ही वस्तू तुला योग्य ठिकाणीच बरोबर नेईल. ती तिथे गेली म्हणजे न्यूट्रलाइज... जा ताबडतोब, तुला आपोआप मार्ग मिळेल..."

विक्रम खोलीबाहेर जाऊ लागला.

"तिकडे नाही... या विरुद्ध दिशेनं जा..."

प्रा. विश्वनाथनांनी त्या छोट्या खोलीची भिंत आत दाबली. एक छोटा झरोका पलीकडे उघडला गेला.

"यातून बाहेर पड... पाइपवरून आठ फूट खाली घसरून जा. मागच्या गॅलरीत उतरशील तू... तिथल्या जिन्यानं मागून बाहेर पड... पळ ताबडतोब!"

विक्रमला कोणताच प्रत्यवाय उरला नव्हता. वेळ कमी होता. त्याच्या लाडक्या सरांना संकटात सोडून जाणं त्याला प्रशस्त वाटत नव्हतं. त्यामुळे त्याचा पाय निघत नव्हता.

जिन्यावरची पावलं आता खोलीकडे येत होती. दोन पावलांचेच नव्हे तर अनेक पावलांचे आवाज उमटत होते. क्षणाचा विलंबही दूरगामी परिणाम करणारा ठरणार होता.

जिन्यावरची पावलं शेवटच्या खोलीपर्यंत येऊन पोचली तेव्हा प्रा. विश्वनाथनांनी विक्रमला त्या झरोक्यातून अक्षरशः ढकललं.

विक्रम झरोक्यातून बाहेर पडला. पाइपवरून गॅलरीत उतरला. अंधारात चाचपडत जिना उतरून तो रस्त्यावर आला. वरच्या खोलीत चाललेली बोलाचाली आणि झटापट त्याच्या कानी पडत होती.

तेवढ्यात पिस्तुलातून गोळी उडाल्याचा आवाज झाला. क्षणभर विक्रम थबकला. पण तो काहीही करू शकत नव्हता. आता भावनेपेक्षा कर्तव्य पार पाडणं अधिक महत्त्वाचं होतं. पळत पळत तो इमारतीच्या पुढच्या भागात आला. आपल्या अत्याधुनिक मोटारसायकलवर त्यानं जवळपास उडीच मारली.

त्यानं जेव्हा मोटारसायकल सुरू केली तेव्हा जिना उतरण्याचा धाड्ऽऽ धाड् आवाज त्याच्या कानी आदळला.

पाठलाग सुरू

मोटारसायकल पार्किंगमध्ये लावून विक्रमनं धावतपळत पुणे रेल्वे स्टेशनच्या आवारात प्रवेश केला. मुख्य दर्शनी दारातून तो झपाट्यानं आत गेला. एव्हाना रात्रीचे दहा वाजून गेले होते. स्टेशनवर बऱ्यापैकी गर्दी होती. लोकल गाड्यांमधून प्रवासी सतत येत-जात होते. लांब पल्ल्याच्या गाड्यांची गर्दी हळूहळू वाढायला लागली होती. ट्रेलरवरून हमाल सामान वाहून नेत होते. आतल्या पोर्चमध्ये वरच्या भिंतीवर बसवलेले इंडिकेटर्स रात्रीच्या गाड्यांचं वेळापत्रक दर्शवत होते. ज्यांचं रिझर्वेशन होतं ते आरामात प्लॅटफॉर्मच्या दिशेनं जात होते.

विक्रमला आरामात जाऊन चालण्यासारखं नव्हतं. काहीही करून त्याला दक्षिणेला जाणारी गाडी गाठायलाच हवी होती. आरामबसपेक्षा रेल्वेनं जाणं त्याला अधिक सुरक्षित वाटलं होतं. परंतु जाणार कसं? आणि कुठे? ऐन वेळी प्रवासाला निघाल्यावर रेल्वे-आरक्षण थोडंच मिळणार होतं? पण प्रयत्न करण्यात विक्रम मागे हटणारा नव्हता. समोरच्या इंडिकेटर्सच्या खालच्या बाजूला अनेक संगणक ओळीनं मांडून ठेवलेले होते. सेलफोनवरून रात्रीच्या गाड्यांच्या वेळापत्रकाचा त्यानं शोध घेतला होता; पण फोन हँग व्हायला लागल्यामुळे तो चट्कन एका संगणकापुढे बसला. पुणे-त्रिवेंद्रम गाडी वीस मिनिटांत सहा क्रमांकाच्या प्लॅटफॉर्मवरून सुटणार होती. अर्थातच रिझर्वेशन उपलब्ध नव्हतं. तरीपण ती गाडी पकडायलाच हवी होती. त्यानं चट्कन प्लॅटफॉर्म तिकीट काढलं आणि तो एस्कलेटरवरून पुलावर गेला आणि थेट सहा क्रमांकाच्या प्लॅटफॉर्मवर उतरला. पुणे-त्रिवेंद्रम गाडी प्लॅटफॉर्मला केव्हाच लागलेली होती. प्रवासी गाडीत चढत होते. काही जण बोगीच्या दाराशी रिझर्वेशन चार्ट तपासत होते, तर काही जण खानपानसेवा स्वीकारत होते. थोड्याच अंतरावर रिझर्वेशन-कॅन्सलेशन बूथ होता. विक्रम तडकाफडकी त्या बूथवर गेला. त्याच्यापुढे दहा-बारा जण रांगेत उभे होते.

'रिझर्वेशन मिळवायलाच हवं... काहीही करून...'

मनात याप्रमाणे विचार चालू असतानाच रिझर्वेशन बूथचं दार बंद झालं. पुढच्या दहा जणांना आरक्षण मिळालं नव्हतं तर विक्रमला कुठून मिळणार होतं? तरीही तो धावतपळत बूथमागे गेला. तिथे तिकीट-तपासनिसाशी त्याची गाठ पडली.

"काहीही करा; पण मला एक सीट द्या... बर्थ नाही मिळाला तरी चालेल... प्लीज!"

"मित्रा, आता फक्त माझी जागा उरलीय आणि ती काही मी तुला देऊ शकत नाही!" टी.सी.नं हसून म्हटलं.

"टॉयलेटच्या दारातसुद्धा बसेन मी! किंवा दोन डब्यांच्या मधल्या जागेत... पण मला जागा द्या."

"पूर्वीचे दिवस गेले आता!" टी.सी. हसून म्हणाला, "वीसएक वर्षांपूर्वी हे प्रकार चालायचे. आता गाड्यांचं स्वरूप जसं बदललं तशी सारी सिस्टिमही बदलली आहे! पूर्वीसारखं कुठेही बसता येत नाही म्हटलं! माहीत नाही का तुम्हाला?"

टी.सी.च्या व्यवस्थित कोरलेल्या मिशांखालचं छद्मी हास्य विक्रमच्या दृष्टीनं टिपलं. त्याला वेगळीच शंका आली.

खिशातून त्यानं वॉलेट काढलं आणि टी.सी.च्या कानाशी लागून म्हटलं, "फार महत्त्वाचं काम आहे हो माझं... प्लीज!"

"आर यू ट्राइंग टू गिव्ह मी... डोन्ट ट्राय अग्येन!" टी.सी.नं फर्डं इंग्लिश फाडलं.

"सॉरी... पण..."

"मुळीच शक्य नाही ते..."

"सर, काहीही करा, पण मला या गाडीतून जाऊ द्या... प्लीज..."

टी.सी.ची तो विनवणी करीत असतानाच त्याच्या खांद्यावर एकदम कुणाचा तरी हात पडला.

आपली हॅवरसॅक पुढ्यात घट्ट धरून त्यानं चमकून मागे वळून बघितलं.

शुभ्र वेशातला एक साठीचा गृहस्थ मागे उभा होता. पांढरं शुभ्र धोतर, खादीचा तसाच शुभ्र स्टार्च केलेला कुर्ता, त्यावर बदामी रंगाचं जाकीट, कपाळावर सोनेरी फ्रेमचा चश्मा, डोईवर लाल रंगाची लोकरीची कानटोपी, हातात चांदीच्या मुठीची काठी आणि मुद्रेवर स्मितहास्य!

"कोण तुम्ही?"

"माझी ओळख महत्त्वाची नाही. पण तुझा प्रवास महत्त्वाचा आहे!"

"म्हणजे? तुम्हाला..."

"मला ठाऊक आहे..."

"काय?"

"तुला तातडीनं या गाडीतून प्रवास करायचा आहे ते!"

"तुम्हाला कसं कळलं? को...कोण, कोण आहात तुम्ही?"

"अरे, आत्ताच टी.सी.शी नाही का बोलत होतास? तेव्हाच समजलं."

"हां, हां! मला वाटलं..."

"माझ्याकडे एक जादा रिझर्वेशन आहे. ते मला रद्द करायचं होतं. पण इथे यायला उशीर झाला. त्यामुळे..."

"पण त्यावर मी कसा काय येऊ शकेन? पूर्वीचे दिवस गेले, असं आत्ताच या मास्तरांनी सांगितलं..."

"ते मी पाहून घेईन. चल ताबडतोब. तुला जायचंय ना या गाडीतून? गाडी सुटायला फक्त सात मिनिटं उरली आहेत."

"तुमचं सामान?"

"ही गळ्यातली शबनम! एवढंच माझं सामान!"

"आणि माझी ही सॅक... अंकल, थँक यू व्हेरी मच!"

"चल आता..."

दोघेही सहा क्रमांकाच्या बोगीकडे निघाले. गाडीची उद्घोषणा... अनाउन्समेंट स्टेशनवर घुमत होती. प्रवाशांना आपापल्या जागा पकडण्याची विनंती केली जात होती.

निळ्या रंगाच्या त्या गाडीच्या सहाव्या बोगीत जेव्हा दोघे चढले तेव्हा विक्रमनं त्यांना विचारलं, "फर्स्ट क्लास...? मी..."

"चिंता करू नकोस. या गाडीत सुंदर कुपे आहेत... फार पूर्वी असायचे तसे. तिथलंच आपलं रिझर्वेशन आहे."

कुपेचं दार उघडून दोघांनी आत प्रवेश केला.

वीस-पंचवीस वर्षांपूर्वी असे सुंदर कुपे नसायचे. पण गेल्या दहा वर्षांत भारतीय रेल्वेनं कात टाकली होती. डबे सुंदर सजले होते. पूर्वीसारखी रंगरंगोटी न करता रंगीत फायबर शीट्सच्या भिंती, विविधरंगी काचा, अल्युमिनिअमच्या फ्रेम्स, एल.ई.डी. लाइट्सची प्रकाशयोजना, पी.व्ही.सी.च्या लाद्या, त्यावर मऊ मऊ गालिचे, पडदे, ठिकठिकाणी इंडिकेटर्स, विशिष्ट भागात फिरत्या जाहिराती, सर्वत्र सपाट पडद्यांचे टेलिव्हिजन्स,ॲक्युप्रेशरचा विचार करून बनवलेली आसनं अशा विविधांगांनी बोगी सजली होती. कुपेमध्ये वातानुकूलित यंत्रणा, परफ्यूम्स, स्वच्छ टॉयलेट्स, हीटर, सोफा-कम-बेड, वायरलेस फोन, एम.पी.टेन प्लेअर, रात्रीचं आकाश निरीक्षण करण्यासाठी वर पारदर्शक छत अशा अनेक सोयीसुविधा दहा वर्षांत रेल्वेनं केल्या होत्या.

कुपेत प्रवेश केल्याबरोबर दोघेही समोरासमोरच्या आसनांवर स्थिरावले. ''तुझी सॅक वर कप्प्यात ठेव ना...''

''नको, हातातच बरी!''

''का? काही महत्त्वाचं आहे की काय त्यात?'' चश्म्याच्या वरून बघत त्यांनी मिस्कीलपणे हसत विचारलं.

त्या गृहस्थाचं बोलणं विक्रमनं हसण्यावारी नेलं. पण आता त्याच्या मनात शंकेची पाल चुकचुकली. 'यांनी मला ओळखलं तर नसेल? प्रोफेसरांच्या घरातून बाहेर पडताना यांनी मला बघितलं असेल का? माझं आणि सरांचं बोलणं ऐकून यांनी माझा पाठलाग तर केला नसेल? पण तसं कसं होईल? यांनी तर आधीच रिझर्वेशन केलं होतं. मग...? किंवा हे अंतर्ज्ञानी असतील का? पण असल्या गोष्टींवर आपला विश्वास नाही. मग हे कुणाचे हेर-हस्तक...?'

मनात याप्रमाणे विचारांचं द्वंद्व सुरू असतानाच त्या गृहस्थांनी विचारलं, ''नाव काय तुझं?''

''मी... माझं नाव...''

''खरं नाव सांग हं!''

विक्रम पुन्हा चपापला.

''तुझ्या नावानं हे रिझर्वेशन करून घ्यायचं आहे ना, म्हणून म्हटलं!''

त्यानं आपलं नाव लगेच सांगितलं, ''माझं नाव विक्रम भार्गव. पुण्यालाच शिकायला असतो. आर्किऑलॉजी हा माझा विषय... ''

''अरे वा! अलीकडे लोक पुन्हा या विषयाकडे आवर्जून वळायला लागलेत! छान...!''

''मला आवड होतीच या विषयाची; पण आधी मी एम.सी.एम. केलं. आता...''

''बरं, राहतोस कुठे?''

''औंध, परिहार चौकाजवळ... अंकल, आपला परिचय...?''

''माझं विशेष असं कोणतंच नाव नाही. फार पूर्वी एकदा एका स्वामींकडे गेलो होतो. तेव्हा त्यांनी मला 'महानंद' या नावानं पुकारलं होतं. तेच माझं नाव समज! राहण्याचं एक ठिकाण नाही. सत्याच्या शोधात भटकत असतो, झालं!''

त्यांचं सारं वागणं-बोलणं विक्रमला संभ्रमात टाकत होतं. त्या गृहस्थांविषयी त्याला अद्याप कोणताच अंदाज बांधता येत नव्हता.

इतक्यात गाडीचा भोंगा वाजला. गाडी निघाल्याची अनाउन्समेंट सुरू झाली. विक्रम खिडकीच्या काचेतून बाहेर बघू लागला. तेव्हा आपल्या जागेवरून उठत महानंद म्हणाले, ''मी टी.सी.ला भेटून येतो...''

विक्रमनं मान डोलावली.

गळ्यातली शबनम जागेवर ठेवून महानंद कुपेबाहेर गेले.

विक्रम त्या शबनमकडे काही क्षण बघत राहिला. त्या शबनममधले कपडे, वस्तू यांवरून त्या गृहस्थांविषयी काही अंदाज बांधता येतो का हे तो पाहत होता. पण शबनमची बटणं व्यवस्थित लावलेली होती. एखादं बटण उघडून हळूच आत डोकावून घ्यावं असा गैरविचारही त्याच्या मनात चमकून गेला. पण त्यानं तसं केलं नाही.

गाडीनं एव्हाना वेग घेतला होता. स्टेशन बरंच मागे पडलं. दुतर्फा असलेल्या उंचच उंच इमारती मागे पळू लागल्या.

थोड्याच वेळात कुपेचं दार उघडलं गेलं. दारातूनच महानंद म्हणत होते, "चल, झालं तुझं काम... आता उपाहारगृहामध्ये जाऊ... आधी पोटपूजा, नंतर गप्पा आणि मग झोप... तू काही खाल्लं नसशीलच!

"अं? नाही... हो... म्हणजे निघताना थोडंसं..."

"चल तर मग..."

"अंकल, रिझर्वेशनचे किती पैसे द्यायचे मी?"

"रिझर्वेशनचं झालं काम. पैशाचं नंतर बघू! अंकल म्हणतोस ना मला? मग एवढा कसला हिशेब विचारतोस? त्रिवेंद्रमपर्यंत तुझं रिझर्वेशन आहे. पण तू वाटेत हवं तिथे उतरू शकतोस हं!"

काय बोलावं ते विक्रमला कळेनासं झालं होतं. काहीही बोललं तरी मनाची अधिकच संभ्रमित अवस्था होत होती. मुकाट्यानं तो आपल्या जागेवरून उठला आणि महानंदांबरोबर कॅन्टीनच्या बोगीकडे जाऊ लागला.

"पुढच्याच बोगीत उपाहारगृह आहे... आणि ही सॅक कशाला घेतलीस? राहू दे की जागेवर! कुणी नेणार नाही... आपण कुलूप लावू दाराला... ही अत्याधुनिक यंत्रणा बसवली आहे बघ या दारावर! कोड टाकल्याशिवाय दार उघडत नाही."

"अं...? नको... पाठीवर सॅक घेऊनच हिंडायची सवय आहे ना मला!"

"बरं बरं! राहू दे पाठीवर... पण तू तर ही पुढ्यात धरली आहेस की!"

"हो... थंडी वाजतेय ना, म्हणून..."

"मग शाल देऊ का माझ्याजवळची?"

"नको, सॅकलाच चांगली ऊब आहे!"

"ठीक आहे..."

दोघेही कॅन्टीनच्या बोगीत गेले.

रेल्वे कॅन्टीनचं स्वरूप कालानुरूप पुष्कळच बदललं होतं. उत्तम खुर्च्या-टेबलं, दिव्यांची सुरेख व्यवस्था... सारंच अत्याधुनिक! समोरासमोरच्या खुर्च्यांवर

दोघेही विसावले. छोटंसं मेनूकार्ड टेबलावरच्या स्टॅन्डवर होतंच. त्यावरून दृष्टी फिरवत विक्रम म्हणाला, "मी व्हेज बर्गर घेईन... अंकल, आपण?"

"मी जेवून आलोय... पूजा करायची ती तुझ्या पोटाची! जा, काहीतरी घेऊन ये. स्वयंसेवा आहे इथे!"

विक्रम काही क्षण रेंगाळला. "खरंच तुम्ही काही..."

"नाही... शक्यतो, मी बाहेरचं खातही नाही. तुझ्यासाठी घेऊन ये लवकर."

थोड्याच अवधीत विक्रम ट्रेमधून पदार्थ घेऊन आला.

आपल्या जागेवर तो येऊन बसला तेव्हा महानंदांनी नेत्र मिटून प्रार्थना म्हटली.

"तुम्ही काही प्रार्थना केली का?"

"हो... तुझ्या या भोजनाचा मीच देवाला नैवेद्य दाखवला!"

"कशासाठी?"

"अन्नपदार्थांचं सेवन करण्यापूर्वी देवाला त्याचा नैवेद्य दाखवणं हा आपला संस्कार आहे. देव माझ्याबरोबर जेवतो हा भाव त्यात आहे. म्हणून हृदयस्थ देवाला आम्ही प्रथम नैवेद्य दाखवतो. 'ॐ सहनाववतु' म्हणतो आणि मग अन्न ग्रहण करतो."

त्यांचं संस्कृतनिष्ठ बोलणं ऐकून विक्रम म्हणाला, "कम ऑन अंकल, या साऱ्या भाकड गोष्टी आहेत..."

"का? तू अन्न पचवू शकतोस?"

"खाल्ल्यावर ते आपोआप पचतं!"

"आपोआप कसं पचेल? तू केवळ खाण्याचं काम करतोस. पचवणारं तत्त्व वेगळंच असतं. तसंच झोप लागण्याचं आणि उठण्याचं! झोप आपण लावत नाही... ती लागते! आपण उठत नाही. कुणीतरी आपल्याला जागवतं आणि आपली स्मृती देतं. ज्याच्यामुळे हे घडतं त्याच्याविषयी आम्ही कृतज्ञता व्यक्त करतो."

विक्रम काही बोलला नाही. अदृष्ट गोष्टींवर त्याचा विश्वासही नव्हता आणि त्या 'मागासलेल्या' काकांशी वाद घालण्यात त्याला रसही नव्हता. त्याचं सारं लक्ष पुढच्या प्रवासाकडे लागलं होतं. प्रा. विश्वनाथनांनी सोपवलेलं जबाबदारीचं काम कसं पार पाडायचं, याचीच त्याला चिंता वाटत होती. त्यामुळे तो शांत बसला. महानंदही शांत बसले.

बर्गर खाता खाता तो त्यांना बारकाईनं न्याहाळत होता. त्यांचा सोनेरी फ्रेमचा चश्मा, निळसर नेत्र, तेजस्वी गौरकांती पाहून विक्रमला त्यांच्याविषयी थोडाफार आदर मात्र वाटू लागला होता. हे गृहस्थ कुणीतरी महान तत्त्वज्ञ असावेत असंही त्याला वाटून गेलं. तरीपण अजूनही तो त्यांच्याविषयी साशंक होता... तितकाच सावधही होता.

गाडीनं जरा वेग घेतला होता. दूरचे दिवे हळूहळू मागे अंधारात गडप होत होते. गाडीचा एकसुरी नाद चाललाच होता. कॅन्टीनमधले इतर प्रवासी जेवणखाण करण्यात मग्न होते. गडबड अशी कुणालाच नव्हती. त्यामुळे शांतपणे ते पदार्थांचा आस्वाद घेत होते.

"ही मध्यमगतीची गाडी आहे ना?" महानंदांनी प्रश्न केला.

"हो... नाही... म्हणजे मला माहीत नाही. पण ही स्लो ट्रेन असावी. सुपरफास्ट ट्रेन्स सकाळी निघतात. मुंबई-पुणे बुलेट ट्रेन्स तर तीनशे किलोमीटर प्रतितास वेगानं धावतात... पंचवीस मिनिटांत मुंबई!"

"वीस-पंचवीस वर्षांपूर्वी इतक्या वेगवान गाड्या भारतात नव्हत्या. आता सारं काही बदललं. भारताची अमेरिकाच झाली म्हण ना!" स्वत:च्याच बोलण्यावर महानंद खळखळून हसले.

परंतु विक्रमला त्यात फारसं हसण्यासारखं काही वाटलं नव्हतं. तो खिडकीबाहेरचा अंधार शून्य दृष्टीनं पाहू लागला. तेवढ्यात महानंदांचा पुढचा प्रश्न आला आणि त्या प्रश्नानं त्याची तंद्री भंग पावली.

"नेमका कुठे निघाला आहेस तू?" महानंदांनी त्याच्याकडे रोखून बघत विचारलं होतं. बर्गरचा घास जसा विक्रमच्या तोंडात घोळत होता; तसंच महानंद त्याला घोळात घेत होते. निदान विक्रमला तरी तसं वाटलं.

"मी... मी त्रिवेंद्रमलाच जाईन म्हणतो... पण मधेही उतरीन कदाचित! यू नो, आमचं पुरातत्त्ववेत्त्यांचं कामच असं!" खिशातून सेलफोन काढून त्यानं उगाचच त्याच्याशी चाळा सुरू केला. "ऐन वेळी कुठेही उतरावं लागेल... माझ्या सरांचा फोन आला की ठरवीन..."

"तुझे सर कोण?" थेट प्रश्न आला.

"प्रा. विश्वनाथन् सर..."

गाडीनं सांधा बदलला होता आणि त्यांच्या विषयानंही! चर्चेची गाडी विक्रमला नको असलेल्या विषयावर आली होती.

"प्रा. विश्वनाथनांना मी चांगलं ओळखतो..."

"काय? सरांना ओळखता तुम्ही?"

"हो, कालच्या कॉन्फरन्सला मीसुद्धा उपस्थित होतो! म्हणजे मीच त्यांना...!"

खाकरून खिडकीबाहेर बघत महानंदांनी जाणीवपूर्वक बोलण्याला लगाम घातला होता. ती गोष्ट चाणाक्ष विक्रमच्या तेव्हाच ध्यानात आली. या गृहस्थांना नक्कीच कोणतातरी सुगावा लागला असणार असंही त्याला वाटून गेलं. त्यांचं बोलणं पुन:पुन्हा काहीतरी सूचित करीत आहे हेही तो समजून चुकला.

"फार उमदा आणि हुशार माणूस हं! तितकाच सत्प्रवृत्त... हाडाचा पुरातत्त्ववेत्ता!

विज्ञान, तत्त्वज्ञान आणि मानसशास्त्राचाही त्यांचा उत्तम अभ्यास होता!''

''होता?''

''हो, आता होताच म्हणायचं की!''

विक्रम चपापला.

''आपला... त्यांच्याशी परिचय कुठे...'' विक्रमनं अडखळत विचारलं.

''अनेक योग्यांना ते हिमालयात भेटले होते... अरे, हिमालयातल्या दुर्गम ठिकाणी असे अनेक योगी आजही आहेत...'' महानंदांनी विषयाचा सांधा पुन्हा सहजगत्या बदलला होता. त्यामुळे विक्रम अधिक साशंक बनत चालला होता. हा माणूस ढोंगी, कपटी नसावा... योग-अध्यात्म याविषयी बोलतो म्हणजे... पण कितीतरी लबाड लोक या विषयावर बोलत असतात, प्रवचनं ठोकत असतात... मग हे...?

त्याला कोणताच अंदाज बांधता येत नव्हता. बर्गरचा शेवटचा घास तोंडात ढकलून तो प्राप्त विषय ऐकू लागला.

''मला माहीत आहे, तुम्हा तरुणांचा अशा विषयांवर चट्‌कन विश्वास बसत नाही ते!'' आपले नेत्र किलकिले करून महानंद हसत बोलू लागले, ''पण ध्यानात ठेव, या सर्व भौतिक चराचर सृष्टीच्या मागे सूक्ष्म परंतु अतिशय प्रबल असं एक तत्त्व आहे. त्या तत्त्वाची ओझरती जरी अनुभूती मिळाली तरी जीवन कृतकृत्य होऊन जाईल...''

त्यांचं बोलणं विक्रम फारसं मनावर घेत नव्हता. किंबहुना आपण त्यांच्या असल्या बोलण्याकडे दुर्लक्ष करतो आहोत असंच त्याला दर्शवायचं होतं. त्यामुळे मधूनच तो खिडकीबाहेर बघत होता तर मधूनच 'सेल्फ सर्व्हिस' काउन्टरकडे पाहत होता.

त्याच्या या हालचालींमधला हेतू चाणाक्ष महानंदांच्या तेव्हाच ध्यानात आला. ''तुला आणखी काही हवंय का?''

''तुम्हीही घेणार असाल तर मी कॉफी घेईन म्हणतो...''

''तू घे!''

'वापरा आणि फेकून द्या... यूज ॲन्ड थ्रो' कपातून विक्रम कॉफी घेऊन आला.

मधल्या काळात महानंदांनी मघाचाच विषय मनात धरून ठेवला होता. ते म्हणाले, ''आज माणूस आंतरिक शक्ती म्हणजे 'इनर पॉवर' पार विसरून गेला आहे.''

अशा बोलण्याकडे दुर्लक्ष करण्याची परंपरा विक्रमनंही कायम ठेवली होती.

त्याच्याकडे रोखून बघत महानंद म्हणाले, ''अरे, आपल्या बॅगमधल्या व्यावहारिक मौल्यवान वस्तूला आपण केवढं जिवापाड जपतो! पण या शरीररूपी पोतडीतल्या

अतिमौल्यवान तत्त्वाचं मोल आपल्या खिसगणतीतही नसतं!''

विक्रम एकदम कावराबावरा झाला. हा माणूस आपल्याला वेळोवेळी नक्कीच काहीतरी सूचित करीत आहे, असं त्याला राहून राहून वाटलं.

लगबगीनं त्यानं आपल्या जवळची सॅक चाचपली. पण सॅक जवळ नव्हती.

''माझी सॅक?'' केवढ्यांदा तो ओरडला! सारेजण त्याच्याकडे पाहू लागले. विक्रम गडबडून गेला होता. आजूबाजूला तो सॅक शोधू लागला. टेबलाखाली वाकून बघू लागला. भर थंडीतही त्याच्या कपाळावर घर्मबिंदू जमा झाले.

महानंद त्याच्याकडे हसून बघत होते.

''अरे, तुझी सॅक इथेच आहे!''

सॅक महानंदांच्या हातात होती.

विक्रम गडबडून गेला. झडप टाकूनच त्यानं सॅक आपल्या हाती घेतली. ''पण... मी तर इथे शेजारीच ठेवली होती...''

''हो, तिथेच होती ती! पण मधे तू कॉफी आणायला तसाच गेलास... म्हणून मी ती उचलून माझ्याजवळ ठेवली. उगाच धोका कशाला पत्करायचा?''

''धोका...? हो...'' विक्रमनं लगबगीनं सॅकची चेन उघडली. आत पंचधातूची ती पेटी होती तशीच सुरक्षित होती. त्याचा जीव भांड्यात पडला. एक निश्वास सोडत त्यानं खिशातून रुमाल काढला आणि आपल्या कपाळावरचे घर्मबिंदू तो टिपू लागला.

''इतका का गोंधळलास तू?'' महानंदांनी विषय लावून धरला.

''महत्त्वाचं सामान आहे ना यात... म्हणून...''

त्वरेनं त्यानं सॅकच्या बाजूच्या कप्प्यातून पाण्याची बाटली काढली आणि तोंडाला लावली.

''अरे, कॉफीवर पाणी... ढवळेल ना पोटात!''

''असू दे! काही नाही होणार...''

मनातून तो हादरला होता. काहीसा चक्रावलाही होता. आपण खरंच का सॅक इथे ठेवून गेलो होतो? त्याला काहीही आठवत नव्हतं.

जे पेय शांतपणे प्यायचं असतं ती कॉफी त्यानं नारळाच्या पाण्यासारखी गटागटा पिऊन संपवली. तितक्याच शांतपणे गालातल्या गालात हसत महानंद त्याला न्याहाळत होते.

'हे गुप्तहेर तर नाहीत...? चिनी लोकांनी नेमलेले?' नव्या शंकेनं विक्रमच्या मनात घर केलं. 'का जादूगार आहेत? नाही, गुप्तहेरच असावेत. गुप्तहेर नेहमी वेड पांघरून पेडगावाला जातात आणि आपल्याला वेडगावाचा प्रवास घडवतात...! पण माझी सॅक मला दिसली कशी नाही? आणि त्यांच्या हातात इतकी झटपट कशी आणि केव्हा गेली? शिवाय ही जिवापाड जपलेली गोष्ट मी विसरून कसा काय

गेलो? यांनी काही मंत्रबिंत्र... म्हणजे हे गुप्तहेर जादूगार-मांत्रिक असावेत. पण बोलतात मात्र एखाद्या तत्त्वज्ञासारखे...'

मघाशी मंदावलेलं मनातलं द्वंद्व आणखी रुंदावलं. त्याचा संभ्रमही वाढला. विश्वनाथन् सरांनी सोपवलेल्या कार्यपूर्तीविषयी त्याच्या मनात साशंकताही निर्माण झाली.

'हा माणूस कोणीही असो; आपल्यावर सोपवलेली कामगिरी आपण यथोचित पार पाडलीच पाहिजे आणि त्यासाठी या गृहस्थांपासून स्वतःची सुटकाही करून घेतली पाहिजे...'

हा विचार मनात स्थिरावल्याबरोबर त्याला थोडं बरं वाटलं. त्याच्या मनाची घालमेल कमी झाली. पण दुसऱ्याच क्षणी नव्या चिंतेनं त्याला ग्रासलं. या गृहस्थांपासून सोडवणूक तरी कशी करून घ्यायची? कारण त्याचं रिझर्वेशन महानंदाकडेच होतं आणि त्याची सीटही त्यांच्या शेजारीच होती!

म्हणजे हा सारा प्रवास त्यांच्या असल्या गूढ सोबतीनंच करावा लागणार होता!

''अजून एखादा कप कॉफी घ्यायची असेल तर घे तू! मधे पाणी प्यायलास ना...!'' महानंद मुद्रेवरचं स्मित कायम ठेवून म्हणाले.

''खरंतर घेईन! थंडी वाढली आहे ना!''

''हो, मघाशी जरा गरम वाटत होतं!''

उठताना काहीशा व्याकूळ दृष्टीनं विक्रमनं महानंदांकडे बघितलं; आणि तो कॉफीचा कप घेऊन आला.

गाडीनं एव्हाना चांगलाच वेग घेतला होता.

मघाच्याच व्याकूळ दृष्टीनं विक्रम बाहेर बघत बसला.

त्याचे हात हातात धरून महानंदांनी विचारलं, ''कुठे हरवला आहेस तू? बरं नाही वाटत का तुला?''

''अं...? बरं आहे की!''

''पण तुला कसल्यातरी भीतीनं ग्रासलंय हे मला स्पष्ट जाणवतं! तुझ्या मुद्रेवरूनच दिसतंय ते!... सांग, कसली भीती वाटते तुला?''

''कुठे? कसली भीती...? हां! ही सॅक हरवली असं मघाशी वाटलं मला. त्यामुळे घाबरलो होतो थोडा! आता एकदम नॉर्मल!'' उसनं हास्य चेहऱ्यावर आणत विक्रमनं म्हटलं.

एक दीर्घ सुस्कारा सोडून महानंद म्हणाले, ''विक्रम, माझ्याकडे एक विद्या आहे... दुसऱ्याच्या मनातलं ओळखण्याची!''

त्या बोलण्यानं विक्रम गारच पडला. आ वासून तो त्यांचं पुढचं बोलणं ऐकू लागला.

''हिमालयात असताना पुष्कळ साधना केली मी आणि ही विद्या सहज प्राप्त झाली.''

''कोणती... काय... काय विद्या?''

''सांगितलं ना, दुसऱ्याच्या मनातलं ओळखण्याची!''

जॅकेटवरचं सोनेरी रंगाचं पेन काढून महानंद आपल्या तळहातावर पेनानं गिरवू लागले. ''तू दहाच्या आतली एखादी संख्या धर बरं मनात!''

''अं...? हं धरली!''

दरम्यान महानंदांनी सात हा आकडा चार-पाच वेळा हातावर गिरवला होता. तळहात विक्रमपुढे धरून त्यांनी विचारलं, ''हाच आकडा धरला होतास ना?''

''हो की!'' त्याचं अंग शहारलं. पायापासून डोक्यापर्यंत एक लहर फिरून गेली. ''दॅट्स सिंपली ग्रेट! कसं ओळखलंत तुम्ही? नेमकं काय केलंत? ह्यूमन सायकॉलॉजीचा विचार...''

महानंद खळखळून हसू लागले.

''मी सांगितलं ना, आपल्या अंगभूत आंतरिक शक्तीची म्हणजे 'बिल्ट-इन पॉवर्स'ची आज कुणाला जाणीवही उरलेली नाही...! मी अधिक काही केलं नाही. आकाशतत्त्वाशी संपर्क साधून त्या मार्फत मी तुझ्या मेंदूला मला हव्या त्या सूचना दिल्या आणि तुझ्या मेंदूनं मला हवा होता तोच आकडा धरला!''

''आय गेस्, आय हॅव टु बिलीव्ह... पण मग दहाच्या वरचा आकडा का नाही धरायला सांगितलात?''

''कारण एक ते दहा आकडे केवळ दोन अक्षरात गुंफले आहेत. एक, दोन, तीन, चार, याप्रमाणे! ही दोन अक्षरं तुझ्या मेंदूत उतरवतानाही मला केवढे कष्ट पडले! त्यासाठी मनाचा केवढा संयम लागतो! पंच्चावन्न, बहात्तर, त्रेचाळीस असे आकडे धरले असतेस तर...!''

''म्हणजे तुम्ही असं दुसऱ्याच्या मनातलं ओळखता तर!''

''असं म्हणजे कसं?''

''तुम्हीच फीडिंग करता आणि तुम्हीच ते ओळखून दाखवता! पण तुम्ही जे फीडिंग केलंच नाही ते...!''

स्वत:च्या वकिलीवर विक्रम खूश झाला. मनातून तो काहीसा सुखावलाही.

सोनेरी फ्रेमच्या चश्म्यातून महानंदांची त्याच्यावर रोखलेली हसरी दृष्टी मात्र पुष्कळ काही सांगून जात होती!

विक्रमला मात्र अज्ञानातल्या सुखातच राहायचं होतं. विषयाची दिशा न बदलता त्यानं केवळ सांधा बदलला, ''आणखी कोणकोणत्या विद्या तुम्ही मिळवल्या?''

''ते सांगणं कठीण आहे!''

“ओ! आय मीन आर्किऑलॉजीच्या दृष्टीनं मला इंटरेस्ट आहे... आणखी अशा कोणकोणत्या अतर्क्य विद्या प्राचीन काळात होत्या?”

“पुष्कळ! पण माणूस जेव्हा विद्येऐवजी वस्तूच्या मागे धावू लागला तेव्हा या विद्या नामशेष झाल्या. नामशेष म्हणजे अव्यक्त किंवा दखलबाह्य झाल्या असं म्हण हवं तर!”

“म्हणजे आजही प्रयत्न केला तर त्या विद्या मिळवता येतील?”

“अशक्य काहीच नाही; पण तसा गुरू मिळाला पाहिजे! आज भोंदू गुरूंचाच सर्वत्र सुळसुळाट झाला आहे. त्यांच्याकडून कदापि या विद्या मिळू शकणार नाहीत. अर्थात त्यांच्याकडेही त्या नाहीत. आडातच नाही तर पोहऱ्यात कुठून येणार?”

“काय, काय? आड आणि पोहरा? कॅन यू एक्स्प्लेन इट?”

“तुला आड आणि पोहरा माहीत नाही?”

“नाही!”

“आपली भाषा, त्यातले वाक्प्रचार माहीत नसण्यात तुमच्या पिढीला धन्यता वाटते! खरं ना?”

“आय ॲम सॉरी टु से दॅट, पण तुम्ही फार जुन्या काळात वावरत आहात अंकल! ग्लोबलायझेशनमुळे जग केवढं जवळ आलंय! सारे पृथ्वीवासी एकच!”

“कसल्या ग्लोबलायझेशनच्या गप्पा मारता? आजच्या तुमच्या पिढीला भारताचा इतिहास माहीत नसण्यात, आपली मातृभाषा बोलता-लिहिता न येण्यात भूषण वाटतं. सिगारेट ओढणं, पार्ट्या झोडणं, दारू पिणं, कर्णकटू गाणी ऐकणं, हिडीस नृत्य करणं यात तुमच्या पिढीची प्रतिष्ठा वाढते. मला सांग, व्यसन करण्यात प्रतिष्ठा असते का न करण्यात असते? पाश्चात्त्यांची ही असली स्वैर संस्कृती पुस्तकं, इंटरनेट, दूरचित्रवाणी आणि चित्रपटांतून इथल्या अस्मिताशून्य लोकांनी झटपट उचलली! खरं ना? पण त्यांच्या चांगल्या गोष्टी किती उचलल्या? ”

“पण याला उपाय काय? पैसे मिळवायचे तर हे सारं करावंच लागतं... इंग्लिश शिक्षणामुळे आमच्या पिढीला किती नोकरी-व्यवसाय मिळाले, पैसे मिळाले...”

“म्हणजे खरा भारतीय राहिल्यानं पैसे मिळवता येत नाहीत वाटतं? आता एकविसाव्या शतकाकडे आपण झपाट्यानं चाललो आहोत म्हणून बेकारी दूर झाली का?”

“नाही...”

“तुमची पिढी खूप मेहनती आहे; परंतु आज भारतीय मानसातली तेजस्विताच खंडली आहे. इंग्रजी शिक्षणामुळे परधार्जिणी पिढीच्या पिढी तयार झाली आहे. समाज शिक्षित झाला, पण सुसंस्कारांना तिलांजली मिळाली...”

"सॉरी अंकल... म्हणजे क्षमा करा काका, मी असा विचार कधी केलाच नव्हता..."

महानंद एकदम शांत झाले. आपल्या वैचारिक विश्वात ते इतके गुरफटले होते की त्यांना कशाचंच भान उरलं नव्हतं. विक्रमकडे हसून बघत त्यांनी म्हटलं, "वेगवेगळ्या कालखंडात मी एकाच वेळी डोकावून बघत असतो. त्यामुळे मला देश-काल-परिस्थितीत झालेलं महत्परिवर्तन चट्कन जाणवतं. म्हणून न राहवून मी बोललो... पण माझ्या मनात परकीयांविषयी मुळीच द्वेषभाव नाही हं! तसा मी कुणाचाच द्वेष करीत नाही. तुम्हाला स्वत्वाची जाणीव करून देण्यासाठी मी हे बोललो एवढंच. जगातल्या प्रत्येक देशात, संस्कृतीत गुणिजन आहेतच. त्या गुणिजनांचा मी मनोमन आदर करतो."

"खरंच? उदाहरणार्थ...?"

"ती यादी फार मोठी आहे. प्रसिद्ध-अप्रसिद्ध गुणिजनही खूप आहेत. तुम्हाला प्रसिद्ध लोक तेवढे माहीत असतात म्हणून चट्कन आठवली ती नावं सांगतो... मला चार्ली चॅप्लिन आवडतो, नेपोलियनची विजिगीषू वृत्ती आवडते. शेक्सपीअर, बरनॉर्ड शॉ यांच्यासारखे थोर नाटककार आवडतात. मोझार्ट, बाख, बीथोव्हन, चिकॉस्की-स्ट्रॉससारखे महान संगीतकार आवडतात. सॉक्रेटिस, मार्क्स, लिंकन नमस्काराह वाटतात. मेहदी हसनसारखे गझलसम्राट भावतात. मार्टिन ल्यूथर, कार्व्हर यांच्याविषयी आदर वाटतो. रसेल, कांट, व्हाइटहेड, ड्यूरंड, आइनस्टाईन ही आदराची स्थानं वाटतात. स्टीव्हन स्पीलबर्ग, इग्मार बर्गमन, ॲटेनबरो यांच्या गुणांपुढे झुकावंसं वाटतं. नोबेल, बिल गेट्स, रॉकफेलर, टेम्पल्टन अशा अब्जाधीशांचं दातृत्व भावतं. त्याचप्रमाणे जपानची कर्मशीलता भावते. अलिखित घटनेवरची निष्ठा आणि परंपरेचा अभिमान हे इंग्लंडचे गुण मानवतात. अमेरिकन माणसाचा सरळपणा आवडतो. चीन, तैवान, इस्राईल, फ्रान्स, जर्मनी यांची राष्ट्रनिष्ठा पाहून मन भरून येतं... असं कितीतरी सांगता येईल! भारतात तर गुणिजनांचं आगर आहे... पण!"

एका वयस्कर प्रतिगामी संस्कृत-संस्कृतीनिष्ठ माणसाच्या तोंडून हे ऐकताना विक्रम चकित होऊन गेला होता. आ वासून तो महानंदांकडे बघत राहिला.

आपल्या जागेवरून उठता उठता महानंदांनी म्हटलं, "दुसऱ्याच्या चांगल्या गोष्टी न घेता वाइटाचं तुम्ही अनुकरण करता आणि आपल्यापाशी असलेली सोन्यासारखी संस्कृती विसरता म्हणून मघाशी मी बोललो... चल, निघू या!"

महानंद उठून उभे राहिले.

विक्रमही पाठोपाठ उठला. महानंदांमागोमाग जात असताना सहजगत्या त्याचं लक्ष 'सेल्फ-सर्व्हिस' काउन्टरकडे गेलं. तिथल्या वेटर्सच्या, कामगारांच्या आणि

कॅन्टीनमधल्या इतर प्रवाशांच्या नजरा त्याच्यावरच रोखल्या गेल्या होत्या. आश्चर्यमुग्ध होऊन सारेजण आपल्याकडे बघत आहेत ही गोष्ट त्याला कळून चुकली. नुकताच महानंदांबरोबर झालेला वादविवाद त्यांना अनाठायी वाटला असावा. विक्रम ओशाळला.

उपाहारगृहामधून दोघे बाहेर पडले.

डब्यातले कित्येक प्रवासी एव्हाना बर्थवर निद्राधीन झाले होते. मोठे दिवे विझून छोटे एल.ई.डी. नाइट लॅम्प्स लागले होते. सीटमागे असलेल्या छोट्या दिव्यांच्या उजेडात काही जण वाचत पहुडले होते. थंडी वाढली होती. प्रवाशांच्या अंगावर गरम कपडे, मऊमऊ गोधड्या चढल्या होत्या.

पोट शांत झाल्यामुळे विक्रमलाही थंडी वाजू लागली होती. सॅक पुढ्यात धरून तो महानंदांमागोमाग आपल्या कुपेच्या दिशेनं निघाला होता. थोड्याच वेळात ते दोघे कुपेपाशी येऊन पोचले.

तेव्हा कुपेच्या दाराशी एक उंचापुरा गोरा तरुण उभा असलेला त्यांना दिसला.

संशयाचं जाळं

“आय ॲम कीथ अंडरवूड... माझं रिझर्वेशन आहे या कुपेत... बट इट्स लॉक्ड्.”

“ओह, वुई आर सॉरी...” विक्रमनं ओशाळून म्हटलं, “आम्ही लॉक करून कॅन्टीनमधे गेलो होतो.”

विक्रमनं लगेच महानंदांकडून रिझर्वेशन मागून घेतलं. त्यावर लॉकरचा कोड होता. दरवाज्यावरच्या ‘पुश-बटन्स’च्या साहाय्यानं सांकेतिक शब्द टाकून त्यानं लॉक उघडलं. मागे वळून सहजगत्या त्यानं म्हटलं, “हिअर यू आर...”

कीथ आणि महानंदांनी कुपेत प्रवेश केला. पाठोपाठ विक्रम आत गेला. कुपेचं दार लावताना त्याचं लक्ष बोगीच्या बंद दारापाशी उभ्या असलेल्या एका तिशीच्या तरुणाकडे गेलं. त्या तरुणाची दृष्टी विक्रमवरच खिळून होती. त्या दृष्टीतून टिपलं गेलेलं विक्रमचं चलचित्र एव्हाना जिथे पोचायला हवं होतं तिथे पोचलं होतं! लहान मेंदूवर ताबा मिळवून डोळ्यांनी टिपलेल्या दृश्याचं डिजिटल रेकॉर्डिंग करण्याची अत्याधुनिक यंत्रणा गेल्या दोन वर्षांत प्रत्यक्षात आली होती. एक अब्ज रुपये किमतीची ती यंत्रणा ठरावीक गुप्तहेर संस्थांकडेच होती. त्या यंत्रणेचं सार्वजनिकीकरण अद्याप व्हायचं होतं.

आपलं चित्रीकरण केलं गेलं आहे ही गोष्ट विक्रमला माहीत असण्याचं काहीच कारण नव्हतं. कुपेचं दार लावून तो आपल्या जागेवर येऊन बसला.

कीथ अंडरवूड तेव्हा आपलं रिझर्वेशन तपासून बघत होता. “ट्वेंटी फोर नंबर कुपे ॲन्ड सीट/बर्थ नंबर थ्री! दॅट्स राइट!”

सीटच्या पाठीमागे असलेल्या कप्प्याचं फायबरचं करड्या रंगाचं दार उघडून कीथनं आपली सॅक आणि मोठी बॅग त्यात ठेवून दिली. एव्हाना समोरच्या सीटवर महानंद आणि बाजूच्या आडव्या सीटवर विक्रम स्थानापन्न झाले होते.

त्यांच्याकडे सस्मित मुद्रेनं बघत कीथनं पुन्हा आपलं नाव सांगून हस्तांदोलन केलं.

कीथशी हस्तांदोलन करून विक्रमनं म्हटलं, “मी विक्रम भार्गव आणि हे श्री. महानंद...”

"ग्लॅड टु मीट यू सर..." सस्मित मुद्रेनं कीथ म्हणाला.

"यू आर फ्रॉम?" विक्रमनं विचारलं.

"आय ॲम फ्रॉम इंग्लंड..."

"काय करता?"

"इतिहास आणि अर्थशास्त्र विषय घेऊन मी पोस्ट-ग्रॅज्युएशन पूर्ण केलं. आर्किऑलॉजीमध्ये मला विशेष रस आहे. त्याचप्रमाणे प्राचीन संस्कृतींचा अभ्यास हा माझ्या आवडीचा विषय आहे. त्यात इंडॉलॉजी हा विषय तर माझा जीव की प्राण! म्हणूनच सहा महिन्यांची सुट्टी घेऊन मी मुद्दाम भारतात आलो..."

"वा!" महानंद खुशीनं उद्गारले, "याही काळात भारताच्या प्राचीन संस्कृतीविषयी कुणाला जाणून घ्यायचं आहे तर!" महानंदांना पुन्हा त्यांच्या आवडीचाच विषय मिळाला होता.

"यस्, आय डोन्ट नो अबाउट इंडिया... पण आमच्याकडे अनेक विद्यापीठांमधून इंडॉलॉजी विषय शिकवला जातो... पुष्कळ विद्यार्थी हा विषय आवडीनं घेतात... आय ॲम वन ऑफ देम..."

महानंदांनी हसून मान डोलावली.

झोप कुणालाच येत नव्हती. अभ्यागताविषयी अधिक जाणून घेण्यात महानंदांना निश्चितच रस होता. त्यामुळे ओघात गप्पा सुरू झाल्या.

महानंदांनीच तो विषय धरूनच विचारलं, "पुरातत्त्व विषयाची आवड असणारे लोक आवर्जून इजिप्तमधे जातात, दक्षिण अमेरिकेत जातात. तुला भारतात का यावंसं वाटलं?"

आपले दोन्ही खांदे उडवून कीथ सांगू लागला, "इट हॅज् गॉट रीझन, यू नो? मी साउथॅम्टन युनिव्हर्सिटीत शिकत होतो. तिथे इजिप्तविषयी अधिक शिकवलं जायचं. मला भारतात रस होता. म्हणून मी ऑक्स्फर्ड युनिव्हर्सिटीत अभ्यास करण्याची सोय करून घेतली. तिथे शिकत असताना एके दिवशी लॉर्ड मेकॉलेचं भारताविषयीचं एक डॉक्युमेन्ट माझ्या वाचनात आलं ॲन्ड आय वॉज् थ्रिल्ड! देन... मी भारतात येण्याचा पक्का निश्चय केला..."

"ग्रेट इन्स्पिरेशन!"

"यू वॉन्ट टु सी इट? माझ्याजवळ फोटोकॉपी आहे मेकॉलेच्या रिपोर्टची!"

"ऑफ कोर्स! आय टू वुड लाइक टु..." विक्रमनं पुस्ती जोडली. "मेकॉलेचा तो रिपोर्ट मात्र माझ्या वाचनात आला होता... व्हॉट्स-ॲपवर! पण त्या विषयात मी लक्ष घातलं नव्हतं. कारण काही 'टाइम्स'मध्ये मी त्या रिपोर्टसंदर्भात लेख वाचला होता. हा रिपोर्ट फेक आहे म्हणून..."

"फेक...??" एक उपहासात्मक उसासा सोडून कीथ म्हणाला, "सम इंडियन्स

आर अग्येन्स्ट इंडियन्स..! एनी वे...'' सीटच्या पाठीमागचा फायबरचा कप्पा कीथनं तत्परतेनं उघडला. नुकतीच आत ठेवलेली सॅक त्यानं पुन्हा बाहेर काढली. त्यातला मेकॉलेचा रिपोर्ट विक्रमसमोर धरत त्यानं म्हटलं, ''रीड इट! धिस इज ओरिजिनल.''

विक्रम वाचू लागला...

त्याचं वाचन संपल्याबरोबर महानंदांनी त्याला विचारलं, ''काय लिहिलंय त्यात?''

''ब्रिटिश पार्लमेन्टसमोर मेकॉलेनं २ फेब्रुवारी १८३५मध्ये भाषण केलं होतं. ते आहे यात. मेकॉले म्हणतो...'' विक्रम मेकॉलेच्याच शब्दात सांगू लागला- 'मी संपूर्ण भारत उभा-आडवा पालथा घातला. पण मला भारतात कुठे एकही भिकारी दिसला नाही. लोकांमध्ये मला उच्च नीतिमत्ता आणि श्रेष्ठ चारित्र्य आढळलं. मला नाही वाटत, असं असताना आपण भारतावर खऱ्या अर्थानं शासन करू शकू. तरीही आपल्याला राज्य करायचं असेल तर भारताचा कणा... आध्यात्मिक आणि सांस्कृतिक वारसा आपण मोडून काढला पाहिजे. त्यासाठी मी असं सुचवतो की, भारतातली परंपरागत शिक्षणपद्धती आपण बदलली पाहिजे आणि आपली शिक्षणपद्धती लादली पाहिजे. म्हणजे भारत अस्मिताशून्य बनेल. मग त्यांना पाश्चिमात्य संस्कृती श्रेष्ठ वाटायला लागेल. जे जे परदेशी आहे ते ते आपल्यापेक्षा श्रेष्ठ आहे, अशी त्यांची मानसिकता बनेल... आणि मग आपण त्यांच्यावर कायमस्वरूपी राज्य करू शकू!'

सहृदय विक्रमच्या नेत्रांत पाणी तरळलं.

''कम ऑन बॉय,'' कीथ म्हणाला, ''आमच्या पूर्वजांनी या देशाचा फार मोठा सांस्कृतिक वारसा हिरावून नेला आहे. आय ॲम अशेम्ड...''

त्याला थांबवत महानंद म्हणाले, ''तू कशाला वाईट वाटून घेतोस? तुमची काही चूक नव्हती रे! तुम्हाला राज्य करायचं होतं. तुम्ही तुमच्या दृष्टीनंच विचार करणार... पण यांचं काय? आज स्वभाषेत बोलण्यात आमच्या शिक्षित आणि तथाकथित पुढारलेल्या पिढीला कमीपणा वाटतो आणि तुमच्या भाषेत बोलण्यात धन्यता वाटते. मघाशी मी याला तेच सांगत होतो... मी कोणत्याही भाषेच्या, राष्ट्राच्या, संस्कृतीच्या विरोधात नाही! तसं पाहिलं तर मी एक वैश्विक...''

तो विषय पुढे जाऊ न देता महानंद पुन्हा मूळ मुद्द्यावर येत म्हणाले, ''एक काय, दहा भाषा शिकाव्यात. तंत्रज्ञानाची, संस्कृतीची अवश्य देवाण-घेवाण करावी. व्यापार वाढवावा. चांगल्याचं अनुकरण करावं. पण हे करत असताना राष्ट्राविषयीची अस्मिता सोडावी का? स्वदेशापेक्षा परकीय संस्कृती मिरवण्यात अभिमान बाळगावा का? आज इथल्या शहरांमधले बहुतांशी लोक 'अंधानुकरणे' झाले आहेत. चित्रपटाचं अनुकरण, दूरचित्रवाणी कार्यक्रमांचं अनुकरण, चालीरीतींचं अनुकरण, स्थापत्यशास्त्राचं

अनुकरण, वेशभूषेचं अनुकरण, खाण्यापिण्याचं अनुकरण... तुम्ही कोट-टाय घालता... हेही ऐन उन्हाळ्यात सुद्धा कोट-टाय घालतात! अरे, भुकेलेल्याला अन्न आणि तहानेल्याला फुकट पाणी देणं ही इथली संस्कृती... आता त्या गोष्टीलाही तिलांजली मिळाली. केवळ फायदा पाहणाऱ्या कंपन्या तीस-पस्तीस वर्षांपूर्वी पाणी विकू लागल्या. आता लोक हवासुद्धा विकू लागतील... ऑक्सिजन चेंबर्स! तासाला दहा हजार रुपये! सांस्कृतिक वारसाच उद्ध्वस्त झाला आहे, दुसरं काय! अस्मितेचा कणा मोडलेला हा देश...''

''यू आर राइट सर!'' कीथ शांतपणानं म्हणाला. ''भारतीयांना त्यांच्या स्ट्रेन्थची जाणीव करून देण्यासाठीच... म्हणजे, आय मीन, ॲज अ वर्क म्हणून मी इथे आलो आहे.''

एका पाचात्त्य व्यक्तीसमोर महानंद तरुण पिढीचे धिंडवडे उडवताना पाहून विक्रम मनातून वैतागला होता. 'पुरे झाले तुमचे उपदेशाचे डोस,' असं त्याला त्यांना म्हणावंसं वाटत होतं. पण एका ज्येष्ठ अपरिचित व्यक्तीचा त्याला उपमर्द करावासा वाटला नाही.

तो एवढंच म्हणाला, ''आज आमची पिढी कोणत्या परिस्थितीत जगते आहे हे आमचं आम्हाला माहीत. शिक्षण, करिअर, लोन, पोल्युशन, ट्रॅफिक, प्रीमिअम अशा अनेक आव्हानांना तोंड देत आमची पिढी कशीबशी जगते. संस्कृती वगैरे गोष्टींचा विचार करायला वेळ आहे कुणाला? पण मी मात्र आता आर्किऑलॉजीबरोबर आपल्या प्राचीन संस्कृतीचाही नक्कीच अभ्यास करीन...''

''यू आर ऑल्सो आर्किऑलॉजिस्ट!'' कीथनं त्याला हवा तो धागा पकडला होता. ''म्हणजे माझं फार मोठं काम झालं...''

''काम? कसलं...?'' विक्रमनं पुन्हा संशयांची परंपरा राखली.

''आय विल टेल यू दॅट... पण मला सांग, कोणत्या इन्स्टिट्यूटमध्ये तुझं शिक्षण झालं?''

''डेक्कन कॉलेज... माझे सर...''

साखळी ओढल्यानंतर आगगाडीनं ज्याप्रमाणे करकचून ब्रेक लावावा तसाच ब्रेक विक्रमनं आपल्या जिभेला लावला. अनपेक्षित लावलेला ब्रेक भलते आवाज काढणारच! विक्रमचंही तसंच झालं. पुढचे शब्द तोंडातल्या तोंडात फिरून तोतऱ्या माणसासारखा विचित्र आवाज त्याच्या तोंडातून निघाला.

महानंद तेव्हा त्याच्याकडे हसून तिरक्या नजरेनं बघत होते. ते म्हणाले, ''हा विक्रम म्हणजे एक हुशार विद्यार्थी आहे हं...!''

''आणि आपला परिचय?'' कीथनं हसून विचारलं.

महानंद त्याला न्याहाळू लागले.

सहा फूट उंचीचा कीथ अगदी पांढराफटक ब्रिटिश होता. सर्वांगावर शिबं होतं. लांब-रुंद नाक, शरीरानं जरा जास्तच धष्टपुष्ट, डोक्यावर काळसर पिंगट पातळ केस, मोठं धारदार नाक, वर आलेली गालफाडं आणि निळे डोळे असं त्याचं व्यक्तिमत्त्व महानंदांनी क्षणभर न्याहाळलं.

मग आपला सोनेरी फ्रेमचा चश्मा थोडा वर सरकवून ते उत्तरले, ‘‘माझी ओळख बोलण्याच्या नादात राहूनच गेली! अर्थात माझी तशी कोणतीच ओळख नाही. म्हणजे तसं मी काहीच करत नाही... सतत हिंडत असतो झालं!’’

‘‘आणि भारतीय संस्कृतीविषयी यांना फार प्रेम आहे बरं का!’’

‘‘जगातल्या सर्वच संस्कृतींविषयी मला प्रेम आहे...’’

‘‘दॅटस ग्रेट! म्हणजे माझा प्रवास आता कारणी लागणार तर!’’

‘‘म्हणजे?’’ विक्रमनं साशंकतेनं विचारलं.

‘‘मला भारतात येऊन पंधरा दिवस झाले. न्यू ढेलीला जाऊन आलो. मग मुंबाई आणि गेल्या आठवड्यात पुणे... मी फार मोठ्या गोष्टीच्या शोधात आहे... पण अद्याप मला ते मिळालेलं नाही!’’

‘‘को... को... कोणत्या गोष्टीच्या शोधात आहेस तू?’’ विक्रमनं चाचरत विचारलं.

‘‘प्राचीन भारताचा खजिना! कुठे लपला आहे कोण जाणे...’’

‘‘काय?’’ विक्रमनं हातातली सॅक कुणाला कळणार नाही अशा तऱ्हेनं घट्ट धरून ठेवली. त्याच्या मनात पुन्हा शंकेची पाल चुकचुकली. ‘हे तत्त्वज्ञ मघापासून असंच काही बोलताहेत; आणि आता हा धिप्पाड इंग्रजही तसंच काही सूचित करतोय! या दोघांनी मिळून काही डाव तर आखला नसेल? तसंच असेल! नाहीतर या महानंदांनी बरोबर मला त्यांच्या कुपेत कशी काय जागा दिली? रात्री मी झोपल्यानंतर... मी झोपणारच नाही बघा! रात्रभर जागाच राहणार! तुम्ही जरी चांगलं बोलत असलात तरी तुमचा हेतू वेगळा आहे... तुमचा नक्कीच काहीतरी कट असणार! पण मी तो यशस्वी होऊ देणार नाही म्हटलं!’

कपाळावर पुन्हा जमा झालेले घर्मबिंदू त्यानं हळूच टिपले. महानंदांनी हसून त्याच्याकडे बघितलं.

‘‘आपण झोपू आता... बारा वाजायला आलेत! उद्या भरपूर गप्पा मारू... गाडी उद्या दुपारपर्यंत पोचेल. तोपर्यंत...’’

तो ब्रिटिश आडवा झाला आणि काही क्षणांतच घोरू लागला. झोपण्यापूर्वी महानंदांनी मोठा दिवा विझवून नाइटलॅम्प लावला होता. आपला चश्मा व्यवस्थित पेटीत ठेवून तेही निद्राधीन झाले. बाजूच्या सीटवर विक्रमनं अंग पसरलं. रेल्वेसेवेनं पुरवलेलं उशी-पांघरूण घेऊन तो डोळे मिटून पडून राहिला.

रेल्वेचा एकसुरी आवाज त्याच्या कानात फिरत होता. आपली सॅक त्यानं घट्ट पकडून ठेवली होती. वाटेत एक-दोन स्टेशनांवर थांबून गाडी पुढच्या प्रवासाला निघाली होती तरी विक्रमचा डोळ्याला डोळा लागला नव्हता. किंबहुना त्यानं महत्प्रयासानं झोपेला परतवलं होतं. त्याच्या प्रा. विश्वनाथन् सरांनी सोपवलेलं कार्य त्याला यथोचित पार पाडायचं होतं... कितीही संकटं आली तरी!

त्याला एकदम त्याच्या सरांची आठवण झाली. सर कोणत्या अवस्थेत असतील? ते सुखरूप असतील का? आणि तो पिस्तुलाचा आवाज... त्यानं एकदम खिशातून व्हिडीओ कॉन्फरन्सची सोय असलेला मोबाइल फोन बाहेर काढला. संपूर्ण रेल्वे 'वाय-फाय' होती. त्यामुळे कुठेही फोन लावणं सहज शक्य होतं. विश्वनाथन् सरांना फोन करण्याचा त्याचा विचार होता. पण तो विचार दूर करून त्यानं फोन सॅकच्या पुढच्या कप्प्यात ठेवून दिला. त्यानं डोळे मिटून घेतले. विश्वनाथन् सरांची ती वरची अडगळीची खोली, त्या खोलीचं ओंगळवाणं स्वरूप, पोलादी कपाट, नक्षीकाम केलेली पंचधातूची पेटी, जिन्यावरचा पावलांचा आवाज, धावाधाव, पाइपवरून मागच्या मागे पलायन, पिस्तुलाचा आवाज या साऱ्या घटना त्याला आठवू लागल्या. त्यातच उमटलेले विश्वनाथन् सरांचे शब्द त्याच्या कानात घुमू लागले- 'मिळेल त्या वाहनानं दक्षिणेकडे जा! तुला मार्ग मिळेल...'

विक्रमनं खाड्कन डोळे उघडले आणि खिडकीतून बाहेर बघितलं. बाहेर गुडुप अंधार होता. वरच्या पारदर्शक छतामधून असंख्य चांदण्या हसताना दिसत होत्या. हळूहळू आपली जागा सोडणाऱ्या त्या चांदण्यांकडे उताणं पडून तो बघत राहिला. त्याची दृष्टी वरच्या अवकाशाकडे लागून राहिली होती. मनोवकाशात मघाचेच विचार फिरत होते. 'सरांनी दक्षिणेकडे जायला सांगितलं; मार्गही मिळेल असाही दिलासा दिला. मग काळजी करण्याचं काय कारण?' या विचारानं त्याचं मन काहीसं शांतावलं. आता मात्र त्याच्या मनात त्या पेटीविषयी विचार सुरू झाले. 'या पेटीत विश्वातलं सारं दिव्यत्व भरलंय,' हे प्रा. विश्वनाथनांचे शब्द त्याला प्रकर्षानं स्मरू लागले. खरोखर काय असेल या पेटीत? कोणतं दिव्यत्व भरलेलं आहे त्यात? कुणी भरलं? आणि कशासाठी? त्याचं मन पेटीकडे धाव घेऊ लागलं. पण आपल्या जिज्ञासेला त्यानं आवरून धरलं. परंतु संयमरूपी प्रतिरोधावर मोह आणि जिज्ञासा मात करते याचा साक्षात अनुभव त्याला आला.

तो हळूच उठून बसला. शेजारीच ठेवलेली सॅक त्यानं हलकेच उघडली. आतली ती पंचधातूची पेटी बाहेर न काढता हळूच उघडण्याचा त्याचा विचार होता. त्यानं हलकेच आपला हात पेटीकडे नेलाही. तत्पूर्वी सॅकमधून छोटी बॅटरी काढून ती त्यानं तोंडात धरली. त्यामुळे सॅकचा अंतर्भाग प्रकाशित झाला.

त्या पंचधातूच्या पेटीवरच्या ग्रह-ताऱ्यांना स्पर्श करीत तो पेटी उघडण्याची

कळ शोधू लागला. मघाप्रमाणेच त्यानं प्रथम शनी पुढे सरकवला. खटक्याचा आवाज झाला. विक्रमनं चमकून त्या दोघा निद्रिस्तांकडे बघितलं. त्यांच्यावर काही परिणाम झाला नव्हता. पुन्हा तो पेटीला न्याहाळू लागला. त्या पेटीवरचे बारीकसारीक ग्रह-तारे पुढे-मागे सरकवता येत होते. 'केवढी प्रगत कल्पकता आहे, पेटी बनवणाऱ्याची!' विक्रम मनाशी म्हणाला.

विशिष्ट ग्रह-तारे ठरावीक रेषेपर्यंत आणल्यानंतर पेटीचं झाकण उघडेल अशी योजना त्या पेटीवर केलेली होती, ही गोष्ट विक्रमला थोड्याच वेळात कळून चुकली. बऱ्याच ग्रह-ताऱ्यांचं संयोगीकरण... कॉम्बिनेशन्स करून बघितल्यानंतरही पेटीचं झाकण उघडलं नाही. तरीही तो निराश झाला नाही. प्रयत्न करण्यापासून तो मागे हटणारा नव्हता. एखादी गोष्ट त्याला जमली नाही तर ते तो आव्हान समजत असे आणि यशप्राप्ती होईपर्यंत तो त्या गोष्टीचा पाठपुरावा करीत असे. लहानपणीच त्यानं नेपोलियनचं चरित्र वाचलं होतं. 'अशक्य हा शब्द माझ्या शब्दकोशात नाही' हे नेपोलियनचं वाक्य त्याच्या मनावर कायमचं बिंबलं गेलं होतं. त्यानुसार पुन:पुन्हा तो प्रयत्न करीत राहिला.

सारे प्रयत्न असफल ठरल्यानंतर त्यानं आंतरिक शक्तीचं साहाय्य घेण्याचं ठरवलं. आपले नेत्र त्यानं घट्ट मिटून घेतले. मनश्चक्षूंसमोर त्याला पेटीवरचेच ग्रह-तारे दिसू लागले. बघता बघता संपूर्ण अंतराळ त्याच्या दृष्टीसमोर साकारलं. ग्रहगोलांची गती त्याला जाणवू लागली. एकाएकी त्याला लहान स्वरूपातला सूर्य दिसू लागला. त्याच्याभोवती पृथ्वीसह सारी ग्रहमाला फिरताना दिसू लागली. प्रत्येक ग्रहाचे चंद्रदेखील फिरताना दिसू लागले. त्यातूनच पृथ्वी आणि सूर्यामध्ये चंद्र आला. सूर्याला ग्रहण लागलं. तिन्ही गोलकांची एक सरळ रेषा मनश्चक्षूंसमोर प्रकाशित झाली. त्याला सूत्र सापडलं!

डोळे उघडून त्यानं पुन्हा बॅटरी तोंडात धरली; आणि सॅकमध्ये हात घातला. पेटी हातात घेऊन त्यानं सूर्य, चंद्र आणि पृथ्वी एका सरळ रेषेत आणली. एकदम वेगवेगळ्या खटक्यांचा आवाज झाला. विक्रमनं चमकून बाजूला बघितलं. कीथ घोरत पडला होता. महानंदही गाढ झोपेतच होते.

त्यानं हळूच पेटीचं झाकण किलकिलं केलं. आतून सर्चलाइटसारखा फिरणारा प्रकाशझोत झाकणाच्या फटीतून बाहेर फाकला. चकित होऊन विक्रम त्या दृश्याकडे बघत राहिला. पेटीचं झाकण तो आणखी उघडणार एवढ्यात कुपेच्या दारावर 'टक् टक्' झालं.

विक्रमनं लगबग करून पेटीचं झाकण लावलं. ग्रहगोलांचं ग्रहण सोडवलं. सॅक झटपट बंद केली आणि उठून दार उघडलं.

दाराशी तिकीट-तपासनीस उभा होता.

पाम-कॉम्प्युटरवर भराभर बोटं फिरवून त्यानं विक्रमकडे बघितलं. ''यस्...
विक्रम भार्गव... तिकडे कीथ अंडरवूड...''

''आणि इकडे...''

''ठीक आहे..''

''तुम्हाला रिझर्वेशन बघायचं नाही?''

''त्याची आवश्यकता नाही... तुमचे फोटोग्राफ्स यात आहेत. सारा डाटा आहे.
पूर्वीसारखे चुकवेगिरी करणारे आता गाड्यांमधून प्रवास करू शकत नाहीत!''

विक्रमनं हसून संमतिदर्शक मान हलवली. कुपेचं दार त्यानं लावून घेतलं.
एवढ्यात त्याच्या ध्यानात आलं की, तिकीट-तपासनीस महानंदांचं रिझर्वेशन
तपासायला विसरून गेला आहे. त्यानं पुन्हा दार उघडलं आणि बाहेर डोकावून
बघितलं.

बाहेर तिकीट-तपासनीस त्याला दिसला नाही.

''झोप नाही का येत?'' महानंदांनी कूस बदलता बदलता प्रश्न केला.

''लागत होती... पण तेवढ्यात टी.सी. आला आणि...''

''ठीक आहे, झोप आता.''

सॅक उशाशी ठेवून विक्रमनं बिछान्यावर अंग पसरलं.

गाडी भरधाव धावत होती. विक्रमच्या डोक्यातले विचारही गाडीबरोबर धावू
लागले होते. 'टी.सी.नं महानंदांचं रिझर्वेशन का तपासलं नाही? म्हणजे तो यांना
ओळखत असावा! म्हणजे हा कीथ आणि हे या दोघांचीच टीम नसून तिकीट
तपासनीसही यांना सामील...?'

विक्रमच्या डोक्यातला गुंता सुटण्याऐवजी वाढतच होता. विचार करता करता
तो त्या गुंत्यातच हरवून गेला.

दिव्यत्वाची झलक

सभोवतालच्या कलकलाटानं विक्रमला जाग आली. त्यानं डोळे किलकिले केले. त्याची स्मृती कार्यरत झाली. तो ताड्कन उठून बसला. त्याच्या शेजारची सॅक होती तशीच होती. ''शुभ प्रभात...'' महानंद म्हणाले.

''गुड मॉर्निंग... म्हणजे सुप्रभात...''

''गुडमॉर्निंग बडी! हाऊ डू यू डू?'

कीथकडे बघून विक्रमनं हसून म्हटलं, ''मॉर्निंग! आय ॲम फाइन! थँक यू!''

त्यानं खिडकीबाहेर बघितलं. गाडी कोणत्यातरी स्टेशनावर थांबली होती... स्टेशनची पाटी त्याला बसल्या जागेवरून दिसत नव्हती. बरेच प्रवासी नाश्त्यासाठी खाली उतरले होते. विक्रेत्यांचा आवाज, प्रवाशांच्या गप्पा, सामानांच्या ट्रॉलीज्ची घरघर यांमधून एक संमिश्र कलकलाट कानी पडत होता.

विक्रमनं टूथब्रश-पेस्ट काढण्याच्या बहाण्यानं सॅकची चेन उघडली. आतली पेटी सुखरूप पाहून त्याचा जीव भांड्यात पडला. मग त्यानं ब्रश-पेस्ट बाहेर काढली. लगतच्या स्वच्छता-स्नानगृहात सॅक घेऊन जावी तरी पंचाईत आणि न घेऊन जावी तरी पंचाईत!

तेवढ्यात महानंदांची सूचना त्याच्या कानी पडलीच- ''तोंड धुवून घे! तुझी पोतडी राहू दे इथेच!''

''घेतो की!... पण सॅक लागेल. कारण... कारण, हां! नुसतं तोंड नाही धुवत... फ्रेश होऊनच बाहेर येतो.''

महानंदांनी हसून मान डोलावली.

स्वत:च्या बुद्धिमत्तेवर आणि प्रसंगावधानावर खूश होऊन विक्रम स्वच्छतागृहाकडे गेला.

पंधरा-वीस मिनिटांतच तो ताजातवाना होऊन बाहेर आला. तेव्हा कीथ त्याच्या अत्याधुनिक मोबाइल हॅन्डसेटवर ताज्या बातम्या वाचत होता; तर महानंद हळू

आवाजात कसलं तरी सूक्त म्हणत होते. खर्जातल्या त्यांच्या धीरगंभीर आवाजानं त्या छोट्याशा कुपेतलं वातावरण पवित्र बनलं होतं.

थोड्याच वेळात कीथचं वाचन संपलं आणि महानंदांचं पठण! एकजण समकालातून बाहेर पडला तर दुसरा प्राचीन कालातून!

"आता कसा राजबिंडा दिसतो!" विक्रमचे नीट विंचरलेले लांबसडक पिंगट केस पाहून महानंदांनी गमतीनं म्हटलं. "रात्री तुझं रूप व्यवस्थित दिसलं नव्हतं!"

"हो, कानटोपी घातली होती ना!" विक्रमनं हसून खाली मान घातली. मग मान वर करून एकदम तो म्हणाला, "चला, कॅन्टीनमध्येच चहा घेऊन येऊ..."

महानंदांनी मान डोलावली.

महानंदांच्या मुखातले पवित्र मंत्र विक्रमनं नुकतेच ऐकले होते. आदल्या रात्री त्यांचं भारताविषयीचं प्रेम त्याला दिसून आलं होतं. त्यामुळे महानंदांविषयी त्याला एकदम आदर वाटू लागला होता. प्रात:कालच्या पवित्र वातावरणाचाच परिणाम म्हणून की काय; त्याच्या मनावरचं मळभ थोडंफार दूर झालं. रात्रीचं द्वंद्व काहीसं निमालं. साऱ्या शंकाकुशंका गळून पडल्या. महानंदांविषयी त्याच्या मनात एकाएकी विश्वासाची भावना निर्माण झाली. तो मनाशी म्हणालादेखील, 'उगाच मी यांच्याविषयी तर्कवितर्क करीत होतो. हा माणूस पवित्र वाटतो. भारताविषयी यांना केवढी अस्मिता!'

विक्रम महानंदांबरोबर निघाला. कुपेचं दार उघडताना त्यानं कीथला विचारलं, "चहा-ब्रेकफास्ट घेणार आमच्याबरोबर?"

"नो, थँक्स! माझे मित्र पलीकडच्या बोगीत आहेत. आमचं भेटायचं ठरलं आहे. त्यांच्याबरोबरच ब्रेकफास्ट घेईन... हॅव अ नाइस डे!"

"थँक्स अॅन्ड सेम..."

दोघेही उपाहारगृहामध्ये गेले.

त्याचवेळी गाडीचा भोंगा स्टेशनात घुमला. गाडीनं प्लॅटफॉर्म सोडला. खाली उतरलेले प्रवासी एव्हाना गाडीत चढले होते. दरवाजे बंद झाले होते.

खिडकीजवळच्या टेबलापाशी बसल्याबरोबर विक्रमनंच महानंदांना मोठ्या आपुलकीनं विचारलं, "काय आणू तुमच्यासाठी? मी व्हेजिटेबल कटलेट घेणार आहे-"

"मी मघाशीच सर्व काही आवरलं. आता काही नाही!"

"का? थोडं माझ्याबरोबर...?"

"मी हप्त्याहप्त्यानं खात नाही! तू खाऊन घे!"

"ठीक आहे." सॅक गळ्यातच ठेवून तो काही वेळात खाद्यपदार्थ घेऊन आला. खाली बसल्या बसल्या विक्रमनं विचारलं, "काका, मघाशी तुम्ही काय म्हणत होता?"

"मी? कुठे काय म्हणत होतो?"

"म्हणजे, ते श्लोक वगैरे..."

"हां, हां! शिवमहिम्न स्तोत्र म्हणत होतो मी!"

"तुमची तोंडपाठ आहेत अशी सूक्तं? किती सूक्तं येतात तुम्हाला?"

"तुला किती माहीत आहेत?" महानंदांची प्रेमळ दृष्टी त्याच्यावर रोखली गेली.

"माझी आजी श्रीसूक्त म्हणायची... तिनं मला अथर्वशीर्षही शिकवलं होतं... एवढीच माहिती आहेत... पण तुम्हाला पुष्कळ येतात ना?"

महानंदांनी हसून मान झुकवली.

"वैदिक मंत्र, स्तोत्रसुद्धा?"

"हिब्रू, लॅटिन भाषेतलीसुद्धा! जिथे असेन तिथले मंत्र म्हणतो!"

"माय गॉड! पण एवढी सगळी कशी काय येतात तुम्हाला?"

"मी पुष्कळ देश फिरलो आहे. जिथे गेलो तिथल्या चांगल्या गोष्टी आत्मसात केल्या... यात विशेष काहीच नाही!"

कटलेटचा तुकडा तोंडात टाकून विक्रमनं सहजगत्या खिडकीबाहेर बघितलं. दूरच्या डोंगरांवर कोवळ्या उन्हाचा सोनेरी शिडकावा झाला होता. पक्षिगण पूर्वेला झेपावत होता. शेतांमधून ज्वारीचे ताटवे डोलत होते. निर्जीव बुजगावण्यानं इतका वेळ राखलेलं शेत सांभाळण्यासाठी सजीव शेतकरी गोफणीसह मचाणावर चढला होता. दूरवर हिरव्या रंगाच्या अनेक छटांची शेतं डोलत होती तर जवळचे थोराड वृक्ष भराभर मागे पळत होते.

विक्रमच्या मनातले विचारही धावत होते. महानंदांकडे वळून बघत त्यानं विनयानं विचारलं, "काका, एक गोष्ट विचारू का?"

"एक काय, दहा विचार की!"

आपली सॅक एका हातानं आवळून धरत तो म्हणाला, "माझे सर..."

"हां! म्हणजे प्रो. विश्वनाथन्..."

"अं? हो... त्यांचा प्राचीन विद्यांचा पुष्कळ अभ्यास आहे..."

"हो... म्हणजे होता... पुढे?"

"म्हणजे मी कधी त्यांना त्यासंदर्भात छेडलं नाही... उत्खनन, शिलालेख, कार्बन-१४ एवढ्यावरच माझं शिक्षण मर्यादित राहिलं. देव-धर्म वगैरे गोष्टींवर माझा अगदीच विश्वास नव्हता असं नाही; पण प्रत्येक गोष्ट भौतिक निकषांवर घासून बघण्याची माझी सवय! पटलं तर स्वीकारतो..."

"चांगली सवय आहे..."

"पण काही कटू अनुभव आले. बुवाबाजी करणारे आध्यात्मिक हे लोकांच्या अगतिकतेचा गैरफायदा घेतात असाही अनुभव आला. त्यामुळे 'तत्त्वज्ञान' हा

भरल्यापोटी बोलण्याचा विषय आहे, अशी माझी पक्की धारणा झाली…"

"योग्यच धारणा आहे… पुढे?"

महानंदांची प्रेमळ दृष्टी त्याच्यावर रोखलेलीच होती.

"पण, का कोण जाणे; मला तुमच्याविषयी एकाएकी आदर वाटू लागला आहे. जिव्हाळा वाटू लागला आहे…" त्यांची प्रेमळ नजर चुकवून विक्रम पुढे म्हणाला, "तुमच्यापासून काय लपवून ठेवायचं?"

"जे बोलायचं ते मोकळेपणानं बोल. मी तुझा आजोबा आहे असं समज! मुलगा एकवेळ वडिलांशी बोलत नाही, पण आजोबांपासून काही लपवूनही ठेवत नाही!"

विक्रमच्या मनावरचं मळभ काहीसं दूर झालं होतं. त्याला खरोखरच महानंद आजोबांच्या ठिकाणी वाटू लागले होते. आपल्यामध्ये झालेल्या बदलाविषयी त्याला आश्चर्यही वाटू लागलं होतं.

इतक्यात दोन टेबलांपलीकडच्या टेबलापाशी निळं जर्किन आणि निळी जीन्स घातलेला एक तिशीचा तरुण येऊन खुर्चीत बसला. त्यानं विक्रमकडे एक कटाक्ष टाकला. त्याच्या डोक्यावर फ्रेंच कॅप होती आणि हातात एक सूटकेस. ओठांवर सिगारेट ठेवून ती त्यानं मोबाइलाच असलेल्या लायटरनं शिलगावली. मोबाइल कंपन्यांनी अलीकडे ही नवी सेवा नव्या पिढीला पुरवली होती! सिगारेटचा धूर हवेत सोडून त्यानं पुन्हा विक्रमकडे बघितलं. इतक्यात त्याच्या मोबाइल हॅन्डसेटवर मेसेजचा सिग्नल वाजला. मोबाइलवरून दृष्टी दूर करून तो विक्रमकडे रोखून पाहू लागला.

त्याच्याकडे न पाहता विक्रम महानंदांना म्हणाला, "माझे आईवडील दोघेही पूर्वी आय.टी. कंपनीमध्ये काम करत होते. पुढे वडील अमेरिकेत गेले. त्यांनी… त्यांनी तिकडे दुसरं लग्न केलं. मी तेव्हा दहा वर्षांचा होतो. माझी बहीण बिल्वा तेव्हा आठ वर्षांची होती. आम्हाला सांभाळून आई तिचं काम करीत असे. फ्लॅटचे हप्ते आणि मोटारीचं कर्ज ती एकटीच फेडत होती. आणि एक दिवस…"

"सांग…"

"एक दिवस तिनंही दुसरं लग्न केलं. माझ्या बहिणीला ती स्वतःबरोबर घेऊन गेली. मला मात्र माझ्या आजोबांकडे नेऊन सोडलं. कर्वे रोडवरच्या एका इंग्रजी शाळेत मी तेव्हा शिकत होतो. आजोबांकडे राहून कसंबसं मी शिक्षण पुरं केलं…"

"मग आता कुणाकडे राहतोस?"

"आजोबांकडेच… पण आता ते हयात नाहीत. आजी पार थकली आहे. माझ्या आईनं मला घेऊन जावं म्हणून त्या दोघांनी पुष्कळ प्रयत्न केले. आजीनं तर देवाधर्माचं खूप केलं. पण…"

"पण काय?"

"लग्न झाल्यापासूनच आईचं आजीशी कधीच पटलं नाही..."

"अरे, ही घरघरची कहाणी आहे..."

"मग आईनं नवीन फ्लॅट घेण्यासाठी वडिलांना भरीस पाडलं..."

"तीही घरघरची गोष्ट! पुढे?"

"पुढे काय? दोघांनी पुष्कळ पैसा मिळवला; पण त्यापासूनही सुख मिळालं नाही. संसारसुख धड नाही, स्वातंत्र्याचंही सुख नाही आणि... आणि माझी मात्र ससेहोलपट झाली... म्हणूनच मघाशी मला विचारायचं होतं तुम्हाला..."

"विचार की!"

"श्लोक, सूक्त, मंत्र यांचा खरोखरच काही उपयोग होतो का? आणि होत असेल तर माझ्या बाबतीत तो का झाला नाही?"

त्याचे हात आपल्या हाती घेऊन महानंदांनी म्हटलं, "गेल्या वीस-तीस वर्षांत जी भौतिक गती आली त्याचे हे परिणाम आता दिसू लागले आहेत. मूठभर लोकांना ठरावीक नोकरी-व्यवसायातून इतका पैसा मिळाला की माणूस सैरभैर झाला. प्रचंड किंमतींचे फ्लॅट्स, विम्याचे हप्ते, सोन्याचे दागिने मिरवण्याचा हव्यास, गाडी, विमानप्रवास, परदेशगमन यासाठी आवश्यक असणारी समृद्धी त्याला प्राप्त झाली. त्याला गती आली. पण राष्ट्राविषयी, संस्कृतीविषयी अभिमान उरला नाही. अस्मिता, प्रेम, परोपकार या गोष्टींचा अभाव निर्माण झाला. तो बहिर्मुख झाला. परधार्जिण्या वृत्तीनं एका पिढीचा इतका पराकोटीचा घात केला आहे की ती पिढी आपली संस्कृती पूर्णत: विसरली. परकीय वाऱ्याच्या झोतानं ती नुसतीच स्वत्व गमावून बसली नाही तर सैरभैरही झाली. म्हणजे गतिमान होऊनही ती पिढी दिशाहीन बनून गेली. कारण कोणत्याही प्रकारचा संयम तिथे नव्हता. सांस्कृतिक मूल्यं झुगारण्यात प्रतिष्ठा वाटू लागली होती... प्रत्येकालाच स्वातंत्र्य हवं होतं. पण स्वातंत्र्य म्हणजे स्वैराचार नव्हे... अशा काळातली भक्तीही त्याच प्रकारची झाली!

"म्हणजे कशी?"

"तुमच्या भाषेत 'कॉन्ट्रॅक्ट बेसिस'! त्यामुळे मठामंदिरात कितीही गर्दी वाढली तरी ती अशाच भक्तांची होती! मी चार प्रार्थना म्हणतो, प्रदक्षिणा घालतो, पोथी वाचतो, उपवास करतो; त्याबदल्यात देवा, तू मला हे हे दे! कसा परिणाम होणार सूक्ता-श्लोकांचा?

"विक्रम, सामाजिक नीतिनियमांचं अलिखित बंधन नसेल तर माणूस स्वैर होतो. व्यक्तिगत, कौटुंबिक आणि सामाजिक नीतिनियमांचं अलिखित बंधन म्हणजेच धर्म! आज असा धर्म निष्क्रिय बनल्याचे आणि विचारहीन भक्तिमार्गाचे परिणाम तुमची पिढी भोगत आहे..."

दोन्ही हातांचे पंजे एकमेकांत गुंफवून महानंद पुढे म्हणाले, "श्लोक-सूक्तच

काय; पण विश्वातल्या कोणत्याही उपायांनी आपलं प्रारब्ध बदलता येत नाही... कोणतीही भाषा आली की संकुचितता येतेच. मनाला मात्र कोणतीच भाषा नाही. त्यामुळे मंत्र म्हणण्यामागचा भाव अधिक महत्त्वाचा असतो. लॅटिन, संस्कृत, हिब्रू अशा प्राचीन भाषांमधले मंत्र पुष्कळदा प्रभावी ठरतात. कारण मंत्रांच्या रचनाकारांनी मंत्रांची रचना करताना ध्वनिलहरींचाही अभ्यास केला होता. मंत्र म्हणताना म्हणणाऱ्याचा भाव, ध्वनितरंग आणि मनाची एकाग्रता यातून हव्या त्या गोष्टी साध्य होऊ शकतात. हे सारं विज्ञान आहे...''

''म्हणजे देवाचा तिथे काही संबंध नाही!''

''देव म्हटला तर आहे म्हटला तर नाही. देवाच्या नावानं होणारा उत्सव ही सार्वजनिक बाब असते. परमेश्वराची अनुभूती येणं ही मात्र वैयक्तिक स्वरूपाची गोष्ट असते. बॅटरीमधले सेल्स हे जसे निर्विकार तसाच देवही निर्विकार! तो तुमची कोणतीही सुखंदु:खं दूर करीत नाही. तो त्यात हस्तक्षेपही करीत नाही. सारं काही आपल्या कर्मावर अवलंबून असतं. आपणच आपली कर्मं रचत असतो आणि परिणाम भोगत असतो. हा सारा प्रकृतीचा खेळ आहे. आपण सारे प्रकृतीत अडकलो आहोत.''

''प्रकृती म्हणजे?''

''तुमच्या भाषेत मॅटर!''

''मग प्रकृती ही वाईट गोष्ट असते का?''

''तसंही नाही! सुगंधी फुलांचे ताटवे पाहून तुला काय वाटेल?''

''मी सुवास घेईन. माझं मन प्रसन्न होईल.''

''होईल ना!''

''हो, पण अशा मोहात अडकू नये असंही धार्मिक लोक सांगतात!''

''मला सांग, या फुलांप्रमाणेच ही सारी सृष्टी सुंदर आहे. तिचा संयमित उपभोग घेतलाच पाहिजे. मोहात पडू नकोस, असं म्हणणं म्हणजे पंचपक्वान्नाचं भोजन समोर ठेवायचं आणि म्हणायचं, हे तुझ्यासाठी नाही, अशातलाच प्रकार आहे! जेवायला घालायचंच नव्हतं तर मग समोर पंचपक्वान्नाचं ताट ठेवायचं कशाला?''

''बापरे! असा विचार मी कधीच केला नव्हता!''

''बुरसटलेले विचारच आजवर माथी मारले गेले त्याला तू तरी काय करणार? अरे, अहंकार, काम, क्रोध, मोह सोडा असं म्हणणारेच पुष्कळदा या गुणांना धारण करून बसतात. विश्वात व्यापून उरलेली शक्ती आपल्याला गवसली आहे, असा अहंकारच हे लोक बाळगतात ना? एखादा 'संन्यासी' मठ बांधतो, वर्गणी मिळवतो, मंदिरं बांधतो हे कशाचं लक्षण आहे? मोहाचंच ना? तोही प्रकृतीचाच आधार घेतो ना! नास्तिकांचा, त्याच्याशी मतभिन्नता असणाऱ्यांचा तो द्वेषच करतो ना! यातून ते

कोणत्या मुक्तीला प्राप्त होणार असतात? मुक्तीच मिळवायची असेल तर कोणताही माणूस प्रकृतीच्या विरोधात दमन करून स्वयंभू होऊ शकतो, कालातीत होऊ शकतो. त्यासाठी कुणाच्या कृपेची मुळीच आवश्यकता नसते... मी...''

विरुद्ध दिशेनं धडधडत एक गाडी गेली. तिच्या कर्णकटू खडखडाटात महानंदांचे पुढचे शब्द विरून गेले.

न्याहारी उरकून दोघेही आपल्या कुपेकडे निघाले. गाडीनं भोंगा वाजवला. तिचा एकसुरी खडखडाट चाललाच होता.

तेवढ्यात वाटेतच थांबून महानंद म्हणाले, ''हे समोर स्वच्छतागृह आहे. मी जरा जाऊन येतो. तू हो पुढे...''

विक्रम आपल्या कुपेत परतला.

सॅक शेजारी ठेवून तो खिडकीतून बाहेर बघत बसला. अजून कीथ परतला नव्हता. त्यानं घड्याळात बघितलं. साडेनऊ वाजून गेले होते. त्याला एकदम आपल्या एकलेपणाची जाणीव झाली. पाठोपाठ त्याच्या विश्वनाथन् सरांची प्रकर्षानं आठवण झाली. त्यानं पट्कन सॅकमधून मोबाइल हॅन्डसेट बाहेर काढला. सरांना तो फोन करणार इतक्यात दारावर टक् टक् झालं.

विक्रमनं चट्कन उठून दार उघडलं. दारात फ्रेंच कॅप घातलेला तो माणूस उभा होता... मघाशी उपाहारगृहामध्ये बघितलेला. विक्रमच्या छातीत धस्स् झालं.

''कोण... कोण हवंय आपल्याला?''

''आय गेस् यू आर मि. विक्रम?''

''हो, मीच विक्रम...''

''मी ऑस्कर डिसूझा... मे आय...?''

''हो, या आत.''

कीथच्या सीटवर ऑस्कर बसला. समोरच्या सीटवर विक्रम स्थानापन्न झाला.

आपली फ्रेंच कॅप काढत ऑस्करनं सस्मित वदनानं विक्रमकडे बघितलं. त्यानं जणू हास्याचा मुखवटा धारण केला आहे असंच विक्रमला वाटलं.

''मी माझी ओळख देऊ शकत नाही... कारण आपल्याला वेळ फार कमी आहे. मि. विक्रम, मी तुम्हाला ओळखतो...''

''ओळखता? कसं काय...?''

''ते महत्त्वाचं नाही. पण तुम्ही कोणत्या मिशनवर निघाला आहात हे मी जाणतो...''

''मी? कोणत्या? म्हणजे तुम्हाला...''

''पण तेही महत्त्वाचं नाही...''

''मग?''

चेहऱ्यावरचं स्मितहास्य कायम ठेवून ऑस्करनं म्हटलं, "तुमच्या बॅगमध्ये काय आहे हे माझ्या दृष्टीनं महत्त्वाचं आहे!"

ते बोलणं ऐकून विक्रम थंडगार पडला. "काय... काय महत्त्वाचं? तुम्हाला कसं कळलं?"

"कसं कळलं हे मी सांगू शकत नाही. तुझ्या सॅकमध्ये एक पुरातन पेटी आहे ही गोष्ट मला ठाऊक आहे; पण त्या पेटीत काय आहे हे मात्र अद्याप कुणालाच माहीत नाही... पण..."

"पण काय?"

"पेटीच्या आतील वस्तू माझ्यासाठी अतिशय महत्त्वाची आहे..."

ऑस्करनं आपली ब्रीफकेस चट्कन उघडली. आतमध्ये बॅग भरून सोन्याची बिस्किटं होती. "त्या पेटीची ही एवढी भली मोठी किंमत मी तुझ्यासाठी घेऊन आलोय! ही बॅग तुझ्याकडे ठेव आणि तुझी सॅक मला दे... डील विल बी ओव्हर!"

डोळे विस्फारून विक्रम त्या सोन्याच्या बिस्किटांकडे बघत राहिला.

"आयुष्यभर जरी काम करीत राहिलास तरी एवढी संपत्ती जमवू शकणार नाहीस तू!"

"पण... माझ्या सरांनी... मी त्यांच्याशी चीटिंग..."

"हाऊ पिटी! कोणत्या काळात वावरत आहेस विक्रम?" ऑस्कर छद्मीपणे हसू लागला.

"ना तुला त्या पेटीचा उपयोग ना तुझ्या सरांना! एका जुनाट पेटीसाठी तुला एवढी मोठी रक्कम कुणी देईल का?"

"मग तुम्ही कशी देता?"

ऑस्कर चपापला. विक्रमवर आपली दृष्टी रोखून जरबेच्या स्वरात तो म्हणाला, "तुझ्याशी वाद घालायला मला मुळीच वेळ नाही. ती पेटी मला दे आणि ही ब्रीफकेस ठेव..."

"आय ॲम सॉरी! मी ती पेटी तुम्हाला देऊ शकत नाही. मी माझ्या सरांना तसं वचन दिलं आहे. मी त्यांचा विश्वासघात करणार नाही. तुमच्या या सोन्याच्या चिप्सपेक्षा माझा शब्द आणि सरांचा माझ्यावरचा विश्वास मला अधिक मोलाचा वाटतो!"

ऑस्करची गौरमुद्रा संतापानं फुलली. पण पुन्हा उसनं हास्य चेहऱ्यावर आणण्याचा प्रयत्न करीत तो म्हणाला, "देन आय हॅव नो चॉइस..."

त्याचा हात आपल्या कोटाच्या खिशाकडे गेला.

विक्रम घाबरून उठून उभा राहिला. त्याला पुढचा अंदाज येऊन चुकला. हातातली सॅक त्यानं छातीशी घट्ट धरून ठेवली. ऑस्करच्या छोट्या साउंडप्रूफ

पिस्तुलातून गोळी सुटली. विक्रम मागे झुकला. गोळी जेमतेम त्याच्या हातातल्या सॅकपर्यंत गेली आणि वक्राकार वळत वरच्या पारदर्शी छताला भोक पाडून आकाशात अदृश्य झाली. दोघेही वर बघू लागले. वरून सेल्यूलाइज्ड काचांच्या छोट्या तुकड्यांचा पाऊस पडला. झाल्या प्रकाराचं दोघांनाही आश्चर्य वाटलं. विक्रम हातातल्या सॅकवरून हात फिरवू लागला. सॅकला काहीही झालेलं नव्हतं. दोघेही एकमेकांकडे पाहू लागले.

त्याच वेळी दार उघडून महानंदांनी आत प्रवेश केला. आपली फ्रेंच कॅप डोक्यावर चढवून ऑस्कर ब्रीफकेससह बाहेर जाऊ लागला. विक्रमकडे बघून जाता जाता म्हणाला, "आय विल सी यू लेटर..."

ऑस्कर निघून गेला.

हातातल्या सॅकला आवळून धरत विक्रमनं सीटवर बसकण मारली. महानंद तत्परतेनं त्याच्या जवळ गेले. त्याच्या डोक्यावरून हात फिरवत त्यांनी घाबऱ्याघुबऱ्या स्वरात विचारलं, "काय झालं? कोण होता तो? त्याला काय हवं होतं?"

त्यांच्या या साऱ्या प्रश्नांची उत्तरं द्यायची म्हणजे आपल्या सॅकमधे बाळगलेल्या गुपिताविषयी सारं काही सांगण्यासारखं होतं. काय करावं ते त्याला सुचेनासं झालं. एकीकडे जिवाची आणि त्याहीपेक्षा हाती घेतलेलं कार्य पार पडेल की नाही याची भीती होती, तर दुसरीकडे गौप्यस्फोट होण्याचा धोका होता. त्या संभ्रमावस्थेत काही वेळ गेल्यानंतर विक्रमनं मनाशी सारासार विचार करून महानंदांना सारं काही खरं सांगून टाकण्याचा निश्चय केला!

महानंदांकडे व्याकूळतेनं बघत त्यानं म्हटलं, "काल संध्याकाळपासून मी एक गुपित या सॅकमध्ये आणि माझ्या मनात बाळगून आहे." महानंदांच्या भिवया उंचावल्या. "माझा स्वभाव सरळ-साधा आहे. अशी गुपितं मी फार काळ मनात ठेवू शकत नाही... आणि आता ते गुपित तुम्हाला सांगितलं नाही तर ते कदाचित दुष्ट प्रवृत्तींच्या हाती लागेल. याउलट मी ते तुम्हाला सांगितलं तर कदाचित या कोंडीतून मार्गही निघू शकेल..."

त्याच्या मस्तकावरून हात फिरवत महानंद म्हणाले, "मी नक्कीच तुला मार्ग दाखवीन..."

विक्रमनं मोठ्या विश्वासानं महानंदांकडे बघितलं. त्यांच्या नीलनेत्रांमधून प्रेम ओसंडत होतं. प्रा. विश्वनाथनांविषयी सारी माहिती सांगून विक्रमनं त्यांना त्या पेटीविषयी थोडक्यात कथन केलं.

सारी कथा ऐकून महानंद म्हणाले, "म्हणजे ती पेटी तुझ्या सॅकमध्ये आहे तर!"

"हो... म्हणूनच मी या सॅकला कालपासून जिवापाड जपत होतो!"

"ते माझ्या केव्हाच ध्यानात आलं होतं!" महानंदांनी नेत्र मिचकावत हसून म्हटलं. "थोडक्यात, जर त्या पेटीतलं गुपित कुणाच्या हाती लागलं तर तो माणूस या समस्त मनुष्यजातीवर प्रभाव पाडील. विश्वातल्या अनेक व्यक्त-अव्यक्त शक्ती त्याच्या पायाशी लोळण घेतील. सृष्टीत दडलेली सारी रहस्यं त्याला उलगडतील... हे गुपित तुझ्याजवळ आहे हे अत्याधुनिक साधनांच्या साहाय्यानं कुणीतरी जाणलं आहे. ते मिळवण्यासाठी तुला प्रलोभनही दाखवलं जात आहे आणि धमकावलंही जात आहे, बरोबर?"

"अगदी बरोबर! काका, मी तुम्हाला सारं काही आपलेपणानं आणि मोठ्या विश्वासानं सांगितलं आहे. आता माझ्या सरांनी माझ्यावर सोपवलेलं हे कार्य मी कसं पार पाडू शकेन ते सांगा... मला मार्ग दाखवा!"

"सॅक उघड..."

"सॅक...? आत्ता? इथे?"

"माझ्यावर विश्वास आहे ना तुझा?"

"हो... पण..."

"काळजी करू नकोस! विश्वातल्या साऱ्या गुपितांची पेटी तुझ्या पोतडीत आहे, पण अद्याप तुला ती गुपितं समजलेली नाहीत... इतक्यात समजणारही नाहीत. आता मी काय सांगतो ते नीट ऐक! तुम्हा तरुणांच्या भाषेतच सांगतो..."

विक्रमनं आपले पिंगट केस एकसारखे केले. सॅक दोघांच्या मधोमध ठेवली आणि हनुवटीवर पंजे ठेवून तो महानंदांचं बोलणं लक्षपूर्वक ऐकू लागला.

"विक्रम, हे संपूर्ण विश्व म्हणजे एक अतिप्रगत प्रोग्रॅम आहे. अर्थात विश्वाच्या मागे असलेल्या मनानं तो बनवलेला आहे. त्या प्रोग्रॅमप्रमाणे विश्वातल्या यच्चयावत वस्तू सतत फिरत आहेत. गती आणि परिवर्तन हा इथला नियम आहे. कोणतीही एक अवस्था चिरंतन स्वरूप नसते. मग ती प्राणिसृष्टी असो, जीवसृष्टी असो, मनुष्यसृष्टी असो की देवसृष्टी. अनेक स्प्रिंग्ज एकमेकांत गुंफाव्यात अशी ही रचना आहे. अशा प्रत्येक सृष्टीचा स्वतंत्र प्रजातंतू आहे. असे सर्व प्रजातंतू एकमेकांत गुंफलेले आहेत. या कार्यात कुठेही गडबड गोंधळ नाही. तुम्हाला एखादं सॉफ्टवेअर बनवताना मनाशी संकल्प करावा लागतो आणि मग तो संगणकावर प्रत्यक्षात येतो. त्यातली सत्यता संगणकावरच प्रत्ययाला येते. संगणकच नसेल तर तो संकल्प आणि त्याचं वास्तविक सत्यस्वरूप प्रत्ययाला येऊच शकणार नाही. म्हणजे ती केवळ माया बनून राहते आणि मायेच्या प्रांतातच ती व्यक्त होते. पण संगणकाबाहेर केवढं अफाट विश्व आहे!

"दिवसा आपण दैनंदिन व्यवहार करतो आणि रात्री झोपतो. आपल्याला स्वप्नं पडतात. स्वप्नातली दुनिया वेगळीच असते. पुष्कळदा स्वप्नात दिसणाऱ्या दृश्यांचा,

अनुभवांचा वास्तविक जीवनाशी काही संबंध नसतो. परंतु स्वप्नात दिसणारी दृश्यं किंवा येणारे अनुभव हे शेकडो, सहस्त्रो जन्मांत केव्हा ना केव्हा तरी आलेलेच असतात. एवढंच काय; आपण ज्या ज्या कल्पना करतो त्या त्या विश्वात प्रत्यक्षात कुठे ना कुठे तरी असतातच! म्हणजे आपल्या कल्पनादेखील या विश्वातल्याच असतात; त्या नवीन नसतात...!''

''अर्थात, या वैश्विक-सॉफ्टवेअरमध्ये आपल्याला दिल्या गेलेल्या कमांड्स आपण केवळ 'फॉलो' करीत असतो... म्हणजे कराव्याच लागतात, बरोबर ना?''

''बरोबर!'' महानंदांनी हसून म्हटलं, ''पण या प्रोग्रॅममध्येसुद्धा वैश्विक मनानं एक सुविधा ठेवलेली आहे. आपण या प्रोग्रॅममध्ये म्हणजे संकल्पामधे हवा तसा बदल घडवून आणू शकतो. अर्थात ती गोष्ट सहजसाध्य मुळीच नाही... हिमालयात असे कित्येक योगी आहेत ज्यांनी शेकडो वर्षांच्या साधनेनंतर संकल्प-बदलाचे मार्ग शोधून काढले आहेत. पिढ्यान्‌पिढ्या त्यांचं हे ज्ञान अबाधित राहावं म्हणून आत्मनिष्ठेबरोबरच - Subjective - वस्तुनिष्ठेचा - Objective - आधार घेऊन त्यांनी अशा काही शक्ती जिवंत ठेवल्या आहेत. परंपरेनं त्या वस्तूंचं जतन केलं गेलं आहे...

''मित्रा, तशीच एक वस्तू तुझ्या सॅकमध्ये आहे! त्या वस्तूच्या निर्मितीमागे कित्येक योग्यांचं शेकडो वर्षांचं तप आहे... तुझ्यावर फार मोठं दायित्व येऊन पडलेलं आहे!''

लोहरस मुशीत ओतावा त्याप्रमाणे महानंदांनी सारा ज्ञानरस एका दमात विक्रमच्या डोक्यात ओतला होता. ते अगाध ज्ञान ऐकून विक्रमचं अंग शहारलं. निरीश्वरवादी म्हणवण्यात भूषण मानणारा विक्रम तो ज्ञानरस पिऊन उत्तेजित झाला. त्यानं विचारलं, ''माझ्या सॅकमधे ती वस्तू आहे हे तुम्हाला कसं कळलं?''

''योगसाधनेमुळे!''

''तुमच्या शब्दांवर विश्वास ठेवणं प्राप्त परिस्थितीत अपरिहार्य आहे. आजपर्यंत कुणीही मला वैश्विक रचनेचं कोडं अशा तऱ्हेनं उलगडून सांगितलं नव्हतं... तुमच्या बोलण्याचा पुरावा या सॅकमध्ये आहे. पण त्याची परीक्षा...''

''सॅक उघड!''

''पण...''

''माझ्यावर विश्वास आहे ना?''

होकारार्थी मान हलवून विक्रमनं सॅकची चेन उघडली. आतून ती पंचधातूची पेटी त्यानं बाहेर काढली.

''झाकण उघड...''

ग्रहण लावून विक्रमनं पेटीचं झाकण उघडलं.

तेवढ्यात गाडीनं बोगद्यात प्रवेश केला. कुपेमध्ये अंधार झाला. तीन वॅटचे सोलर दिवे आपोआप लागले. त्या मंद प्रकाशात विक्रमनं सूर्य, चंद्र आणि पृथ्वी एका समांतर रेषेत आणली. 'खट्ऽ खट्ऽ खट्ऽ' असा खटके उघडण्याचा आवाज झाला. आतून सर्चलाइटसारखा निळसर तेजस्वी प्रकाश फिरू लागला. त्यानं पेटीचं झाकण संपूर्ण उघडलं. थक्क होऊन तो पेटीच्या आतील दृश्याकडे बघत राहिला.

गाडी अजूनही बोगद्यातच होती.

पिंडी ते ब्रह्मांडी

बोगदा संपता संपत नव्हता. रुळांचा कर्णकटू खडखडाट होतच होता. अजूनही महानंद आणि विक्रम नेत्र विस्फारून त्या अद्‌भुत प्रकाशाकडे बघत होते. निळसर प्रकाशानं तो कुपे तेजाळून निघाला होता.

हळूहळू प्रकाशाची प्रभा संकुचित होऊ लागली. प्रकाश आक्रसू लागला; आणि बिंदूवत् होऊन गेला. पंचधातूच्या पेटीचं झाकण अद्याप उघडंच होतं. पण आत काही दिसत नव्हतं. वलयांकित निळसर परंतु प्रखर अशा प्रकाशामुळे दोघांचे नेत्र दिपून गेले असावेत.

एवढ्यात, उल्का जशी तारकामंडळातून सुटून वेगानं बाहेर पडावी तशी ती वेगवान गाडी त्या प्रचंड बोगद्यातून बाहेर पडली. तमाला दूर करून सूर्याच्या सोनेरी किरणांचे कवडसे कुपेत घुसले. स्वच्छ सूर्यप्रकाशात दोघांनाही त्या पंचधातूच्या पेटीत हातांच्या ओंजळीत मावेल अशी एक दिव्य पिंड दिसू लागली. महानंदांनी हलकेच ती पिंड बाहेर काढली. "अद्‌भुत! सुंदर! अतिसुंदर!! भारावलेल्या मुद्रेनं त्या पिंडीकडे बघत असताना त्यांच्या मुखातून शब्द बाहेर पडू लागले.

"म्हणजे, या पेटीत ही साधी शंकराची पिंड होती तर! मला वाटलं..."

"ही साधी पिंड नाही विक्रम!" त्याच्याकडे बघत काहीशा अधिकारवाणीनं बघत महानंदांनी म्हटलं, "या पिंडीत फार मोठं रहस्य दडलेलं असणार!"

दोघेही पिंड निरखू लागले. विविध धातूंच्या मिश्रणानं ती कांस्यरंगी पिंड बनवलेली होती. ते धातू अगम्य होते... जणू परग्रहावरून आणलेले! पिंडीवरचा बाण (शालुंका) मात्र गारगोटीसारखा मळकट शुभ्र होता. महानंदांनी ती पिंड दोन्ही हातात वर धरली. पिंडीचं ते चहूबाजूंनी निरीक्षण करू लागले. अवाक् होऊन विक्रम आळीपाळीनं त्यांच्याकडे आणि पिंडीकडे बघत होता. हातातली सॅक आता त्यानं बाजूला ठेवली आणि महानंदांना उद्देशून म्हटलं, "पिंड अगदी साधीसुधी दिसते... पण... पण त्यातून प्रकाश कसा काय पाझरला? शिवाय तो नाहीसा कसा झाला?

नक्की काय आहे हे?''

"मी सांगितलं ना; ही साधी पिंड नाही म्हणून!''

महानंदांनी ती दिव्य पिंड सीटवरच्या पेटीत हळूच ठेवली आणि ते पुढे म्हणाले, "तुझे प्रोफेसर विश्वनाथन् यांनी म्हटल्याप्रमाणे विश्वातली सारी शक्ती या पिंडीत भरलेली आहे. माझा विश्वास आहे या गोष्टीवर...''

दरम्यान, विक्रमनं पिंडीवरचा बाण हलकेच काढण्याचा प्रयत्न केला. परंतु तो काही केल्या निघेना. त्याच खटपटीत त्यानं तो बाण बरणीच्या झाकणासारखा हळूच फिरवला. अचानक दोन खटक्यांचा आवाज झाला. तो बाण फिरला; आणि विक्रमच्या हाती आला. उजव्या हातात तो धरून विक्रम पिंडीमधल्या पोकळीत डोकावून पाहू लागला.

त्याच वेळी पुन्हा दुसरा बोगदा आला. कुपेत अंधार झाला. दोघेही पिंडीत डोकावून बघत होते. एकाएकी पिंडीतल्या पोकळीच्या तळाशी इलेक्ट्रॉन, न्यूट्रॉन फिरताना 'दिसावेत' तसे प्रकाशित कण निर्धारित वेगानं फिरताना दिसू लागले. त्यांचा निळसर शुभ्र प्रकाश पोकळीत फिरू लागला. आणि अचानक चेन-रिॲक्शन झाल्याप्रमाणे असंख्य प्रकाशित कण त्यातून प्रस्फुरित होऊ लागले. अणुगर्भातल्या त्या संचामधून अनेक संच आकार घेऊ लागले. खोल खोल डोहात गेल्याप्रमाणे ते संच विखुरले गेले.

आश्चर्यमुग्ध होऊन विक्रम आणि महानंद पिंडीतल्या त्या अद्भुत दृश्याकडे नेत्र विस्फारून बघत होते. गाडी अजून बोगद्यातच होती. रुळांचा खडखडाट होतच होता. पण दोघांनाही त्याचं भान उरलं नव्हतं. पिंडीतल्या विश्वातच ते हरवून गेले होते. बघता बघता त्या एवढ्याशा पिंडीतल्या पोकळीत सारं ब्रह्मांड दिसू लागलं. अगणित ग्रह-तारे, आकाशगंगा दिसू लागल्या. हळूहळू त्या विस्तारू लागल्या. परस्परांपासून त्या दूर जाऊ लागल्या. मग परस्पर ताणावर ते ग्रहगोल स्थिरावले आणि गतिबद्ध झाले.

"माय गॉड! धिस इज होल युनिव्हर्स इन फ्रन्ट ऑफ अस!'' पिंडीतल्या विश्वदर्शनानं विक्रम इतका प्रभावित झाला की नकळत त्यानं आपला उजवा हात त्या ब्रह्मांड दर्शकावर ठेवला. त्या विश्वात जाण्याची आंतरिक ओढ त्याच्यामध्ये निर्माण झाली होती. अंत:प्रेरणेनं त्यानं आपला हात त्या पिंडीतल्या ब्रह्मांडात घातला आणि काय आश्चर्य! हाताचा जेवढा भाग त्यानं पिंडीतल्या अवकाशात घातला होता तेवढा भाग अदृश्य झाला!

"माझा हात दिसत कसा नाही?'' तो ओरडला.

महानंदही आश्चर्यानं त्यात डोकावून पाहू लागले.

भारावलेल्या अवस्थेतच विक्रम उद्गारला, "मला माझा हात दिसत नाही, पण

हाताची पूर्ण जाणीव आहे मला! खूप ग्रेट फीलिंग... इतकं सेलेस्चिअल...''
नकळत त्यानं हाताचा कोपऱ्यापर्यंतचा भाग आत घातला आणि त्याचवेळी विक्रम आतल्या विश्वात एकाएकी खेचला जाऊ लागला. महानंदांनी महत्प्रयासानं त्याला मागे ओढलं. त्याचा हात पूर्ववत दिसू लागला.

विक्रमची मुद्रा तेव्हा अत्यानंदानं उजळली होती. ''काका, कशाला मला मागे ओढलंत? दॅट वॉज ग्रेट एक्सपिरिअन्स!''

''फार घाई करतोस तू विक्रम!'' त्याच्या पिंगट केसांमधून कंगव्यासारखी बोटं फिरवून महानंद म्हणाले. ''आत्मसुखात, आत्मानंदात डुंबून जाणं योग्य नाही. तुझ्या कर्तव्याचा काही विचार करशील की नाही? केवळ तुझं हित पाहू नकोस, समाजाचं पहा!''

''सॉरी अंकल! माझ्या सरांनी सोपवलेलं कार्य मी क्षणभर विसरूनच गेलो!''

महानंदांनी तत्परतेनं पिंडीवर बाण ठेवला आणि घड्याळाच्या काट्याच्या दिशेनं हलकेच फिरवला. तो लॉक झाला. विक्रमनं ग्रहताऱ्यांचं 'ग्रहण' दूर करून ती पंचधातूची पेटी बंद केली.

त्याच्याकडे प्रेमानं बघत महानंद म्हणाले, ''ही पेटी ताबडतोब सॅकमध्ये ठेवून दे! मला सारं काही समजलंय!''

''काय समजलं काका?''

''तू नुसतंच पिंडीतलं ब्रह्मांड बघत राहिलास. पण मला चमकणाऱ्या त्या असंख्य ताऱ्यांनी योग्य तो संकेत दिला... कोडवर्ड म्हण हवं तर!''

''कोणता?''

''बिंदूसरोवर!''

''हे कोणतं सरोवर? हा कोडवर्ड आहे? मला कसा दिसला नाही तो कोड?''

''त्यासाठी वेगळी दृष्टी असावी लागते विक्रम!''

''म्हणजे?''

''थांब, तुला समजावून सांगतो.''

महानंदांनी आपल्या जाकिटातून एक छोटी तपकिरी रंगाची जुनाट डायरी बाहेर काढली. त्यातलं एक पान उघडून आपल्या पेनानं ते एक आकृती काढू लागले.

विक्रमची प्रश्नार्थक मुद्रा त्यांच्यावर आणि त्या संकेतचित्रावर आळीपाळीनं रोखली गेली. थोड्याच वेळात महानंदांनी ती आकृती पूर्ण केली आणि विक्रमसमोर धरली.

''हे काय आहे? काहीच समजत नाही.''

''बिंदूपासून प्रस्फुरित झालेल्या विश्वाची ही अगम्य आकृती आहे. मी बारकाईनं त्या विश्वाची निर्मिती बघितली. त्यातून मला जो अर्थबोध झाला त्या अनुषंगानं मी

ही आकृती तयार केली. इथे पाहा... या आकृतीत हा नागाचा फणा आहे. दहाच्या आकड्यापाशी या दोन रेषांवर दोन द्वारं दिसतात... आणि हे तिसरं द्वार एका बिंदूकडे उघडतं. तिथे एक दिव्य सरोवर दिसतं. हेच ते बिंदूसरोवर! म्हणजेच या पिंडीचा बिंदूसरोवराशी काहीतरी संबंध आहे. नव्यानं निर्माण होणारं हे विश्व बिंदूसरोवरात समर्पित केलं तर ते पुन्हा कदाचित आकार घेणार नाही. म्हणजे ते न्यूट्रल होऊन जाईल. अर्थात या पिंडीच्या आधारानं कुणी विश्वनियमांमध्ये ढवळाढवळ करू शकणार नाही!''

''तुम्ही काय बोलताहात... मला काही समजत नाही, काका!'' प्रश्नार्थक मुद्रा तशीच ठेवून काहीशा त्रासिकपणे विक्रम म्हणाला.

''हे बघ... तू जेव्हा पिंडीत हात घातलास तेव्हा तो दिसेनासा झाला! कसा?''

''कसा?''

''कारण तो नव्यानं निर्माण होणाऱ्या विश्वात गेला होता.''

''म्हणजे ब्लॅक-होल अर्थात कृष्णविवरात गेला होता का?''

''नाही! ही त्यापलीकडची अगम्य गोष्ट आहे! त्या विश्वात अजून काळाचाच प्रारंभ व्हायचाय! अशा विश्वात तुझा हात गेल्यामुळे तो अव्यक्त झाला. मनुष्यप्राणीच त्या विश्वात अब्जावधी वर्षांनी निर्माण होणार आहे तिथे तुझा हात आताच कसा काय आकार घेणार?''

ते विज्ञान ऐकून विक्रमच्या डोक्याला झिणझिण्या आल्या. त्यानं आपलं मस्तक झटकलं. तेव्हा महानंद पुढे सांगू लागले, ''मघाशी तू त्या विश्वात पूर्णत: गेला असतास तर तुझं अस्तित्वच संपलं असतं. तुझा 'अहं' कार्यरत व्हायलाच अब्जावधी वर्षं लागली असती!''

''बाप रे!... पण हे तुम्हाला कसं कळलं?''

''साधी गोष्ट आहे... ज्या विश्वाचा अजून प्रारंभच व्हायचा आहे तिथे मग तुझं अस्तित्व कसं संभवेल? तत्त्वज्ञानाच्या दृष्टिकोनातून मी माझं मत मांडलं... ते जाऊ दे... आता काहीही करून तुला ही पिंड घेऊन बिंदूसरोवराकडे गेलं पाहिजे.''

''बिंदूसरोवरावर म्हणजे नेमकं जायचं तरी कुठे? शोधायचं कुठे हे बिंदूसरोवर? मी आजपर्यंत तरी या सरोवराचं नाव ऐकलेलं नाही...''

''मी तरी कुठे ऐकलंय?'' आपला सोनेरी फ्रेमचा चश्मा थोडा वर सरकावून नेत्र मिचकावत महानंदांनी म्हटलं. ''मी अनेकदा भारतभ्रमण केलं आहे. पंपासरोवर, मानससरोवर अशा अनेक सरोवरांचं मी दर्शन घेतलं आहे. पण बिंदूसरोवराचं नाव मीसुद्धा ऐकलेलं नाही... हिमालयात एक प्राचीन बिंदूसरोवर आहे. पण या बिंदूसरोवराशी त्याचा संबंध नाही... पण मला खात्री आहे; तुझी निष्ठा, तुझी इच्छाशक्ती तुला त्या सरोवराकडे घेऊन जाईल.''

"ठीक आहे... पण काका, एका गोष्टीचा उलगडा अजूनही मला झालेला नाही... ही पिंड हाती आल्यामुळे आपण विश्वावर प्रभाव कसा काय पाडू शकतो?... आणि आपल्या सर्व मनोकामना कशा काय पुऱ्या होऊ शकतात?''

"मला वाटतं, त्यासाठी आणखी कोणता तरी संकेत म्हणजे कोडवर्ड असेल. पण तोही तुला कालांतरानं कळेल असा मला विश्वास वाटतो. थोडी प्रतीक्षा कर...''

विक्रम काही बोलला नाही. त्याच्या मनात मात्र संदेहाचं वादळ उठलं. बिंदूसरोवर कुठे आहे हे आपल्याला माहीत नाही. एखादं ठिकाण कुठे आहे हेच जर माहीत नसेल तर तिथे जाण्याची कल्पना करणं किती मूर्खपणाचं!

विक्रमसारख्या निरीश्वरवाद्याला अशा गोष्टींवर विश्वास ठेवणं कठीण जात होतं. पण आता आलेल्या अतर्क्य अनुभवांमुळे त्याच्या विचारात फरक पडायला लागला होता. त्याचबरोबर त्या अगम्य ठिकाणी आपण गेलोच नाही तर विश्वनाथन् सरांशी प्रतारणा केल्यासारखं होईल, अशीही काळजी त्याच्या मनाला लागून राहिली होती.

त्याची मनोवस्था जाणून महानंदांनी म्हटलं, "तुला ती डायरी दिली ना मघाशी...?''

"हो, ही काय माझ्या हातात!''

"ही साधी डायरी नाही बरं बाबा!''

"म्हणजे?''

"तुझ्या मनात जेव्हा संभ्रम निर्माण होईल तेव्हा मनातला प्रश्न या डायरीच्या डाव्या पानावर लिही... तुला उत्तर मिळेल!''

"काय सांगता...!''

विक्रमनं तडकाफडकी आपल्या सॅकमधून पेन काढलं आणि डायरीच्या डाव्या पानावर प्रश्न लिहिला- 'माझ्या कामगिरीत मी यशस्वी होईन की नाही?'

प्रश्न लिहून तो ती डायरी महानंदांकडे देऊ लागला. तेव्हा हसून त्यांनी म्हटलं, "मला देऊ नकोस. तुझ्या प्रश्नाचं उत्तर केव्हाच दिलं गेलं आहे! प्रश्नापुढचं उजव्या बाजूचं पान बघ!''

विक्रमनं तडकाफडकी ते पान उघडलं. त्यावर अक्षरं उमटली होती- 'प्रयत्नांतीच यशप्राप्ती होत असते.'

"काका...! हे बघा उत्तर!! कसं काय...? ही कोणती विद्या आहे? सांगा ना मला!''

गाडीत बसल्यापासून विक्रमला असे धक्क्यावर धक्के बसत होते. त्यामुळे आजवर मनाशी बाळगलेल्या निष्ठांना तडे जात होते.

महानंद हसून म्हणत होते, ''हिमालयातल्या एका योग्यानं ही रोजनिशी मला दिली होती. ते जाऊ दे! आत्ता एवढंच ध्यानात ठेव की, जेव्हा तुझ्या मनात संभ्रम निर्माण होईल तेव्हा या डायरीचा उपयोग कर... तुला उत्तर मिळेल!... ठेव ही तुझ्याकडेच!''

एवढ्यात दार वाजलं. त्यामुळे दोघेही शांत बसले.

कुपेचं दार उघडून कीथ आत आला. ''हॅलो! ॲन्ड व्हॉट इज धिस? काचा?'' सहजगत्या त्यानं छताकडे बघितलं.

फुटलेल्या छताचं कसंबसं समर्थन करून महानंदांनी विचारलं, ''तुझा ब्रेकफास्ट झाला?''

''हो... तुमचा?''

''हो, मी आणि हा!''

''माझा माझ्या मित्रांबरोबरच झाला!'' जागेवर बसत कीथनं म्हटलं, ''तिकडे माझे तिघे मित्र आहेत. आम्हाला सलग रिझर्वेशन मिळालं नाही. तीन त्या बोगीत आणि मी एक इथे!''

''तुझे मित्र कोण? ऑस्कर डिसूझा तर नव्हे?'' विक्रमनं हळूच खडा टाकून बघितला.

''ऑस्कर? ओ, नो! का?''

''माझा एक मित्र आंतरराष्ट्रीय व्यापार करतो. तोही मागच्याच बोगीत आहे म्हणून विचारलं.'' स्वतःच्या मुत्सद्देगिरीवर विक्रम खूश झाला.

कीथनं म्हटलं, ''छे, छे! माझे ते तिघेही मित्र त्या क्षेत्रातले नाहीत. एक माझ्यासारखाच आर्किऑलॉजी विषयातला आहे. माझ्याबरोबरच लंडनहून आलाय. बाकीचे दोघे पुण्यातलेच. भारत दाखवण्यासाठी ते आमच्या बरोबर निघालेत...''

''काय बघितला भारत?''

''तेच मी काल सांगत होतो, अंकल! मी भारताच्या शोधात आहे. मला खरा भारत अजून दिसलेलाच नाही. इथल्या शहरांमधून हिंडताना मला कडकडीत उन्हातलं ब्रिटनच दिसतं!... इंग्लिश स्मार्ट सिटीज्! दुकानांच्या पाट्या इंग्रजीत. फोनवरचं बोलणं इंग्रजीत. तरुण पिढीचं परस्परांशी बोलणं इंग्रजीतूनच! हॉटेलचं इंटिरिअर इंग्लिश थाटाचं. तिथले मॅनरिझम्स आमचेच. निखळ इंडियन परंपरागत संगीत शोधूनही कुठे सापडत नाही. सगळीकडे फ्यूजन! संगीताचं फ्यूजन, संस्कृतीचं फ्यूजन, भाषेचं फ्यूजन. फॅशनचं फ्यूजन... इंडिया म्हणजे एक फ्यूजन! विविधतेतून एकता ही इंडियाची आज ओळख बनली असली तरी मूळ इंडिया हरवून गेलेलाच दिसतो...''

''सगळाच बोजवारा उडालाय!'' महानंदांनी एका शब्दात आपला भाव प्रकट

केला. "मघाशी मी या विक्रमला तेच सांगत होतो. म्हणजे तुमचं राज्य असताना देखील हिंदुस्थाननं आपला चेहरामोहरा गमावला नव्हता इतका स्वातंत्र्यानंतर गमावला आहे. इंग्रजी पद्धतीच्या एकांगी भौतिक शिक्षणाचा हा परिणाम दुसरं काय!"

आपला मघाचा मुद्दा पकडून कीथ म्हणाला, "मला फ्यूजन मुळीच आवडत नाही. मला ओरिजिनॅलिटी आवडते. प्रत्येक संस्कृतीची स्वतःची अशी खास ओळख असते. स्वतःचा चेहरा असतो. त्यावर दुसऱ्या संस्कृतीची प्लॅस्टिक सर्जरी करणं योग्य नसतं. आम्ही वेस्टर्न लोकांनी तीच चूक केली. आफ्रिका बदलली, दक्षिण अमेरिका बदलली... भोगवादी संस्कृतीचं कलम करून तिथली मूळ संस्कृती मारली..."

"तेच माझं मत आहे!" महानंद तत्परतेनं उत्तरले, "विविधता हा निसर्गाचा धर्म आहे. विविधतेतली एकात्मता आनंददायी असते. तंत्रज्ञानाची देवाणघेवाण अवश्य करावी. दुसऱ्या संस्कृतीचा आदर अवश्य करावा. पण म्हणून स्वत्व सोडून देण्याची काहीच आवश्यकता नसते. पण आज सर्वत्र तेच चित्र आहे... जाऊ द्या!

"पण तुला खरोखरच भारतीय संस्कृती बघायची असेल तर ती उरल्यासुरल्या खेड्यांमधून... छोट्या गावांमधून दिसेल. या मातीतल्या परंपरा अजूनही तिथे, कशा का होईना, जोपासल्या गेल्या आहेत. काही ठिकाणी तुम्हाला ऋषीय संस्कृतीही अवतरलेली बघायला मिळेल. एक आचार, एक विचार आणि एक उपासना पद्धत असलेली. आजच्या अधःपतित काळातही तुम्हाला तिथे परस्परांना पुष्टी देऊन उत्कर्ष साधणारा समाज दिसेल..."

"तशाच संस्कृतीच्या शोधात मी या देशात आलो... आमच्याकडे प्रत्येक माणूस यंत्रवत् होऊन गेला आहे. नियमांचं काटेकोर पालन करणारा आमचा माणूस कुटुंबव्यवस्था, प्रेमभाव, भक्ती, आत्मानंद या गोष्टींना पारखा झाला आहे. म्हणून, आय कन्फेस, मी परमशांतीच्या शोधासाठी इथे आलो! पण... कॅन यू शो मी? असा एखादा मानवसंघ, जो सनातन भारतीय किंवा ऋषिप्रणीत विचारधारांची जोपासना आणि संवर्धन करतो?"

"दैवी विचारांवर अधिष्ठित असा एक मानवसंघ इथे आहे. मी घडवीन तुम्हाला त्या संस्कृतीचं दर्शन."

"दॅट्स ग्रेट!... मे आय नो युवर... आय मीन, आपली तशी ओळख झालेली नाही... तुम्ही प्रोफेसर वगैरे..."

"खरंच! मला तरी काकांची नीट ओळख कुठे झाली आहे?" विक्रमनंही कीथची री ओढली.

"माझी ओळख महत्त्वाची नाही हो! तरीही तुम्हाला करून घ्यायची असेल तर

थोडक्यात सांगतो... काळाबरोबर न धावणारा, स्वत:च्याच मंद वेगानं चालणारा, वाटेत येणाऱ्या सौंदर्यस्थळांमध्ये रमणारा, जीवनाचा आनंद घेत शांतपणे पुढे जाणारा मी एक पांथस्थ आहे. जे काळाबरोबर धावण्याचा प्रयत्न करतात त्यांना काळ लवकर फस्त करतो, अशी माझी धारणा!''

''मला नाही समजलं.'' विक्रम साशंकतेनं म्हणाला.

''तुला एक गोष्ट सांगतो..''

गोष्ट म्हटल्यावर मनानं अस्थिर झालेला विक्रम त्यांच्या गोष्टींकडे कान देऊ लागला. हनुवटीवर तळहात ठेवून कीथ उत्सुकतेनं ऐकू लागला. कीथशी बोलताना सारा संवाद इंग्रजीतून होत होता.

महानंद सांगू लागले- ''गुरुगृही राहणारा एक शिष्य होता. लाकडं आणण्यासाठी तो वनात गेला. तेव्हा त्याला एक बाभळीचं झाड दिसलं. ते झाड पाहून त्याला आश्चर्याचा धक्का बसला. कारण त्या झाडाला काटे नव्हते तर संपूर्ण झाड पिवळ्या फुलांनी बहरून गेलं होतं. तो शिष्य आश्चर्यानं म्हणाला, 'हे वृक्षा, मी तर माझ्या गुरूकडून असं ऐकलंय की, सत्ययुगात बाभळीच्या झाडाला फुलं येत असत. कलियुगात फुलांच्या जागी काटे येऊ लागले. पण तू तर या कलियुगातही काट्यांऐवजी सुंदर फुलांनी बहरला आहेस! म्हणजे गुरूची शिकवण खोटीच म्हणायची!' यावर तो वृक्ष म्हणाला, 'मुळीच नाही! तुझ्या गुरूची वाणी खोटी नाही. कारण मी अजून सत्ययुगातच आहे! मी माझा वेग मंद केला आहे. कलियुगात जाण्याची घाई कशाला करायची? ज्यांना वेगानं पुढे जायचं आहे त्यांना जाऊ द्या! ते काट्यांना प्राप्त होतील. पण सत्ययुगात असल्यामुळे मी मात्र सुखात आहे.' मित्रांनो, मी असाच एक वेडा आहे... सत्ययुगात रेंगाळलेला! प्राचीन संस्कृतीत रमलेला!''

''वंडरफुल! अशाच माणसाच्या मी शोधात होतो. आता मी तुम्हाला सोडणार नाही... यू आर माय गुरू ॲन्ड आय ॲम युवर डिसायपल!''

कीथ बोलत असतानाच दारावर थाप पडली.

पाठोपाठ महानंद जवळपास ओरडलेच, ''विक्रम, वरच्या फुटक्या छतातून ताबडतोब पळ काढ! वेळ घालवू नकोस! दाराशी संकट आहे...''

दारावर जोरदार थापा पडू लागल्या.

विक्रमनं झटपट सॅक खांद्यावर टाकली. कीथ-महानंदांचा त्यानं खुणेनंच निरोप घेतला. बर्थच्या हॅन्डल्सना धरून तो छतापाशी गेला. फुटक्या छतातून बाहेर पडताना त्याचा पाय घसरला. त्याबरोबर उंच्यापुऱ्या कीथनं त्याला खालून आधार देत वर ढकललं.

छत थोडं रिकामं करून विक्रम सुखरूपपणे बोगीच्या टपावर चढून गेला. पण

वर जाताच त्याचे पाय लटपटू लागले. गाडीनं चांगलाच वेग घेतला होता. तेवढ्यात दार तोडल्याचा आवाज त्याच्या कानी पडला. तेव्हा तो इंजिनाच्या दिशेनं सरकत जाऊ लागला. त्याचे पिंगट केस सुसाट वाऱ्यामुळे भुरुभुरु मागे उडू लागले. इतक्यात समोर बोगदा आला. तेव्हा टपावरच्या दोन खाचांना घट्ट पकडून तो पालथा पडून राहिला. बोगदा लगेचच संपला. त्यानं दचकून मागे वळून बघितलं. हातात पिस्तूल घेऊन ऑस्कर डिसूझा त्याच्यापासून थोड्याच अंतरावर उभा होता! विक्रमच्या उरात धडकी भरली. सॅक सांभाळत तो कसाबसा उभा राहिला आणि टपावरून अडखळत पळू लागला.

"थांब, थांब! पळू नकोस. मी काही करणार नाही तुला. मला फक्त ती पेटी दे." ऑस्कर मागोमाग ओरडत येत होता.

विक्रम जागीच थबकला. कारण समोरून आणखी दोघेजण हातात पिस्तूल घेऊन येत होते. विक्रम चांगलाच कचाट्यात सापडला. त्यानं खाली बघितलं. खालच्या दरीतून नदी वाहत होती. नदीचं पात्र विस्तीर्ण होतं. 'आय कॅन... पण मी या दुष्टांच्या हाती पेटी लागू देणार नाही!'

त्यानं दरीकडे दृष्टिक्षेप टाकला.

ऑस्कर ओरडतच होता- "यू आर अ गुड बॉय! तुला काय करायची ती पेटी? आयुष्यभर काम केलंस तरी एवढी संपत्ती तुला मिळणार नाही. ही बॅग घे... आणि ती दे!"

विक्रम ओरडून म्हणाला, "तुमच्यासारख्या दुष्टांच्या हाती मी ही पेटी मुळीच देणार नाही!"

ऑस्करच्या पिस्तुलातून पहिली गोळी सुटली. पण मघाप्रमाणेच विक्रमला इजा न करता ती आकाशात निघून गेली. समोरच्या दोघांनीही पिस्तुलाचा प्रयोग केला. पण विक्रमला स्पर्श न करताच पिस्तुलातून सुटलेल्या गोळ्या वर हवेत अदृश्य झाल्या.

क्षणभर विक्रमनं नेत्र मिटून घेतले. 'देव नावाची शक्ती खरंच असेल तर ती मला साहाय्य करेल!'

क्षणाचाही विलंब न करता विक्रमनं आपला देह एकाएकी दरीत झोकून दिला.

हवेत हेलकावत त्याचं शरीर दरीतल्या नदीकडे वेगानं तरंगत निघालं. पण विक्रमला आता त्याची जाणीव थोडीच उरली होती.

त्याची शुद्ध केव्हाच हरपली होती!

मोकळा श्वास

विक्रमच्या पोटावर आणि छातीवर जोरजोरात दाब पडत होता. एकदम ठसका लागून त्याला वांती झाली. तोंडातून भडाभडा पाणी बाहेर पडलं. अजून पुरती शुद्ध आली नव्हती. पाणी बाहेर पडताना त्याला पुन्हा ठसका लागला. पोटावर दाब देणाऱ्या हातांनीच त्याला आधार देऊन बसतं केलं. पुन्हा तोंडातून पाणी बाहेर पडलं.

"हां! आता ठीक होईल!"

विक्रमनं डोळे उघडले. मावळतीला झुकलेला सूर्य झपाट्यानं डोंगराआड निघालेला त्याला दिसला. त्याची स्मृती कार्यरत झाली. मान वळवून त्यानं पाठीवर फिरणाऱ्या हातांकडे बघितलं. उन्हात रापलेले काळे हात त्याच्या दृष्टीत भरले.

"आता बरं वाटतं ना?" रापलेल्या हातांच्या मालकानं विचारलं.

शेजारी बसलेल्या त्या माणसाकडे विक्रमनं चमकून बघितलं.

काळी कृश शरीरयष्टी, डोक्याला एक चिंधी, दाढीचे खुंट वेडेवाकडे वाढलेले, अंगावर जाडीभरडी बंडी, दहा ठिकाणी ठिगळं लावलेल्या पांढऱ्या शुभ्र बंडीची त्या गृहस्थाच्या वर्णाशी चाललेली स्पर्धा! कमरेला तंग मातकट रंगाचं धोतर आणि खांद्यावर एक कांबळं. कांबळ्याची सुतं त्याच्या परिस्थितीप्रमाणेच लोंबलेली!

ते रूप पाहून विक्रमनं विचारलं, "मी... मी... कुठे आहे?"

"कुठं का असेनास! देवानं वाचवलं बघ तुला! कशासाठी स्वत:च्या जिवावर उठला होतास रे बाबा?"

"जिवावर नव्हतो उठलो. मी... मी..."

विक्रमला आता वास्तवतेचं पुरतं भान आलं. गाडीच्या टपावरून त्यानं स्वत:ला दरीतल्या नदीत झोकून दिलं होतं. पुढचं त्याला काहीच कळलं नव्हतं. त्या रापलेल्या इसमानं त्याला वाचवलं होतं एवढं मात्र त्याला उमजलं होतं. तो एकदम सावरून बसला.

"कुठून आलास बाबा?" त्या गृहस्थानं विचारलं.

"मी... मी... सांगतो सारं काही..."

काय सांगणार होता विक्रम त्याला? पिंडीविषयी सांगणार होता? का ऑस्करशी झालेल्या झटापटीविषयी सांगणार होता? पण काहीतरी सांगायलाच हवं होतं. तो चाचरत म्हणाला, "ट्रेकिंगला आलो होतो..."

"कशाला आला होता?"

"ट्रेकिंगला... डोंगरांमध्ये भटकंती करायला..."

"राहू दे! आत्ता नको सांगूस! आधी माझ्या घरी चल..."

"घरी?"

"मग काय! दिवस मावळतोय बघ!"

"हे कुठलं गाव आहे?"

"वेल्लगिरी..."

"कुठलं?"

"गाव महत्त्वाचं नाही! ते मोठंही नाही! फक्त चार घरं! मी तर शेतातच राहतो. चल माझ्या घरी. रातच्याला कुठं जाणार बाबा?"

दुसरा कोणताच पर्याय समोर नव्हता. अजून शरीर साथ देत नव्हतं. बुद्धीनं पूर्ण शक्तिनिशी काम सुरू केलेलं नव्हतं. डोकं जडावलं होतं. घसा खवखवत होता. डोळ्यांनाही जडत्व आलं होतं. त्यामुळे दुसरीकडे कुठे जाण्याचा विचारही तो करू शकत नव्हता. रापलेल्या हातांच्या आधारानंच तो उभा राहिला.

एकदम त्याला सॅकची प्रकर्षानं आठवण झाली. चमकून त्यानं आजूबाजूला बघितलं.

"हां! तुझं गठुडं ना! ते बघ... नदीकाठीच पडलंय. माझ्या ध्यानातच आलं नाही बघ, तुला वाचवण्याच्या नादात... थांब, आणतो तुझं गठुडं..."

"नकोऽऽ! मी..."

त्या गृहस्थानं त्याला बोलायला सवडच दिली नव्हती.

झटपट करून तो ती सॅक घेऊन आला. विक्रमच्या हाती सॅक देत त्यानं विचारलं, "उघडून बघ बाबा!"

विक्रमनं सॅकची चेन उघडली. संपूर्ण सॅक ओलीचिंब झाली होती. पण आतली पेटी होती तशीच होती. बाकीच्या वस्तूंशी-कपड्यांशी विक्रमला काही कर्तव्य नव्हतं.

"आहे सगळं..."

"हां! मग चल आता..."

"आपण... कोण...?"

"माझं नाव शंकर... या नदीच्या काठापासनं त्या तिथपर्यंत माझ्या मालकाची जमीन. इथे मोलमजुरी करतो. तिथं पलीकडं चढावर राहतो. तिकडंच नेणारे तुला..."

विक्रम मुकाट्यानं त्याच्याबरोबर चालायला लागला. निघण्यापूर्वी शंकरनं आपलं खुरपं कमरेला धोतरामध्ये अडकवलं.

एव्हाना अंधारून यायला लागलं होतं. पश्चिमेकडच्या डोंगररांगांवरच्या धुरकट पडद्याआड सूर्य लपेटला गेला होता. शेंदरी रंगाची उधळण डोंगरमाथ्यावर झाली होती. पक्षिगण डोंगरदेवाची पूजा करण्यासाठी माळा घेऊन निघाला होता. टिटव्यांसारखे भूमिप्रेमी पक्षी मात्र आजूबाजूला टीऽऽटी शब्द करीत होते. रातकिड्यांचा वाद्यवृंद प्रारंभित झाला होता.

सायंकाळच्या त्या कातर वातावरणानं विक्रमच्या मनात हुरहुर दाटून आली. चालताना त्यानं सहजगत्या वर आकाशाकडे बघितलं. शुद्ध पक्षातल्या एकादशीच्या चंद्राची चतकोर सूर्याला शीतल करण्यासाठी त्वरेनं निघाली होती. ज्वारीच्या ताटव्यांमधून वाट काढत तोही शंकरबरोबर चालत होता... कधी बांधावरून तर कधी छोटे छोटे ओहोळ ओलांडून.

थोड्याच वेळात ते दोघे शंकरच्या घरट्यापाशी येऊन पोचले.

रानातलं ते शंकरचं कौलारू घरटं पुरतं मोडकळीला आलेलं होतं. फळ्यांचे, लाकडाचे तुकडे ठिकठिकाणी ठोकून ठाकून ते घरटं शंकरनं कसंबसं उभं ठेवलं होतं. जनावरांचं शेण दारापुढच्या ओबडधोबड जमिनीवर सारवलं होतं. चार-दोन कोंबड्या पक्ऽ पक्ऽ आवाज करत तिथे शोधक नजरेनं फिरत होत्या. शंकरची दोघं-तिघं पोरंटोरं वस्त्रांशी दुरावा ठेवूनच अंगणात बागडत होती. शंकर दिसताच 'अण्णा' 'अण्णा' करत त्याच्या दिशेनं धावली. पण अण्णाबरोबरची शहरी देखणी व्यक्ती पाहून संकोचली. मातीत बरबटलेली बोटं तशीच तोंडात घालून आश्चर्यानं विक्रमकडे बघत उभी राहिली.

"अग, पाहुणे आलेत बघ!"

शंकरनं त्याच्या 'अगं'ला साद दिली. तिनं अंगणातच एका बाजूला तीन दगडांवर चूल मांडली होती. भोकं पडलेल्या तव्याच्या खाली रानातल्याच काटक्या जळत होत्या. धुरानं परिसर वेढला होता. तव्यावर तव्याएवढीच भाकरी भाजली जात होती.

कारभाऱ्याची साद ऐकून कारभारिणीनं डोईवरचा पदर चेहऱ्यावर ओढून घेतला. पण तिच्या हालचालींमधून पदराआडची आपुलकी विक्रमच्या प्रत्ययाला आली.

तेवढ्यात शंकरनं बाजूच्या बादलीतून लोटाभर पाणी आणलं आणि विक्रमपुढे धरत म्हणाला, "धुवा तोंड तिथं..."

विक्रमनं व्यवस्थित तोंड धुतलं. तोंडावरून हात फिरवून झटकला. तेव्हा शंकरनं खांद्यावरचं फडकं त्याच्यापुढे केलं... तोंड पुसण्यासाठी! त्या फडक्यानं तोंड पुसलं जाणार होतं की मळणार होतं कुणास ठाऊक? पण तसा कोणताही विचार मनात न आणता विक्रमनं त्याच्या आदरातिथ्याचा स्वीकार केला. अंगातले कपडे काढून ते त्यानं गोठ्यासमोरच्या दोरीवर वाळत टाकले. शंकरनं दिलेलं फडकं अंगाभोवती ओढून घेतलं. कमरेची जीन्स तो अंगावरच वाळवणार होता.

मग अंगणातच कांबळं पसरून शंकरनं विक्रमला त्यावर बसतं केलं. त्याच्या थोरल्या मुलीनं पाण्याचं भांडं त्याच्यापुढे धरलं. पाण्याचा रंग न बघता त्यानं प्रेमाचा रंग प्राशन केला.

"अगं, शहरातून आलेत हे! डोंगर चढायला जातात ना, तसे हे गेले होते... आणि पडले की पाण्यात! मी वेळेवर काढलं पाण्यातून म्हणून बरं! नाहीतर...! बरं, आता लगेच खायला दे... दमलेत फार!"

"आं हां!"

विक्रमकडे वळून बघत शंकरनं विचारलं, "नाव काय म्हनायचं तुमचं?"

"विक्रम... विक्रम भार्गव..."

"राह्यला?"

"पुण्याला..."

"मग इतक्या लांब कसे आलात?"

तो उत्तर देणार इतक्यात त्याच्यापुढे मघाच्याच ताईनं अल्युमिनिअमचं ताट आणून ठेवलं. त्यात एका भाकरीचे दोन तुकडे, मीठ, मिरची आणि थोडंसं कालवण होतं.

शंकरकडे बघून विक्रमनं विचारलं, "तुम्ही पण घ्या की माझ्याबरोबर..."

"नाय, नाय! आधी पाहुना! आम्ही पाहुन्याला देव मानतो बाबा! आपली संस्कृती आहे ना ती! आधी पाहुना मग आपन! पाहुन्याला न देता म्या आधी खाल्लं तर कोप होईल की त्याचा!"

विक्रमनं मंद स्मित केलं. नकळत त्याच्या दृष्टीसमोर शहरी संस्कृती उभी राहिली. शहरातून देव पळून या अशा छोट्या गावात येऊन राहिला आहे, असं त्याला वाटून गेलं. तो मनाशी म्हणाला, 'माझ्या दारापुढे हा शंकर आसन्नमरण होऊन पडला असता तर मी याला अशी मदत केली असती का? याला घरात घेतलं असतं का? प्रेमानं याचा पाहुणचार केला असता का? स्वत:ला उपाशी ठेवून आधी याला जेवायला घातलं असतं का?'

"कसला इचार करताय? जेवा की राव!" शंकरच्या प्रेमाज्ञेनं तो भानावर आला. त्यानं पहिला घास कालवणात बुडवून तोंडात ढकलला. भुकेला कोंडा

आणि निजायला धोंडा ही म्हण त्याला आता आठवली. त्याच्या आजीकडूनच त्यानं लहानपणी ती ऐकली होती. खाण्यापिण्याचे नखरे केले की आजी म्हणायची, 'तुला खरी भूक लागलेली नाही! खरी भूक लागली असेल तर माणूस कोंडासुद्धा खातो! आणि खरंच झोप आली असेल तर उशाला धोंडासुद्धा चालतो!' ''

''कशी वाटते गरम गरम भाकर?''

''खूप छान! प्रेमरसात ओलीचिंब भिजली आहे!''

''फार पातळ झालं म्हणायचं का कालवन?'' शंकरनं निरागस साशंकतेनं विचारलं.

''नाही हो, उत्तम झालंय!''

शंकरला प्रेमाचे आपुलकीचे शब्द ठाऊक नव्हते... त्याला प्रत्यक्ष प्रेम ठाऊक होतं. उपमा-अलंकार त्याच्या गावीही नव्हते, पण ते तो जगत होता.

''आता तुम्हीही माझ्याबरोबर जेवा...''

शंकरनं समोर बघितलं. त्याची तीन छोटी मुलं एकमेकांच्या गळ्यात हात टाकून पाहुण्याकडे बघत संकोचून उभी होती. त्यांच्याहून मोठी असलेली ताई पाहुण्याला वाढत होती.

शंकर त्याला म्हणाला, ''तुमचं होऊ द्या वेवस्थित! आज माझा उपास हाए! विक्रमच्या मनात चर्र झालं. त्यानं चमकून शंकरकडे बघितलं. शंकर चाचरत म्हणाला, ''आज... आज सोमवार आहे ना! माझा उपास अस्तो...''

विक्रमनं समोर बघितलं. ते त्रिकूट त्याच्याकडेच टक लावून बघत होतं. विक्रमनं त्यांच्याकडे बघताच ते ओशाळलं आणि आपल्या आईच्या मागे जाऊन तिला बिलगलं.

जेवण संपवून विक्रमनं हात धुतले. प्राप्त फडक्याला पुसले. त्याचवेळी चुलीपाशी बसलेल्या माउलीनंही विस्तवावर पाणी शिंपडलं.

विक्रमच्या छातीत धस्स् झालं. आज शंकरच्या घरात फक्त 'देव' जेवला होता आणि घरानं देवाच्या नावानं अन्नावर पाणी सोडलं होतं!

विक्रम सारं काही समजून चुकला. त्याचं अंत:करण काठोकाठ भरून आलं. त्याला रडू कोसळलं. आतापर्यंतच्या आयुष्यात त्याचं मन अशात-र्हेनं कधीच भरून आलेलं नव्हतं. नकळत तो मनाशी बोलून गेला, '२०५० सालीही ग्रामीण भारताची ही अवस्था? तरीही पाहुण्याविषयी केवढी आपुलकी! हे खरं भारतदर्शन आहे...'

घरून निघताना त्यानं बिस्किटांचे पुडे, ब्रेड-जाम, फरसाण, काजू-मनुकाची पाकिटं बरोबर घेतली होती, याची त्याला एकदम आठवण झाली. तशीच काही वेळ आली तर बरोबर खाण्यापिण्याची काहीतरी व्यवस्था असावी असा त्याचा हेतू होता. प्रवासात उडालेल्या गडबडगोंधळात हा खाद्यखजिना उघडण्याची वेळच

आली नव्हती. आता त्या खजिन्याची आठवण होताच त्यानं बाजूची सॅक हाती घेऊन खजिन्याचं दार उघडलं. आत हात घालताच त्याच्या हाती खाद्यपदार्थांचा लगदा आला. निराश होऊन त्यानं शंकरकडे बघितलं.

"काय झालं?"

"मुलांसाठी खाऊ बघत होतो. पण..."

"राहू दे हो! मुलं काय; खातच असतात!"

"खाल्लंच पाहिजे की मुलांनी रोज भरपूर!" विक्रमनं शहरी समजूत काढली.

तेव्हा शंकरच्या नेत्रांत पाणी तरळलं. गदगदत्या स्वरात तो म्हणाला, "रोज जेवण कुठलं मिळायला? शेतात जाऊन चरतात थोडंफार!"

शंकरची कारभारीण पदर पुढे ओढून आत निघून गेली. तिची पिल्लावळही तिच्या मागोमाग आत गेली. त्यांची ताई तेवढी बाहेर राहिली. तिनं पाहुण्याला पुन्हा पाणी दिलं. विक्रमच्या घशाखाली आता दोन घोट पाणीही उतरलं नाही. भांडं घेऊन ताई आत निघून गेली.

सभोवतालचा परिसर अंधारात गडप झाला होता. शंकरच्या खोपटातला मिणमिणता दिवा आपल्या कुवतीनुसार अंगणात प्रकाश फेकत होता. पण वाढत्या थंडीबरोबर तोही गारठला होता. वर आकाशाच्या काळ्या पडद्यावर हसऱ्या चांदण्यांचा नेहमीप्रमाणेच खेळ चालला होता. विक्रमच्या मनात मात्र विचारांचा कल्लोळ उठला होता. पाच-सहा तोंडांना भुकेलं ठेवून आपण एकटे खुशाल जेवलो या विचारानं त्याला अपराध्यासारखं वाटत होतं. गेलेला क्षण, हातून सुटलेला बाण आणि तोंडातून निघून गेलेला शब्द जसा परत येत नाही तसाच पोटात गेलेला अन्नाचा घास पुन्हा अन्न बनून बाहेर येत नाही.

त्याच्या मनाची घालमेल ओळखून शंकर पुन्हा म्हणाला, "तुमी कशाला एवढं वाटून घेता? आम्हाला सवय आहे त्याची! हां! तुमाला तर कमी पडलं नाय ना?"

शंकरचा हात हाती घेऊन विक्रमनं नकारार्थी मान हलवत अश्रूंचा बंधारा मोकळा केला. मग म्हणाला, "मुलांना खाऊ देता आला असता तर बरं वाटलं असतं. जवळपास कुठे हॉटेल वगैरे..."

"अहो, हे काय शहर आहे... कवा बी काही खायाला मिळाया? हॉटेल तिकडं पार पाच मैलांवर आहे, एस.टी. स्टॅन्डजवळ! तुमी कशाला त्याची घोर लावता?"

"माझ्यामुळे तुम्ही सारे उपाशी राहिलात... केवढं पाप केलं मी!"

"आणि आमच्या पुन्याचं काय? ते बरं तुमाला घेऊ देऊ? बरं, आता आसं करा..."

"मी काय सांगतो ते ऐका..." शंकरला अडवत विक्रमनं म्हटलं.

मग मनाशी काही एक निश्चय करून त्यानं खिशातून पाकीट बाहेर काढलं.

पाकिटातल्या नोटा भिजलेल्या होत्या. पण त्या वाळवता येणं शक्य होतं. शंकरच्या हाती तीन हजार रुपये कोंबत तो म्हणाला, "मुलांना खाऊसाठी ठेवा... नाही म्हणू नका..."

"छ्या, छ्या!" नोटा परत करत शंकर म्हणाला, "पाप लागंल की हो आमाला! पाहुना म्हनून घरात घ्यायाचं, खायला घालायाचं आणि वर पैसे घ्यायचे? पाप की हो, पाप! जमनार नाही त्ये!"

"अहो, कसल्या पाप-पुण्याच्या गोष्टी करता? तसं काही नसतं!"

"तू शिकलेला आहेस बाबा! शिवाय शहरातून आलेला! आमी कसं तुला समजावणार? पण आमचा मात्र इस्वास आहे या गोष्टीवर! देवावर, दैवावर, पाप-पुन्यावर... सगळ्यावर आमचा इस्वास आहे."

शंकरपुढे कोणतीच मात्रा चालत नव्हती.

विक्रम अंतर्मुख झाला.

'जरा कुठे विपरीत गोष्ट घडली की आपला देवावरचा विश्वास ढळतो. देव नाहीच, असं म्हणतो. आणि हा शंकर! देवानं याला काहीही दिलेलं नाही. दोन वेळचं धड अन्न याला मिळत नाही. तरीही याची देवावर केवढी श्रद्धा! विचारांवर केवढी निष्ठा!'

शहरातल्या सुखाच्या, प्रतिष्ठेच्या मृगजळातून बाहेर पडून विक्रम वास्तविक जीवन बघत होता, अनुभवत होता. त्यातून शिकत होता. त्यावर विचार करत होता.

एकाएकी त्याच्या मनात आलं, 'सॅकमधली वैश्विक शक्ती दुष्ट लोकांच्या हाती लागण्यापेक्षा शंकरसारख्या नि:स्पृह, निर्धन व्यक्तींसाठी तिचा उपयोग करता आला तर...? पण तसं केलं तर विश्वनाथन् सरांचा विश्वासघात केल्यासारखं होईल...'

"बरं का पावनं," शंकर बोलू लागला. "आता चांगलाच गारठा पडलाय. तुमी निजा घरात..."

"आणि तुम्ही?"

"आमी इथं अंगनात नाहीतर ग्वोठ्यात झोपू... ग्वोठ्यात चांगली ऊब असते. आमाला आदत आहे..."

"मलाही सवय आहे म्हटलं! मीच गोठ्यात झोपणार! आम्ही ट्रेकिंगला जातो तेव्हा..."

"कुठे जाता म्हनायचं?"

"ट्रेकिंगला... म्हणजे रानावनात फिरायला... प्राणी बघायला..."

"म्हंजे आमच्यासारखे!" शंकरनं विनोद केला.

त्या केविलवाण्या विनोदानं हसू येण्याऐवजी विक्रमचं अंत:करण कळवळलं.

त्यानं आपली सॅक उचलली आणि तो गोठ्याच्या दिशेनं निघालासुद्धा!

गोठ्यात दोन-चार जनावरं रवंथ करत बसली होती. गोठ्याबाहेर गवतांचे भारे पसरले होते. त्यातलंच थोडं गवत जमिनीवर अंथरून त्यानं बिछाना तयार केला. तेवढ्या अवधीत शंकरनं आपल्या खोपटातून ठिगळं लावून तयार केलेली गोधडी आणली. चिंध्याचपाट्या जोडून तयार केलेल्या त्या गोधडीवर जणू शंकरची जीवनकथाच झळकली होती.

सॅकची उशी करून विक्रमनं गोधडी अंगावर ओढून घेतली. शंकर खोपटाकडे निघून गेला.

सर्वत्र सामसूम झालं होतं. रात्रीचा साडेनऊचा सुमार असावा. दमला असला तरी विक्रमला लगेच झोप लागत नव्हती. कारण रोजची सवय! रोज रात्री तो संगणकापुढे तरी बसलेला असायचा किंवा अकरा-बारापर्यंत सेलफोनचा वापर चाललेला असायचा! मधूनच टी.व्ही.वरच्या रटाळ मालिका, हायफाय संस्कृतीतील गोष्टी, तशीच कवायत-गाणी किंवा भीतिदायक चित्रपट-मालिका निष्ठेनं पाहूनच बिछाना गाठायचीसुद्धा सवय होती!

आणि इथे? भरगच्च तारकांनी खचाखच भरलेलं आकाश, मंद वारा, चुलीचा खरपूस वास, शेणागवताचा संमिश्र गंध, मधून मधून उमटणारा गुरांच्या गळ्यातल्या घंटिकांचा मंजुळ नाद, दूरवरून हेलकावत येणारे लोकगीतांचे मधुर स्वर अशा अनोख्या वातावरणात लगेच झोप लागणं शक्यच नव्हतं. गवताचा दुर्लभ बिछानाही त्याला अनोखा अनुभव देत होता.

इथला मृद्‌गंध, इथली शुद्ध हवा छातीत भरभरून भरून घ्यावी, सळसळणाऱ्या गवतांमधून स्वच्छंदीपणे बागडावं, फुलपाखरांच्या मागे हलकेच धावावं, झऱ्याखाली आंघोळ करावी, नदी-नाल्यात पाय बुडवून बसावं, डोंगरांच्या कुशीत शिरावं, करवंद-बोरांचा रानमेवा खावा, मनाला कणसांवरून फिरवावं, शरीराला कुरणांमध्ये सोडून द्यावं, रात्रीच्या चांदण्यांनी भरगच्च आकाशात स्वत:ला विसरून जावं, अशाप्रकारे त्याच्या मनात विचार चालले असतानाच त्याच्या डोक्याला काहीतरी ओलं लागलं.

तडकाफडकी तो तृण-बिछान्यात उठून बसला. त्याच्या सॅकमधून अजूनही पाणी निथळत होतं. त्यानं पट्‌कन सॅक उघडली. आतल्या खाद्यपदार्थांचा लगदा त्यानं गुरांपुढे टाकला. ओले कपडे गोठ्याबाहेरच्या दांडीवर वाळत टाकले. सॅकमध्ये आता पिंडीची पंचधातूची पेटी उरली होती. पाकिटातले पैसे, क्रेडिट कार्ड्स, पेट्रो कार्ड्स वगैरे अनेक कार्ड्स उघड्यावर वाळत ठेवली. मग ती पेटी हळूच बाहेर काढली. पेटीवरचं तारकामंडळ न्याहाळलं. पाठोपाठ सूर्य, चंद्र आणि पृथ्वी एका रेषेत आणली. पेटी उघडली. पिंड बाहेर काढून त्यानं वरचा बाण उघडला. पिंडीतलं

ब्रह्मांड आकार घेऊ लागलं. निळसर तेजस्वी प्रकाश गोठ्यात फिरू लागला. याचा अर्थ पिंड सुरक्षित होती. त्यानं पट्कन पिंडीवर बाण बसवला आणि ती पेटीत ठेवून दिली.

मग त्यानं सभोवार दृष्टी फिरवली. सर्वत्र नीरव शांतता पसरली होती.

एकदम त्याला महानंदांनी दिलेल्या डायरीची आठवण झाली. पॅन्टच्या खिशातून त्यानं लगबगीनं ती डायरी बाहेर काढली. डायरीचाही अन्नपदार्थांप्रमाणे लगदा झाला असणार याविषयी त्याला खात्री होती.

पण काय आश्चर्य! डायरीच्या पानांना पाण्यानं स्पर्शही केला नव्हता. त्यानं डायरीची पानं तपासली. गाडीत विचारलेला प्रश्न आणि त्यापुढे उमटलं गेलेलं उत्तर त्यानं पुन्हा एकदा वाचलं. नंतर त्याचं लक्ष महानंदांनी काढलेल्या आकृतीकडे गेलं. एल.ई.डी. टॉर्चच्या निळसर मंद प्रकाशात तो ती आकृती अभ्यासू लागला. अगम्य वलयांकित रेषा, चिन्हं तो पुनःपुन्हा तपासून बघू लागला. त्याचा उलगडा करण्याचा प्रयत्न करू लागला. पण कसलाच उलगडा होत नव्हता की कोणता अर्थबोध होत नव्हता. तरीपण तो त्या आकृतीमध्ये गढून गेला.

तेवढ्यात त्याला मागे कुणाची तरी चाहूल लागली. त्यानं बावरून मागे वळून बघितलं.

मागे शंकर उभा होता.

'मोक्षमंदिरा'कडे वाटचाल

"**झो**प लागत नाही जनू!" शंकरनं विचारलं.

विक्रमनं लगबगीनं डायरी मिटली आणि म्हणाला, "हो... नाही, म्हणजे मला उशिरा झोपायची सवय आहे! म्हणून माझा अभ्यास करत बसलो होतो."

शंकर त्याच्यापुढे उकिडवा बसला. "कसला म्हनायाचा हा अभ्यास?"

"मी पुरातत्त्व विषयाचा विद्यार्थी आहे ना! त्यामुळे आम्हाला प्राचीन अवशेष, शिलालेख आणि त्यासंदर्भात केलेल्या अशा नोंदी तपासाव्या लागतात. तोच आमचा अभ्यास असतो..." पुन्हा डायरी उघडून तो म्हणाला, "आता हेच बघा ना!"

शंकर डायरीतल्या आकृतीकडे निरखून पाहू लागला.

"कळतंय का काही यातलं?"

"नाय..."

"पण अशा खाणाखुणा, चिन्हं आपल्याला काही गुपितं सांगत असतात. ती ओळखायची असतात... हुडकून काढायची..."

"त्रिदंडी महाराजांना त्ये निच्चित माहीत असनार!"

"कोण त्रिदंडी महाराज?"

"तिकडं आडरानात मठ आहे त्येंचा. काय प्रवचन करतात! आपल्याला त्यातलं काय बी कळत नाही, पन लोक सांगतात."

"पण इतक्या आडरानात राहून ते करतात तरी काय?"

"आता रानात राहून करनार तरी काय? देवाची भक्ती!"

"देवाची भक्ती रानात करायची असते का?"

शंकरची प्रश्नार्थक मुद्रा पाहून विक्रमनं त्याला पुढे छेडलं नाही.

शंकरच पुढे म्हणाला, "परदेशी पाहुने पन येतात त्या मठात! बाकी कुनाला येऊ देत नाहीत तिथे... गावकऱ्यांना बी नाय."

"मग तुम्हाला कसं कळलं ते खूप चांगलं प्रवचन करतात ते?"

"माझे मालक सांगत व्हते. ते जातात की मधून मधून त्या मठात."

"कुठे आहे म्हणालात हा मठ?"

"ते काय, ते डोंगर दिसतात ना? त्या दोन डोंगरांच्या खबदाडातून वाट आहे फुढं जायाला. फार लांब नाई ते 'मोक्षमंदिर'!

"मोक्षमंदिर?"

"त्येंच्या मठाचं नाव 'मोक्षमंदिर' आहे म्हने!"

"मोक्ष म्हणजे काय?"

"आपल्याला काय ठावं!"

"त्यांना तरी..." विक्रमनं तो विषय वाढवला नाही. त्याच्यातल्या नास्तिकानं डोकं वर काढलं होतं. परंतु भोळ्याभाबड्या शंकरपुढे त्याला नास्तिकतेचं प्रदर्शन करायचं नव्हतं.

"उद्या मी जाईन त्यांच्याकडे."

"पन तसे ते कुनाला भेटत नाहीत. आश्रमात बी मेम्बर असल्याबिगर आत येऊ देत नाहीत... पन आमच्या मालकांचं नाव सांगा... म्हंजे..."

"काय नाव मालकांचं?"

"गणेशअप्पांकडून आलो म्हनून सांगा... मग देतील कवचित भेट."

"ठीक आहे!"

कसली तरी सळसळ झाली म्हणून विक्रमनं चमकून त्या दिशेला बघितलं. शंकरही तिकडे बघू लागला.

दूरवरून चार-पाच प्रकाशझोत तरंगत येताना त्यांना दिसले. दोघेही ताड्कन उठून उभे राहिले. अभावितपणे विक्रमनं म्हटलं, "टॉर्च घेऊन कोण येतंय?"

"मला काय माहीत? मी तरी असा उजेड कदी बघितलेला नाय."

"ते अत्याधुनिक टॉर्च आहेत... म्हणजे..."

शुद्ध पक्षातली एकादशीची ती रात्र होती. चंद्र पश्चिमेला पुरता झुकला होता. चंद्राच्या अंधुक प्रकाशात विक्रमला टॉर्चमागची फ्रेंच कॅप ओझरती दिसली. त्याच्या काळजाचा ठोका चुकला. उरात धडकी भरली. संभाव्य संकटाची त्याला चाहूल लागली. कोणत्याही परिस्थितीत असुरी लोकांच्या हातून स्वत:ची सुटका करून घ्यायलाच हवी होती.

तडकाफडकी त्यानं ती डायरी पॅन्टच्या खिशात कोंबली. वाळत घातलेले कपडे लगबग करून सॅकमध्ये भरले. विविध कार्ड्स पाकिटात घातली. तत्पूर्वी पाकिटातून पाचशेच्या तीन-चार भिजक्या नोटा बाहेर काढल्या.

शंकर चकित होऊन त्याच्या हालचालींकडे बघत उभा होता. त्याचे हात

आपल्या हाती घेऊन विक्रमनं घाबऱ्याघुबऱ्या स्वरात म्हटलं, ''माझ्यामागे संकट आहे. मला गेलं पाहिजे. तुम्ही माझे प्राण वाचवलेत. उत्तम पाहुणचार केलात... मी कृतज्ञ आहे तुमचा!''

त्यानं झटपट आपली सॅक खांद्यावर अडकवली. निघताना त्यानं त्या पाचशेच्या नोटा शंकरच्या हातात कोंबल्या; आणि दूरवरल्या डोंगरांच्या दिशेनं तो धावू लागलासुद्धा! पायाखालची वाट त्याला धड दिसत नव्हती. शेतातून धावताना त्याचे पाय मधून मधून जमिनीत, चिखलात रुतत होते. मधूनच ठेच लागत होती. ज्वारीच्या उभ्या पिकाची पाती त्याच्या कपड्यांवरू... प्रसंगी अंगावरून फिरत होती. बांधावरची झाडंझुडपं त्याला इजा करत होती. पण त्याला कशाची फिकीर नव्हती. अडखळत, ठेचकाळत तो धावतच होता.

बरंच अंतर काटल्यानंतर त्याला धाप लागली. गुडघ्यावर हात ठेवून तो काही क्षण दम खाऊ लागला. मग त्यानं मागे वळून बघितलं. दूरवर, शंकरच्या खोपटापाशी त्या चार-पाच बॅटऱ्या फिरत असताना त्याला दिसल्या.

खिशातून त्यानं एल.ई.डी.ची छोटी बॅटरी बाहेर काढली. बॅटरीच्या उजेडात तो आता धडपणे पळू लागला. पळताना त्यानं पुन्हा मागे वळून बघितलं. शंकरचं खोपटं सोडून त्या चार-पाच बॅटऱ्या त्याच्या दिशेनंच सरसावून निघाल्या होत्या. विक्रमनं वेग घेतला. पण आता त्याच्या पायात गोळे आले होते. पाय धड उचलत नव्हते.

एव्हाना तो शेत ओलांडून कच्च्या रस्त्यावर आला होता. पळणं त्याला काहीसं सुसह्य होत होतं. वाटेत चिटपाखरू दिसत नव्हतं. दुतर्फा असलेल्या विविध वृक्षांची, झुडपांची, वेलींची... त्यावर शब्द करणाऱ्या पक्ष्यांची आणि रातकिड्यांच्या आवाजाची तेवढी सोबत होती. असुरी वृत्तीच्या माणसांपेक्षा हा रांगडा निसर्ग त्याला जवळचा वाटू लागला होता.

एव्हाना त्यानं दीड किलोमीटर एवढं अंतर काटलं असावं. अजून पुष्कळ अंतर काटायचं होतं. शरीराची धावण्याची क्षमता आता संपुष्टात यायला लागली होती. एखाद्या दाट झुडपामागे लपून बसण्याचा त्याचा विचार होता. बाजूच्याच एका झुडपामागे तो गेलाही. पण त्यामागून अचानक एक तरस खेकसून त्याच्या अंगावर आलं. उरातल्या धडक्यांमध्ये आणखी एका धडकीची भर पडली. 'शिट!'... त्याचा स्वाभाविक शब्द उमटला. पुन्हा तो कच्च्या रस्त्यावर आला. मागचे टॉर्च झपाट्यानं जवळ येत होते. विक्रमनं पुन्हा पाय उचलला. पण पायाचे स्नायू आता आखडले होते. त्याला धावता येईना.

इतक्यात त्याचं लक्ष उजव्या अंगाला गेलं. उजवीकडच्या रानातून आणखी पाच-सात टॉर्च त्याच्या दिशेनं झेपावत होते. डावी बाजू पकडून पुढे जावं असा

त्यानं विचार केला. पण डाव्या अंगाकडूनही पाच-सात टॉर्च त्याच्याकडे सरसावत होते. तो आता पुरता कोंडीत सापडला होता. दुतर्फा वटवृक्षांचे उंच उंच वृक्ष होते. पण त्यावर चट्‌कन चढून जाणं शक्य नव्हतं. झुडपांमागे लपणंही धोक्याचं होतं. त्यामागे असणाऱ्या प्राण्यांनी त्या दुष्टांआधीच त्याचं अस्तित्व संपवलं असतं! कपारी-खाचखळग्यात लपणं धोक्याचं होतं. ऑस्करच्या गुंडांनी केव्हाच त्याला हुडकून काढलं असतं. काय करावं ते त्याला समजत नव्हतं. रस्त्यातच तो निश्चल उभा होता. इतक्यात एक आशेचा किरण त्याच्या मनात चमकून गेला. माणसापुढचे सारे दरवाजे जेव्हा बंद होतात तेव्हा देव त्याच्यासाठी एक झरोका उघडा ठेवतो, हा विचार त्यानं महानंदांच्या तोंडून ऐकला होता. देवावर जरी त्याचा विश्वास नसला तरी तो विचार त्याला आवडला होता.

त्यानं एकदम जीन्सच्या खिशात हात घालून ती डायरी बाहेर काढली. डायरीच्या डाव्या पानावर प्रश्न लिहिला- 'मी संकटात आहे. लपण्याचे सारे प्रयत्न व्यर्थ ठरले आहेत. आता काय करू?'

उजव्या पानावर लगेच अक्षरं उमटली- 'ती दिव्य पेटी बाहेर काढ. शनी, धूमकेतू आणि युरेनस हे ग्रह-तारे एका सरळ रेषेत आण.'

विक्रमनं लगेच सॅकमधून ती पंचधातूची पेटी बाहेर काढली.

तीनही बाजूंनी ते टॉर्च झपाट्यानं त्याच्या दिशेनं जवळ जवळ येतच होते. त्यानं लगबगीनं शनी, धूमकेतू आणि युरेनस एका रेषेत आणले. तिन्ही ग्रह-ताऱ्यांमधून प्रथम प्रखर प्रकाशझोत फेकले गेले; आणि मग ते हळूहळू मंद होत होत अव्यक्त झाले. आणि काय आश्चर्य! विक्रमच्या भोवतालचा दहा फूट परिघाचा परिसर एकदम अदृश्य झाला. चकित होऊन विक्रम स्वत:च्या शरीराकडे आणि त्या परिघातल्या वस्तुजाताकडे बघत होता. तो स्वत: सोडून उर्वरित भाग त्याच्यासाठी व्यक्त होता. आपल्या अवयवांची त्याला पूर्णत: जाणीव होती. परंतु त्याचं स्वत:चं शरीर मात्र त्याच्यासाठी अव्यक्त बनलं होतं. केवळ अस्तित्वाचं भान त्याला उरलं होतं. ती अवस्था त्याला आनंददायी वाटत होती. काही क्षण तसाच गेला. एव्हाना दूरवरचे ते टॉर्च त्याच्यापासून वीस-पंचवीस फुटांवर येऊन थबकले होते. विक्रमचं अचानक गायब होणं त्यांना धक्कादायक वाटलं होतं.

थोडा वेळ शोधाशोध करून ऑस्कर आणि त्याचे सहाय्यक उजव्या अंगाला विक्रमचा शोध घेत निघून गेले.

विक्रम अद्याप त्या अव्यक्त अवस्थेतच होता. ती अवस्था त्याला अत्यंत सुखावह वाटत होती. त्या अवस्थेतच डुंबत राहावं असं त्याला वाटत होतं. परंतु पाठोपाठ त्याला आपल्या कर्तव्याची जाणीव झाली. ऑस्कर आणि त्याचे चिनी सहगुंड पुष्कळ दूर गेल्याची खात्री होताच त्यानं पेटीवरचे ग्रह-तारे पूर्ववत स्थितीत

आणले. भोवतालचा परिसर आणि त्याचं अव्यक्त बनून राहिलेलं शरीरही व्यक्त झालं. सॅक पाठीवर टाकून तो त्रिदंडी महाराजांच्या मठाच्या दिशेनं झपाझप पावलं टाकत निघाला.

*

त्रिदंडी महाराजांच्या आडरानातल्या आश्रमाजवळ विक्रम जाऊन पोचला तेव्हा रात्रीचे बारा वाजून गेले होते. वाटेतले खाचखळगे, ओढे-नाले, झाडंझुडपं ओलांडून इथे येईपर्यंत तो चांगलाच थकून गेला होता. मनाशी तो म्हणाला, 'शंकरनं सांगितलं तितका हा मठ मुळीच जवळ नव्हता... या लोकांना लांबची ठिकाणंही अगदी जवळ वाटतात!... हे 'मोक्षमंदिर' तर गाठलं. आता पुढे?'

विचार करीतच तो मोक्षमंदिराच्या दाराजवळ गेला. मंदिराचं दर्शनी दार पश्चिमाभिमुखी होतं. दारावर कमान होती. त्यामधे विविध देवतांची चित्रं कोरली होती. दर्शनी दार नक्षीकाम केलेल्या लोखंडी गजांचं होतं. त्यामध्येच एक छोटा लोखंडी दिंडी दरवाजाही होता. आतलं दुमजली 'मोक्षमंदिर' अंधारात लपेटून गेलं होतं. रातकिडे किरकिरत होते. विविध किडे-कीटकांचे आवाज त्यांना साथ देत होते. बाकी सर्वत्र सामसूम होतं.

किर्र झाडींच्या पार्श्वभूमीवरचं ते 'मोक्षमंदिर' विक्रमला काहीसं भयाण वाटलं. तिथून दुसरीकडे कुठेतरी निघून जावं असाही विचार त्याच्या मनात येऊन गेला. पण कर्तव्यबुद्धीनं त्याला मोक्षमंदिराचा दरवाजा ठोठावण्यासाठी प्रवृत्त केलं. दोन-तीन वेळा त्यानं लोखंडी दरवाजाची कडी वाजवली.

तेव्हा उजव्या बाजूच्या निवासकक्षाकडून कुणीतरी येताना त्याला दिसलं. अंगात स्वेटर, डोईवर कानटोपी घातलेला एक तरुण साधक दरवाजापाशी येऊन उभा राहिला.

"कोण आहात तुम्ही? काय हवंय?"

काहीसा करडा आणि त्रासिक स्वर विक्रमच्या कानी पडला.

"मी खूप दुरून आलोय. मला... मला त्रिदंडी महाराजांना भेटायचं होतं..."

"महाराजांना? आत्ता?" तो छद्मीपणे हसला. "त्यांना असं कधीही भेटता येत नाही. उद्या तुम्हाला त्यांची अपॉइन्टमेन्ट घ्यावी लागेल. कामाचं स्वरूप लक्षात आल्यानंतर भेट द्यायची का नाही हे ते ठरवतील..."

"पण मी..."

"हे पहा, भविष्य विचारायचं असेल तर महाराजांची पूर्वनियोजित वेळ घ्यावी लागते. इतर काही प्रश्न असतील तर एक फॉर्म भरून द्यावा लागेल. त्यासाठी ट्रस्टींना भेटावं लागेल; मेंबरशिप घ्यावी लागेल. सकाळी दहा वाजता या..."

"पण मला भविष्य विचारायचं नाही की माझे वैयक्तिक प्रश्न-अडचणीही

त्यांना सांगायच्या नाहीत...''

''मग? त्यांचं प्रवचन संध्याकाळी असतं. त्या वेळी या...''

तेवढ्यात एक वयस्क साधक आतून बाहेर आला. ''काय आहे? कोण आहे? कसली गडबड चाललीय?''

विक्रम त्या दोघांना उद्देशून म्हणाला, ''माझं नाव विक्रम भार्गव. महाराजांकडे माझं फार महत्त्वाचं काम होतं. त्यासाठी मी पुण्याहून इतक्या लांब आलोय.''

''हे पहा, आत्ता बारा वाजून गेले आहेत. नुकतंच भजन संपवून महाराज निद्राधीन झाले आहेत. तेव्हा उद्या...''

''पण काका, माझं खरोखरच... म्हणजे त्यांच्याशी एका गूढ गोष्टीविषयी बोलायचं आहे. माझं वैयक्तिक कोणतंही काम नाही. आत्ता खूप उशीर झाला आहे, याची मला जाणीव आहे. पण सकाळी जरी त्यांची भेट झाली तरी...''

''मी तसा प्रयत्न करीन.'' आपली कानटोपी बाजूला करून डोकं खाजवत तो वयस्क साधक म्हणाला. ''तेव्हा सकाळी या!''

''पण या अवेळी मी जाऊ कुठे? वाटेत इतके अडथळे आले की, त्यामुळे इथे पोचायला उशीर झाला...! मी गणेशअप्पांकडून आलोय!'' विक्रमच्या मदतीला शंकरनं सांगितलेले गणेशआप्पा धावून आले.

लोखंडी दरवाजापलीकडचे ते भिन्न वयाचे दोघे साधक थोडे आतल्या बाजूला जाऊन एकमेकांशी कुजबुजले. मग पुढे येऊन त्या तरुण साधकानं दिंडीदरवाजाचं कुलूप उघडलं. तो वयस्क पुटपुटला, ''रात्रीपुरती निवासाची मी व्यवस्था करतो. सकाळी काय ते ठरवू!''

विक्रमनं त्या दोघांचे मन:पूर्वक आभार मानले; आणि तो मंदिरापुढच्या प्रशस्त आवारातून त्या दोघांच्या समवेत चालू लागला. एके ठिकाणी थांबून तो तरुण साधक आज्ञावजा सुस्पष्ट आवाजात म्हणाला, ''शूज इथे रॅकमध्ये काढून ठेवा आणि या नळावर पाय धुवून घ्या.'' विक्रमनं त्या 'भक्ता'च्या आज्ञेचं तत्परतेनं पालन केलं. मनाशी म्हणाला, 'हे नक्की भक्तिमार्गातलेच लोक आहेत ना? बोलणं तरी किती उर्मटासारखं! यांच्यापेक्षा शंकर खरा भक्त म्हणायचा!' हात-पाय धुवून ताजंतवानं झाल्यावर त्याला बरं वाटलं. सॅक उचलून तो त्या तरुण साधकाबरोबर चालू लागला. वयस्क साधक त्याला काही सूचना देऊन आपल्या कक्षाकडे निघून गेला.

''तुमचं जेवणखाण...?''

''वाटेत एके ठिकाणी जेवण केलं. आता फक्त विश्रांती हवी आहे.''

''ठीक आहे... कुठून आलात?''

''पुण्याहून... आर्किऑलॉजीचा विद्यार्थी आहे मी. शेवटच्या वर्षाला आहे.''

"अरे वा!"

बोलत बोलत ते दोघे मंदिरामागच्या दुमजली अभ्यागत निवासापाशी आले. तिथे आणखी एक तरुण साधक त्यांना सामोरा आला. दोघे साधक एकमेकांशी कुजबुजले. मग दुसऱ्या मजल्यावरच्या एका खोलीत विक्रमला नेण्यात आलं. साधकानं खोलीतला दिवा लावल्याबरोबर खोलीचं स्वरूपही उजळून निघालं. आतमध्ये एक बिछाना, लगत स्वच्छतागृह, समोरासमोर दोन सोफासेट, भिंत ते भिंत लाल रंगाचा गालिचा अशी आधुनिक सजावट होती. शिवाय टी.व्ही, इंटरकॉम, फ्रिज, लॅम्पशेड, बॉयलर, रूमहीटर अशा भौतिक साधनसामग्रीचीही चंगळ होती.

'हा आश्रम आहे का फाइव्ह स्टार हॉटेल आहे... सगळं काही एच.डी.!' विक्रम मनाशी म्हणाला.

विक्रमला खोलीतल्या सुखसोयी दाखवून ते साधक निघून गेले.

दार बंद करून विक्रम टॉयलेटमध्ये गेला. आपली सॅक त्यानं खोलीतल्या सोफ्यावरच ठेवली होती. आता कुणाची भीती उरली नव्हती. गरम पाण्यानं मनसोक्त स्नान करूनच तो बाहेर आला. त्या दोन दिवस त्याच्या शरीरावर- विशेषत: मनावर कमालीचा ताण पडला होता. त्यामुळे तो पुरता थकून गेला होता. त्याच्या सुदैवानं त्याला त्रिदंडी महाराजांच्या आश्रमात, अवेळी का होईना, प्रवेश मिळाला होता आणि विशेषत: ही सर्व सुखसोयींनी सुसज्ज अशी खोली मिळाली होती!

आंघोळ केल्यानंतर त्याचा सारा थकवा दूर झाला. परंतु डोळ्यांवर मात्र झापड आली. त्याला आता विश्रांतीची नितांत आवश्यकता होती. सॅकमध्ये भरलेले ओले कपडे त्यानं पुन्हा बाथरूममधेच वाळत घातले. मग दिवा मालवून अंगावरच्या कपड्यांनिशी त्यानं स्वत:ला बिछान्यावर झोकून दिलं. रजईच्या उबेत त्याचा तेव्हाच डोळा लागला. त्याला गाढ झोप लागली.

प्रगाढ झोपेची अवस्था पुष्कळ वेळ टिकून राहिली असती. पण अचानक पावलांचे आवाज त्याच्या कानी पडले. ते स्वप्नातले होते का प्रत्यक्षातले होते? त्याच्या दृष्टीनं ते स्वप्नातलेच होते! त्या स्वप्नातल्या आवाजांनी त्याला जागृतावस्थेत आणलं. पण स्वप्नातले आवाज सरले नव्हते आणि जागृतीतले आवाज थांबले नव्हते.

रजई डोक्यावरून दूर करत त्यानं पावलांचा कानोसा घेतला. तो आवाज स्वप्नातला निश्चितच नव्हता. त्याची झोप तेव्हाच उडाली. बेडजवळचा दिवा त्यानं लगबगीनं लावला. अंगावरची रजई भिरकावून तो उभा राहिला. हलकेच पावलं टाकत तो दारापाशी गेला. बाहेरचा कानोसा घेऊन त्यानं झट्दिशी दार उघडलं; आणि तो बाहेर डोकावून पाहू लागला.

बाहेर कुणीच नव्हतं.

कोडवर्डच्या शोधात...

दारावरची बेल वाजली नसती तर विक्रम आणखी काही वेळ झोपला असता. परंतु घंटेनं त्याची झोपमोड केली आणि तो दचकून जागा झाला. त्यानं आजूबाजूला दृष्टी फिरवली. टी-पॉयवरची त्याची सॅक सुखरूप होती. त्यानं पट्कन उठून दार उघडलं.

शुभ्र कुर्ता-पायजमा घातलेला एक तरुण साधक दारात उभा होता. विक्रमनं त्याला ओळखलं. आदल्या रात्री अभ्यागत कक्षाच्या द्वाराशी त्यानंच त्याचं स्वागत केलं होतं. "मी अमर-" त्यानं स्वत:ची ओळख करून दिली.

"हॅलो! मी विक्रम, विक्रम भार्ग..."

"नमस्कार... महाराज तुमची वाट पाहताहेत!"

"महाराज...? ग्रेट! मी फक्त दहा मिनिटांमधे फ्रेश होऊन येतो."

"ठीक आहे... मी येतो दहा मिनिटांत तुम्हाला न्यायला! का थांबू इथेच?"

"नको, मी...मी..."

"बरं, येतो मी..."

अमर दहा मिनिटांमधेच परतला.

विक्रम त्याच्याबरोबर चालू लागला. जिना उतरून ते दोघे मंदिराच्या आवारात आले. तिथे प्रात:कालची कर्मं उरकून बरेच साधक जमा झाले होते. मंदिरातली पहाटेची पूजा-आरती आटोपून सारेजण आता न्याहारीसाठी निघाले होते. एक एकर आवारातला तो परिसर वृक्षवेलींनी वेढला होता. मंदिरापुढचा भाग फरसबंदी होता. मंदिराच्या उत्तुंग कळसावर शुभ्र ध्वज मंद वाऱ्याबरोबर डोलत होता. भोवतीच्या वनात विविध पक्ष्यांचं कूजन चाललं होतं.

मंदिराला वळसा घालून मागच्या दुमजली इमारतीकडे जाताना विक्रमनं विचारलं, "कशाचं आहे हे मंदिर?"

"भगवान महादेवांचं..."

"महादेवांचं? इतकं समृद्ध?"

अमर काही बोलला नाही. विक्रमचा प्रतिप्रश्न त्याला आवडला नसावा. पुढे काहीही न विचारता विक्रम त्याच्याबरोबर चालत राहिला. अनेक साधक तेव्हा त्याच्याकडे उत्सुकतेनं बघत होते.'या शुभ्र साधकांमध्ये आपण एखादा रानटी प्राणी दिसतो!' असा विचार त्याच्या मनात चमकून गेला. त्याचं त्यालाच हसू आलं. मग त्यानंच स्वत:ला समजावलं, 'वरून कसाही असलो तरी माझं अंत:करण तर शुद्ध आहे! निर्लेप आहे! तीच गोष्ट अधिक महत्त्वाची आहे.'

त्याच समाधानात तो अमरबरोबर पुढे निघाला.

थोड्याच वेळात दोघेही दुमजली इमारतीच्या वरच्या कक्षात येऊन पोचले. त्रिदंडी महाराजांचा तो 'विशेष कक्ष' असावा. तिथल्या एका आसनावर विक्रमला बसवून अमर आत गेला.

त्या कक्षाचा थाट अत्याधुनिक पद्धतीचा होता. वर फॉल्स-सिलिंग होतं. त्यात पिवळ्या रंगांचे अनेक दिवे त्यात बसवले होते. भिंत ते भिंत बदामी रंगाचा मखमली गालिचा होता. भिंतींवर देवदेवतांची चित्रं फ्रेममध्ये बसवली होती. त्यावर फोकस सोडले होते. मधोमध बैठकीची व्यवस्था होती. मऊ मऊ सोफासेट होता. मधे भलामोठा टी-पॉय होता. समोरच्या भिंतीवर त्रिदंडी महाराजांचं मोठं छायाचित्र सोनेरी फ्रेममध्ये बसवलं होतं. छातीपर्यंत रुळलेली त्यांची काळी-पांढरी दाढी, गडद, लाल रंगाची कफनी, डोक्यावर विरळ बारीक केस... बहुतांशी केस पांढरे! नेत्रांमध्ये भेदकता! नेमकी तशीच मूर्ती आता विक्रमसमोर येऊन उभी राहिली.

तो तडकाफडकी उठून उभा राहिला.

त्रिदंडी महाराज त्यांच्या भव्य आसनावर विराजमान झाले. त्यांच्या मागे शुभ्र साडी परिधान केलेली एक पंचविशीतली तरुणी येऊन उभी राहिली. तिनं डोईवरून पदर ओढून धरला होता. पण त्यामुळे तिचं सौंदर्य लपत नव्हतं. किंचित सावळा रंग, मध्यम बांधा, काहीशा जाड भिवया आणि औत्सुक्यानं भरलेले काळेभोर नेत्र हे गुणविशेष विक्रमच्या काळजाचा ठोका चुकवून गेले.

"बोला, काय काम आहे?" त्रिदंडी महाराजांच्या प्रश्नानं विक्रम भानावर आला. त्याची दृष्टी सौंदर्याकडून 'संन्याशा'कडे वळली... प्रवृत्तीकडून 'निवृत्ती'कडे वळली!

"मी विक्रम भार्गव... पुरातत्त्व विषयाचा मी विद्यार्थी आहे. काही कारणानं माझ्या हाती एक सांकेतिक चिन्हं आलं. त्याचा शोध घेत मी इथपर्यंत आलो. कदाचित आपण उलगडा करू शकाल असं समजलं, म्हणून..."

"मी? कुणी सांगितलं तुम्हाला?"

"गणेशअप्पा..."

"हां, हां... बघू काय आहे ते?"

तत्परतेनं उठून विक्रमनं खिशातून एक कागद बाहेर काढला आणि तो उघडून महाराजांपुढे धरला. महानंदांनी डायरीत चितारलेल्या आकृतीची प्रतिकृती त्यानं मुद्दामच थोड्या वेळापूर्वी वेगळ्या कागदावर तयार केली होती.

त्यावरून दृष्टी फिरवून महाराजांनी विक्रमकडे रोखून बघितलं. "कुठे मिळाली तुला ही आकृती?"

"माझे आर्किऑलॉजीचे सर... म्हणजे त्यांनी दिली ही मला!"

"अस्सं! ठीक आहे... पण लक्षात ठेव! ही आकृती कुणाच्या हाती लागणं तशी कठीण गोस्ट आहे."

'गोस्ट'चा अर्थ प्रथम विक्रमच्या ध्यानात आला नाही. परंतु, 'गोष्ट'ऐवजी 'गोस्ट' म्हणण्याची महाराजांची सवय त्याच्या लगेचच ध्यानात आली.

"फार महत्त्वाची गोस्ट तू दाखवलीस बघ! याच आकृतीच्या शोधात होतो मी इतकी वर्षं... गॉड इज ग्रेट!"

महाराजांचा उत्साही प्रतिसाद पाहून विक्रमला आश्चर्य वाटलं.

त्या आकृतीवरून दृष्टी फिरवत महाराज म्हणत होते, "हे बघ... हा फार गहन कोड नाही... अर्थात ज्याचा या विषयाशी काही संबंध नाही त्याला काही समजणार नाही..."

विक्रम चकित मुद्रेनं त्यांच्याकडे आणि त्या कागदावरच्या आकृतीकडे बघत होता. महाराजांच्या शेजारी उभी असलेली साध्वी कन्यका काव्ऱ्याबाव्ऱ्या नजरेनं त्या दोघांना न्याहाळत होती.

त्याचवेळी महाराज समजावू लागले, "नागाच्या फण्यात एकात एक गुंफलेल्या या आकृत्यांमध्ये हा ॐ दिसतो बघ! इथे ही ओंकाराची गाठ आहे. त्यात विहंग दृष्टीनं ही पिंड दाखवली आहे. वरची ही वक्राकार रेष म्हणजे ओंकारावरचा अर्धचंद्र! आणि..."

"आणि त्यावरचं हे त्रिकोणातलं वर्तुळ म्हणजे अर्धचंद्रावरचं टिंब!" विक्रमनं आपला शोध नोंदवला!

तेव्हा नकारार्थी मान हलवून महाराज हसत म्हणाले, "हे टिंब अवश्य आहे; पण ते त्रिकोणात कशासाठी?"

"कशासाठी?"

"कारण या पृथ्वीवरचं हे एक अतिविशिष्ट स्थान आहे हे दर्शवण्यासाठी!"

"हे कोणतं स्थान आहे?"

"बिंदूसरोवर!"

"बिंदूसरोवर? मी ऐकलं नाही कधी हे नाव!" वरपांगी असं सांगून विक्रमनं

आपली दक्षता दाखवून दिली.

"तूच काय; कुणीच ऐकलेलं नाही! पण या स्थानाचं माहात्म्य फार मोठं!"

"कोणतं माहात्म्य आहे या स्थानाचं?"

विक्रमकडे हसून बघत महाराजांनी म्हटलं, "हे स्थान म्हणजे असीम आनंदाचं ठिकाण आहे. तिथे गेल्यावर साऱ्या चिंता दूर होतात, असं मला माझ्या गुरूंनी सांगितलं होतं. साऱ्या सृष्टीवर आपण..." महाराजांनी एकदम खाकरून पुढचं बोलणं आवरलं. पण त्या बोलण्याची दिशा विक्रमला तेव्हाच उमजली होती.

"सध्या माझ्या दृष्टीनं महत्त्वाची गोस्ट म्हणजे ओंकाराचा हा अर्धचंद्र!"

इतक्यात विक्रमसाठी चहा-नाश्ता आला. एका साधकानं विक्रमच्या हाती साबुदाण्याच्या खिचडीनं भरलेली प्लेट दिली. शिवाय वेफर्स, बर्फी आणि सफरचंदादी फळांनी भरलेल्या डिशेस त्याच्या समोरच्या टी-पॉयवर मांडून ठेवल्या.

"मी एकटा? आपण?"

"मी सकाळी काही खात नाही." महाराज हसून उत्तरले.

"ही अमृतानंदमयी घेईल तुझ्याबरोबर... ही माझी सर्वोत्तम शिष्या आहे बरं का! बाय प्रोफेशन, ती ग्राफिक डिझायनर होती. आता संन्यस्त वृत्तीनं इथे परमशांतीचा अनुभव घेते... घे तू याच्याबरोबर, अमृता!"

एक डिश घेऊन अमृतानंदमयी विक्रमसमोर बसली.

पुन्हा मूळ विषयाकडे येत महाराज म्हणाले, "ओंकाराचा हा अर्धचंद्र म्हणजे अर्धचंद्राकृती दुर्गम डोंगररांग! बारकाईनं बघितलंस तर एक गोस्ट तू समजू शकशील..." कागदावरच्या त्या आकृतीवर बोट ठेवत त्यांनी पुढे समजावलं, "इथे एक पातळ रेषा आहे. 'उ' या अक्षराच्या खाली!"

विक्रमही पुढे झुकून बघू लागला. तेव्हा महाराजांनी म्हटलं, "अमृतानंदमयी, तुझं खाणं झालं की आपला लॅपटॉप घेऊन ये..."

"होय, महाराज..." तिचा मंजुळ आवाज किणकिणला.

लॅपटॉपचं नाव ऐकल्यावर विक्रम आश्चर्यमुग्ध होऊन महाराजांकडे बघू लागला. 'आध्यात्मिक पुरुषाला अशा भौतिक साधनांची आवश्यकता का भासावी,' असा विचार त्याच्या मनात चमकून गेला.

त्याचा हेतू जाणून त्रिदंडी महाराज नेत्र मिचकावून म्हणाले, "वत्सा, मी केवळ नाक धरून बसणारा संन्यासी नाही. माझाही पुरातन शास्त्रांचा अभ्यास आहे. देश-विदेशांतील अनेक परिषदांमध्ये मी पूर्वी सहभाग घेतला होता. प्राचीन अवशेष अभ्यासण्यातही मला विशेष रस आहे. या मठात देश-विदेशांतील लोक येतात. शांती प्राप्त करतात. त्यांनीच या मठाला हे आधुनिक रूप दिलं आहे. अन्यथा मी नि:संग होऊन या अरण्यात येऊन राहिलो होतो."

महाराजांनी आपल्या मनातला विचार जाणला की काय, असं विक्रमला वाटून गेलं. त्याला एकदम त्रिदंडी महाराजांविषयी आदर वाटू लागला. मघाशी अमरबरोबर इथे येताना 'मोक्षमंदिरा'चं बाह्यसस्वरूप पाहून तो काहीसा विचलित झाला होता. भौतिक जीवनावर टीका करायची आणि स्वत: भौतिकतेचाच आधार घ्यायचा; असे हे धार्मिक लोक, असा विचार तेव्हा त्याच्या मनात येऊन गेला होता. परंतु आता महाराजांचं यौगिक सामर्थ्य, नि:संग, अभ्यासू वृत्ती आणि मधुर वाचा ऐकून त्याच्या मनातली किल्मिषं गळून पडली.

एव्हाना अमृतानंदमयीनं आपलं खाणं संपवलं होतं. तिनं बाजूच्या एका टेबलावरचा लॅपटॉप महाराजांपुढे आणून ठेवला.

"तूच ऑपरेट कर... बिंदूसरोवर फाइल काढ."

थोड्याच वेळात लॅपटॉपवर बिंदूसरोवर फाइल दिसू लागली.

"ओपन कर..."

"हो!"

ती फाइल ओपन करताच लॅपटॉपमधून निघालेली भिन्न भिन्न किरणं लॅपटॉपवरच्या निर्वात हवेच्या पोकळीत उमटली गेली. महाराज उठून उभे राहिले. लेझरद्वारा उमटलेल्या त्या त्रिमिती चित्राकडे निर्देश करून ते विक्रमला समजावू लागले, "हे ओंकाराच्या आकाराचे डोंगर. हे डोंगर शोधण्यासाठी मी संपूर्ण भारत पालथा घातला. इथे ती डोंगररांग सापडली... या ओंकाराच्या गाठींची इथे ही पिंड दिसते बघ! हा 'उ'चा आकार म्हणजे ते डोंगर. म्हणजे या आश्रमासमोर दूरवर जे डोंगर दिसतात तो 'उ'चा खालचा भाग. ॐ या अक्षरातील वरचा जो अर्धचंद्र आहे ती डोंगराची अर्धचंद्राकृती रांग इथून चाळीस किलोमीटर अंतरावर आहे. ती रांग जवळपास पन्नास किलोमीटर आडवी पसरली आहे. त्या डोंगररांगेच्या कोंदणातील बिंदूसरोवर आणखी पुढे पंधरा किलोमीटर अंतरावर असावं. अर्थात असा माझा तर्क आहे. कारण मी तिथे गेलेलो नाही. आजपर्यंत कुणीही तिथे जाऊ शकलेलं नाही."

"कुणाला ते माहीतच नाही तर जाणार कोण तिथे?"

विक्रमनं महाराजांना पुष्टी दिली.

"तेव्हा शुभस्य शीघ्रम्!"

"म्हणजे बिंदूसरोवरावर जायचं लगेच?"

मान वर करून महाराज मोठ्यांदा हसू लागले. त्यांची काळी-पांढरी दाढी थरथरू लागली. गळ्यातली रुद्राक्षमाळ हेलकावली.

विक्रम आ वासून त्यांच्याकडे बघत राहिला. आपण बोलायला चुकलो तर नाही ना असं त्याला वाटून गेलं.

आपलं हसणं आवरून महाराजांनी म्हटलं, "अरे, गेली दहा वर्षं मी तिथे

जाण्याची प्रतीक्षा करतो आहे. अद्याप मला ते जमलेलं नाही... आणि तू!'' पुन्हा त्यांना हसू फुटलं. ''तू तर एखादं म्यूझिअम बघायला निघाल्याप्रमाणे लगेच निघालाससुद्धा!''

विक्रमनं ओशाळून खाली मान घातली.

त्याच्याकडे पाहून अमृतानंदमयीनंही मंद स्मित केलं आणि ती अधोवदन होऊन बसली.

''वत्सा!'' महाराज त्याची समजूत काढू लागले. ''बिंदूसरोवरावर जाणं ही काही सोपी गोष्ट नाही. किंबहुना ती अतिकठीण गोष्ट आहे!''

''पण प्रयत्न करायला काय हरकत आहे?'' मान वर करून विक्रमनं आत्मविश्वास दर्शवला.

आपली भेदक नजर विक्रमवर रोखून त्रिदंडी महाराजांनी त्याला छेडलं, ''तुला तिथे कशासाठी जायचंय?''

''मी आर्किऑलॉजीचा विद्यार्थी आहे ना! अशा गूढ गोष्टी शोधण्यात आम्हाला विशेष रस असतो. प्रसंगी आम्ही आमचा जीवही धोक्यात घालतो!'' विक्रमनं वेळ मारून नेली.

''पण बाळा, बिंदूसरोवर शोधून काढणं किंवा तिथे जाणं हे एखादी ऐतिहासिक वास्तू शोधण्याइतकं सोपं काम नाही! एकवेळ तू इजिप्त किंवा मेक्सिकोतल्या पिरॅमिड्‌सच्या निर्मितीचा, त्याच्या उद्देशाचा संपूर्ण शोध लावू शकशील. नलानं बांधलेल्या सेतूचं संपूर्ण तंत्रज्ञान तुला अवगत होईल. इंका संस्कृतीत गूढ बनून राहिलेल्या गोष्टींवर तू प्रकाश टाकू शकशील. अनेक नवी उत्खननं तू करशील. घडून गेलेल्या गोष्टी तू रिवाइंड करून जगापुढे सादर करू शकशील. पण बिंदूसरोवर...''

''इतकं दुर्लभ आहे ते ठिकाण?''

''माझा आजपर्यंतचा व्यासंग मला हेच सांगतो! पण... पण तुझ्यासारखा हिंमतवान तरुण आज माझ्या साहाय्याला आला आहे! त्यामुळे आपण या कार्यात नक्कीच यशस्वी होऊ असा मला विश्वास वाटतो.''

विक्रमच्या जिवात जीव आला. त्याच्या आशा पल्लवित झाल्या. महानंदांनी उपदेश केल्याप्रमाणे तो त्या पिंडीचं बिंदूसरोवरामध्ये विसर्जन करू शकणार होता. त्यामुळे त्याच्या विश्वनाथन् सरांनी त्याच्यावर सोपवलेली जबाबदारी तो यशस्वीपणे पार पाडू शकणार होता. त्रिदंडी महाराजांचा भक्कम आधार मिळाल्यामुळे त्याला कार्यपूर्तीची निश्चिती वाटू लागली होती.

त्या वेळी लॅपटॉपमधून वर हवेत उमटलेल्या त्रिमिती आकृतीकडे निर्देश करून त्रिदंडी महाराज म्हणत होते, ''तू आणलेल्या आकृतीत 'उ' या अक्षराखाली जी रेष

दर्शवलेली आहे ती वास्तविक रेष नसून तो एक 'कोडवर्ड' आहे.''

''कोडवर्ड?''

''ही बघ, तुझ्या आकृतीतच ही आणखी एक अस्पष्ट उभी रेष 'उ' या अक्षराच्या खालच्या भागाशी जोडली आहे.''

हवेतल्या ग्राफिक्सकडे वळून महाराज म्हणाले, ''हे बघ! इथे हा 'उ' आकार आहे. माझ्याकडे या ओंकाराचं पूर्ण डिझाइन आहे. परंतु तो 'कोड' कुठे लपला आहे याची माहिती आजपर्यंत माझ्याकडे नव्हती. तुझ्या आकृतीवरून माझ्या ते ध्यानात आलं. तुला ही आकृती देणारा माणूस चांगलाच जाणकार, अभ्यासू असला पाहिजे! कोणी दिली तुला ही आकृती?''

विक्रम काही बोलला नाही.

''ठीक आहे, आता हे बघ... हा 'उ'चा खालचा भाग म्हणजेच ती पूर्वेकडे समोर दिसणारी डोंगररांग! तो कोड त्याच डोंगररांगेत कुठेतरी लपला आहे. तो शोधण्यासाठी आपण लगेच निघायचंय. त्यासाठी मी मघाशी म्हटलं, शुभस्य शीघ्रम्!''

विक्रमनं संमतिदर्शक मान हलवली खरी! पण त्याला कसलाच अर्थबोध होत नव्हता.

''अमृतानंदमयी, तो लॅपटॉप बंद कर... आणि तूही आमच्याबरोबर चल... तू बरोबर असलीस म्हणजे आमच्या शोधाला आधुनिक तंत्रज्ञानाचीही जोड मिळेल!''

विक्रम आणि अमृतानंदमयीनं एकमेकांकडे बघितलं. परस्परांची मनं परस्परांनी जाणली. दोघांच्याही शरीरातून सुखद लहर सरसरत गेली.

त्या दोघांच्या दृष्टीनं तो मणिकांचन योग ठरणार होता!

*

'बिंदूसरोवराचा आणि आत्ता आपण हुडकत असलेल्या कसल्याशा 'कोड'चा अन्योन्य संबंध काय? त्रिदंडी महाराजांना तो कशासाठी हवा आहे?'

तो कोडवर्ड मिळवण्यासाठी डोंगररांग पिंजून काढताना विक्रमच्या मनात एकसारखे हेच विचार येत होता. गेले जवळपास तीन तास ते त्या वलयांकित डोंगरांमधून फिरत होते. सारेजण दमून भागून गेले होते. अमृतानंदमयी तर पुरती थकून गेली होती. तिच्याच्यानं आता पाय उचलवत नव्हता. महाराजांना ते ठिकाण मिळालं नसतं तर तिनं कदाचित आश्रमाची वाट धरली असती.

परंतु सूर्य ऐन माथ्यावर आला असतानाच त्रिदंडी महाराजांच्या एका तरुण साधकाला रानझुडपांनी वेढलेल्या आणि रानवेलींनी झाकल्या गेलेल्या लेण्यांचा अचानक शोध लागला होता. हातातील कोयत्यानं त्यानं त्या वेली सपासप कापल्या. झुडपं उखडली.

लेण्यांच्या प्रथमदर्शनानं महाराज हरखून गेले. ''आपल्याला अवचित या लेण्यांचा शोध लागला बघा! विक्रम, तुला तर खूप आनंद वाटला असेल!''

''अर्थातच! पुरातत्त्ववेत्त्याच्या दृष्टीनं तर ही पर्वणीच असते! खरोखर! इतक्या दुर्गम भागात हा प्राचीन अमूल्य ठेवा!''

''वत्सा! अमूल्य ठेवा हा दुर्गम भागातच असतो! तो सहजासहजी मिळत नाही!'' त्रिदंडी महाराज नेत्र मिचकावत म्हणाले.

विक्रमनं हसून प्रतिसाद देताना अमृतानंदमयीकडे वळून बघितलं. तीही तिरक्या नजरेनं त्याच्याकडे बघून हसली. विक्रमच्या छातीचा ठोका चुकला! जिवंत सौंदर्यावरून दृष्टी काढून त्यानं निर्जीव सौंदर्याकडे वळवली.

समोर साधारणत: पंधरा फूट उंचीची, नागाच्या फण्याच्या आकाराची दगडी कमान होती. त्यावर अनेक छोट्या छोट्या आकृत्या आणि वेलबुट्ट्या कोरल्या होत्या. दोन्ही बाजूला जाडजूड नक्षीदार खांब होते. कमानीच्या तक्तपोशीवरही शिल्पकला बहरली होती.

त्या देखाव्याकडे बघत सर्वांना उद्देशून त्रिदंडी महाराजांनी म्हटलं, ''हलकेच... जपून चला आत!''

मोठ्या उत्साहानं त्रिदंडी महाराज त्या कमानीतून प्रथम आत गेले. त्यांचे दोन साधक हातात टॉर्च घेऊन मागोमाग गेले. अमृतानंदमयीला आधी संधी देऊन विक्रम तिच्या मागोमाग आत गेला. साधकांच्या हातातले टॉर्च सर्वत्र फिरू लागले... वर, खाली, समोर, बाजूला... आणि एकाएकी अमृतानंदमयी किंचाळली. चाळीस बाय पन्नास फूट लांबी-रुंदीचं ते लेणीगृह विविध आकारांच्या आणि प्रकारांच्या सर्पांनी व्यापलं होतं. दगडी जमिनीवर सर्पांचा खच पडला होता. भिंतीत कोरलेल्या विविध मूर्तींच्या गळ्याला, हाताला, डोक्यांना वेढून सर्प बसले होते. जिथे जिथे कपारी होत्या त्यातूनही सर्पमुखं डोकावत होती. त्यांच्या हालचालींमुळे जणू ती सारी शिल्पं जिवंत होऊन हलत असल्याचा भास होत होता.

अमृतानंदमयी भेदरून त्या सर्पकुलाकडे बघत होती. विक्रमही धास्तावला होता. परंतु अनेक दुर्गम भागात तो त्यापूर्वी गेला असल्यामुळे आणि असा थोडाफार अनुभव गाठीशी असल्यामुळे तो शांत होता. कोकणातल्या मार्लेश्वराला त्यानं असे साप बघितले होते. पण सर्पांचा इतका प्रचंड खच त्यानं पूर्वी कधीच बघितला नव्हता.

त्रिदंडी महाराज मात्र शांत होते. त्यांनी केलेल्या साधनेचा किंवा अनुभवाचा परिणाम म्हणा; ते मुळीच विचलित झाले नव्हते. त्यांचे दोन्ही साधकही धाडसी होते. महाराजांच्या आज्ञेची ते प्रतीक्षा करीत उभे होते.

महाराज सर्वांना उद्देशून म्हणाले, ''भगवान शिवाचं हे एक अतिशय जाज्ज्वल्य

स्थान आहे. त्याचे रक्षक तरी किती पहा! पण काळजी करू नका. या नाग-सर्पांना कोणताही उपद्रव होईल असं वागू नका... अमर, तू ती मशाल पेटव...''

अमरनं बरोबर दोन-पाच मशाली आणल्या होत्या. वाळलेलं गवत, दीर्घकाळ जळणारी घट्ट लाकडं आणि लाख यांपासून त्यानं त्या मशाली पूर्वीच तयार करवून घेतल्या होत्या. जंगलातल्या आश्रमात राहताना-वावरताना त्यांची नक्कीच आवश्यकता होती. पोत्यातून त्या बाहेर काढत त्यानं एक स्वत:च्या हातात धरली आणि दुसरी आपल्या सहाध्यायी साधकाच्या हाती दिली. काडेपेटीनं त्यानं दोन्ही मशाली पेटवल्या. त्याबरोबर ते लेणीगृह उजळून निघालं. फणा काढलेले, न काढलेले छोटे-मोठे नाग, साप सर्वत्र दिसू लागले. ते पाहून अमृतानंदमयीचे डोळे फिरले. तिनं विक्रमच्या खांद्यावर स्वत:ला झोकून दिलं. विक्रमनं तिला आधार दिला.

साधकांचं आणि त्रिदंडी महाराजांचं त्यांच्याकडे लक्ष नव्हतं. नागकुलाला कसं पळवून लावावं या विचारात ते गढून गेले होते. लगबग करून महाराजांनी एक मशाल आपल्या हाती घेतली आणि जमिनीवरच्या सापांपुढून फिरवत ते मंत्र म्हणू लागले-

'सर्पाप सरं भद्रं ते दूरम गच्छ महाविष।
जनमेजय यज्ञान्ते आस्तिक्य वचनं स्मर।।
आस्तिक्य वचनं स्मृत्वा य: सर्पो न निवतंते।
सप्तधा त्रिधते मूर्घ्नि शिश वृक्ष फलं यथा।।'

मंत्रप्रभावानं जमिनीवरचे सारे सर्प प्रथम स्तंभित झाले. मग हळूहळू मवाळ होऊन एका मोठ्या बिळात गुप्त होऊ लागले.

ते पाहून विक्रम थक्क होऊन गेला. अमृतानंदमयीला हलवून जागं करत आश्चर्यानं म्हणू लागला, ''बघा! बघा अमृतानंदमयी! केवढं आश्चर्य! ते साप भराभर त्या पलीकडच्या मोठ्या बिळात चाललेत पहा!''

अमृतानंदमयी भानावर आली. नेत्र विस्फारून तिनं समोर बघितलं. सारं सर्पकुल खरोखरच पलीकडच्या एका बिळात अदृश्य होत होतं. थोड्याच अवधीत ते लेणीगृह सर्पमुक्त झालं. मात्र तक्तपोशीला उलटी चिकटून बसलेली असंख्य वटवाघुळं होती तशीच होती. त्यांच्या शरीराचा कुबट दर्प सर्वत्र भरून राहिला होता. मशाली पेटताच त्या उलट्या जगवासींचा कलकलाट सुरू झाला.

त्रिदंडी महाराजांनी सभोवार दृष्टिक्षेप टाकून सर्वांकडे हसून बघितलं. त्यांचं मंत्रसामर्थ्य सर्वांना प्रतीत झालं होतं. सारेजण आश्चर्यानं त्यांच्याकडेच बघत उभे होते. अमृतानंदमयी आता स्वत:च्या पायांवर उभी राहिली होती... विक्रमच्या आधारानं! लेणीगृहात पसरलेल्या कुबट वासानं तिला मळमळत होतं. पण नाग-सर्पांपुढे तिला त्या वासाचं आणि वाघुळांचं काही विशेष वाटत नव्हतं.

इतक्यात महाराजांचा आवाज लेणीगृहात घुमला- ''आता एकही सर्प इथे दिसणार नाही तुम्हाला!'' पुरावा दर्शविण्यासाठी अमरच्या हातातून मशाल घेऊन त्यांनी ती वर-खाली, डावी-उजवीकडे फिरवली.

''ते सर्पकुल शिवभक्त! पण आपण थोडेच शिवाचे शत्रू आहोत?'' महाराज हसू लागले. त्यांच्या हसण्याच्या आवाजाचा प्रतिध्वनी लेणीगृहात घुमला. जणू त्या साऱ्या कोरीव लेण्या सजीव होऊन आपल्या असंख्य मुखांनी महाराजांच्या बोलण्याला प्रतिसाद देत होत्या.

सारेजण आता आणखी पुढे गेले. साधकांच्या मशालींचा उजेड तसंच विक्रम आणि महाराजांच्या हातातील टॉर्चच्या प्रखर प्रकाशात ते लेणीगृह चांगलंच उजळून निघालं होतं. तिथलं अप्रतिम कोरीव काम पाहून सारेजण चकित होऊन गेले होते. कोरीव शिल्पांमध्ये प्रामुख्यानं शिव-पार्वती, भूतगण यांचीच शिल्पं होती. त्याशिवाय इंद्र-इंद्राणी, वरुण, मित्रा, ब्रह्मा, विष्णू अशा देवदेवतांचीही शिल्पं होती. ती सारी शिल्पं लालसर पाषाणातून कोरलेली होती. जमिनीवर मध्यभागी असलेला, अखंड दगडातून कोरलेला नंदी मात्र स्वतंत्रपणे स्थापित केल्यासारखा भासत होता.

ते अप्रतिम कोरीव काम पाहताना विक्रममधला पुरातत्त्ववेत्ता जागा झाला. विविध कलाकृतींचं तो बारकाईनं निरीक्षण करू लागला. तक्तपोशीवरची कलाकुसर पाहून तो सहजगत्या उद्गारला, ''कमीत कमी तीन हजार वर्षांपूर्वीचं हे काम असावं! केवढं सुंदर! तसंच भव्य!''

''आज आपण शोध लावला या लेण्यांचा!'' अमृतानंदमयी विक्रमशी प्रथमच बोलली, ''इथले शिव-पार्वतीचे नाट्यप्रसंग तर पहा...''

''पाहतोच आहे... पार्वतीची तपश्चर्या फळाला आली आणि...'' विक्रमनं तिच्या नेत्रांत डोकावत म्हटलं.

तेव्हा तिनं संभावितपणे आपली मान खाली घातली. लाजेनं ती चूर होऊन गेली. तिच्या मुद्रेवर व्यक्त झालेले भाव तिच्या तापसीच्या वेशभूषेशी साधर्म्य दर्शविणारे निश्चितच नव्हते! किंबहुना ते विरोधाभास दर्शविणारे होते. त्या निर्जीव लेण्या आणि विक्रम यांच्याशिवाय ते कुणीच टिपले नव्हते!!

भावभावनांच्या या कल्लोळापासून त्रिदंडी महाराज पुष्कळ दूर गेले होते. पलीकडच्या बाजूला ते काहीतरी शोधत होते. त्यांचे दोन्ही पट्टसाधक त्यांच्या पाठीशीच होते. पाषाण भिंतीवरची प्रत्येक लेणी, दारावरच्या कमानी, मधले भलेमोठे नक्षीकाम केलेले खांब यांचं ते सूक्ष्म दृष्टीनं निरीक्षण करीत होते.

त्रिदंडी महाराजांची शोधक दृष्टी पाहून विक्रम एकदम भावविश्वातून भानावर आला. अमृतानंदमयीसह तो तत्परतेनं महाराजांच्या मागे जाऊन उभा राहिला.

महाराज पुटपुटत होते, ''त्या आकृतीत दाखवलेलं ठिकाण हेच असावं. मग

तो मंत्र...''

विक्रमला अद्याप या शोधकार्याचा उद्देश कळला नव्हता. तो मंत्र मिळवण्याचं प्रयोजनही त्याला समजलं नव्हतं. कदाचित त्या मंत्रामुळे बिंदूसरोवरावर जाणं सुलभ होईल, अशी स्वत:ची समजूत काढून तो सभोवतालच्या लेण्यांचं बारकाईनं अवलोकन करू लागला. त्याची शोधक नजर सर्वत्र फिरून मध्यभागी असलेल्या नंदीवर स्थिरावली.

''महादेवाची पिंड इथे कुठे दिसत नाही. मग हा नंदी इथे का?'' नंदीला न्याहाळत परंतु अमृतानंदमयीला उद्देशून विक्रम म्हणाला.

पाठोपाठ त्यानं नंदीचं बारकाईनं निरीक्षण आरंभलं. नंदीचं तोंड भिंतीकडे होतं. पण पाषाणाच्या भिंतीवर कुठेही महादेवांची मूर्ती कोरलेली नव्हती किंवा पिंडीचं शिल्प कुठे दिसत नव्हतं. उलट एक विशाल शेषनाग नंदीसमोरच्या पाषाणभिंतीत कोरलेला होता. त्या शेषाचे अनेक फणे पाषाणभिंतीपासून घराच्या छपराप्रमाणे बरेच पुढे आले होते.

विक्रमचं विचारचक्र सुरू झालं. दोन्ही हात डोक्यावर ठेवून तो मनातल्या मनात कशाची तरी सांगड घालू लागला.

अमृतानंदमयी तेव्हा नंदीपाशी जाऊन उभी राहिली होती. विक्रमचं लक्ष नाही हे बघून मोठ्या भाविकपणे तिनं नंदीला स्पर्श करून नमस्कारही केला!

भिंतीवरच्या लेण्या पाहत पाहत विक्रम एव्हाना शेषनाग-शिल्पापाशी जाऊन पोचला होता. ते खोदकाम इतकं सरस होतं की अनेक फणे काढलेला शेष नाग खरोखरच समोर उभा ठाकला आहे असं वाटावं! एकेका फण्यावरून हात फिरवत व्रिकम मधल्या फण्यापाशी आला. तो मधला फणा मूळ शिल्पापासून जरा अधिक बाहेर आला होता. टॉर्चच्या उजेडात विक्रमनं त्या फण्यावरून हात फिरवला. त्या फण्याला जोर देऊन डावी-उजवीकडे हलवून बघितलं.

आणि अचानक तो फणा काटकोनात उजवीकडे फिरला. त्याच वेळी गडगडाटासारखा आवाज होऊन मधला नंदी वेगानं धडधडत मागे सरकला आणि त्याच्या जवळ उभी असलेली अमृतानंदमयी मध्ये निर्माण झालेल्या पोकळीत पडली. पडता पडता मोठ्यानं किंचाळून तिनं पोकळीच्या एका कड्याला पकडलं. त्याच अवस्थेत ती लटकत राहिली.

एका क्षणात या साऱ्या घटना घडल्या होत्या.

सारेजण तिच्या दिशेनं धावले. विक्रम तर तीरासारखा तिला सावरायला गेला. त्यानं चट्कन तिचे हात पकडले आणि तिला भुयारातून वर ओढून काढलं.

महाराजांनी घाबऱ्याघुबऱ्या स्वरात विचारलं, ''एकाएकी असं कसं घडलं? लागलं नाही ना तुला?''

तिचा ऊर धपापत होता. भोवळ आल्याप्रमाणे ती डोळे मिटत होती. अमरनं तिला बाटलीतलं पाणी पाजलं तेव्हा ती काहीशी सावरली. दीर्घ श्वास घेऊन म्हणाली, "अचानक हा नंदी मागे सरकला आणि मी या पोकळीत पडले! नशीब, या जमिनीला हात लागले..."

विक्रमनं काळजीयुक्त स्वरात विचारलं, "फार लागलं नाही ना?"

"नाही? आता मी ठीक आहे... आणि थँक्स फॉर..."

"ओ, कम ऑन! इट्स माय..." पुढचे शब्द हवेत विरले तरी त्यातला भाव तिनं टिपला.

ते सोपस्कार पार पडल्यानंतर साऱ्यांचं लक्ष त्या नव्या आश्चर्यानं वेधून घेतलं. नागाचा फणा काटकोनात फिरवल्यानंतर ते नंदीचं शिल्प मागे सरकावं अशी योजना तिथे केली होती. तीन हजार वर्षांपूर्वीचा हा मेकॅनिझम पाहून सर्वांनीच त्या काळाच्या ओघात नष्ट झालेल्या कलावंतांची तोंड भरून स्तुती केली.

आता सर्वांचं ध्यान आतल्या भुयाराकडे गेलं. साधारणत: तीन फूट बाय चार फूट लांबी-रुंदीच्या त्या भुयारात मशाली, टॉर्च फिरू लागले. त्या उजेडात खाली गर्भगृहात गेलेल्या पायऱ्या सर्वांना दिसू लागल्या. सारेजण एकमेकांकडे बघू लागले. तेव्हा धाडसी विक्रमनं टॉर्चच्या प्रकाशझोतात खाली उडी मारलीदेखील! गर्भगृहात चौफेर टॉर्च फिरवून तो ओरडला, "खालच्या गाभाऱ्यात पिंड दिसते. फक्त नऊ पायऱ्या उतरायच्या आहेत!"

"चला तर मग खाली!" त्रिदंडी महाराज उत्साहानं म्हणाले.

सारेजण त्या अनोख्या, अंधाऱ्या आणि अव्यक्त गाभाऱ्यात उतरले.

खालच्या छोट्याशा गर्भगृहात घुसमटायला होत होतं. भिंतीवरून पाण्याचे थेंब ओघळत होते. शेकडो वर्षं पाणी ओघळून ओघळून क्षारांचे थरच्या थर जमा झाले होते. आतली दगडी जमीनही जलमय झाली होती. वरून पिंडीवरही पाणी ओघळत होतं. निसर्गत:च पिंडीवर अभिषेक होईल अशी शिल्पकारानं योजना केली होती. दोन-तीन हजार वर्षं पाणी पडून पडून लिंगाच्या मधोमध खड्डा पडला होता.

महाराज हर्षभरित दृष्टीनं पिंडीकडे पाहत होते. पिंडीला मनोभावे नमस्कार करून ते गर्भगृहाचं अवलोकन करू लागले. मधलं लिंग आणि ओघळणारं पाणी याशिवाय तिथे काहीच दिसलं नाही.

तेव्हा विक्रमकडे बघून त्रिदंडी महाराजांनी म्हटलं, "तू पुरातत्त्व विषयाचा विद्यार्थी आहेस ना? आता तुलाच तो 'कोड' शोधायला हवा! माझी तर्कशक्ती आता खुंटली!"

विक्रमनं लगेच आपल्या खिशातून तो आकृतीचा कागद बाहेर काढला. ते सांकेतिक चित्र टॉर्चच्या उजेडात बारकाईनं अभ्यासू लागला. ती आकृती तर

बिंदूसरोवराशी संबंधित होती. मग तिथे जाण्यासाठी तद्‌सदृश्य कोड इथेही असेल तर? विक्रम विचार करू लागला. मनातल्या मनात तर्क लढवू लागला. विचार करता करता सभोवार टॉर्च फिरवू लागला.

आणि अचानक त्याच्या डोक्यात प्रकाश पडला. त्या गाभाऱ्याचा आकार ओंकाराच्या आकाराचाच होता! ओंकाराच्या गाठीवर पिंड होती. उजवीकडच्या गोलाकार भागापाशी पाणी बाहेर जाण्यासाठी छिद्र होतं. म्हणजे आता ओंकारावरचा अर्धचंद्र पिंडीच्या मागे असणार...

याप्रमाणे विचार करून तो पट्‌कन पिंडीच्या मागे गेला. तिथे जमिनीवर एक अर्धचंद्राकृती खोबणी होती. त्या खोबणीच्या वर मधोमध दगडात कोरलेली अक्षरं त्याला टॉर्चच्या प्रकाशात दिसू लागली. सॅकमधल्या पुढच्या कप्प्यातून त्यानं चट्‌कन एक ब्रश बाहेर काढला. पुरातत्त्ववेत्त्यांचं ते आवडतं साधन विक्रमच्या सॅकमध्ये इतर छोट्या हत्यारांबरोबर नेहमी असायचंच!

त्या अक्षरांवरून त्यानं हलकेच ब्रश फिरवला. तेव्हा दगडावर कोरलेला दोन ओळींचा संस्कृत मंत्र त्याला स्पष्ट दिसू लागला. "हे बघा महाराज... इथे काहीतरी लिहिलंय!"

त्रिदंडी महाराज लगबगीनं पुढे सरसावले आणि विक्रमशेजारी जाऊन उकिडवे बसले. त्या मंत्रावरून त्यांची दृष्टी फिरू लागली. दोन-तीन वेळा त्यांनी त्या ओळी वाचल्या आणि आश्चर्यानं म्हणाले, "अरे बापरे! हा मंत्र मला नवा आहे..."

ते दोन्ही साधक आणि अमृतानंदमयीसुद्धा पिंडीमागे जाऊन त्या मंत्राचं अवलोकन करू लागली. पण कुणालाच त्या कोरीव मंत्राविषयी फारसं काही विशेष वाटलं नव्हतं. हा एवढा दोन ओळींचा मंत्र मिळवण्यासाठी आपण इतकी पायपीट कशासाठी केली आणि कशाला या भीतिदायक लेण्यांमध्ये आलो, असंच त्यांना वाटत होतं.

विक्रमला मात्र तसं वाटत नव्हतं. हा मंत्र मिळवून त्रिदंडी महाराजांना कोणती तरी मोठी गोष्ट साध्य करायची असावी, याविषयी त्याच्या मनाची निश्चिती होऊन चुकली होती. त्यानं उत्सुकतेनं महाराजांकडे बघितलं. त्या अंधाऱ्या गाभाऱ्यातही त्यांच्या मुद्रेवरचा हर्ष लपत नव्हता. ते पुन:पुन्हा त्या ओळी मनातल्या मनात म्हणत होते. तो मंत्र तोंडपाठ करत होते. आपल्या डायरीत लिहून घेत होते. अमरला सेलफोनमध्ये फोटो घ्यायलाही सांगत होते.

तो मंत्र असा होता :

ॐमशपाशुपतायातुलबलवीर्यपराक्रमाय त्रिपाञ्चनयनाय नानारूपाय। नाना-प्रहरणोज्ञताय सर्वाङ्गरक्राय भिन्नाञ्जनचयप्रख्यात ॐ

तेवढ्या अवधीत विक्रमनंही टॉर्चमध्येच असलेल्या डिजिटल कॅमेरानं त्या

मंत्राचा हळूच फोटो काढून घेतला.

"चला!" आपल्या जागेवरून उठत महाराज उत्साहात म्हणाले. "आपलं काम झालं! इथे येण्याचं सार्थक झालं!"

कोणतं काम झालं आणि कसलं सार्थक झालं हे कुणालाच कळलं नव्हतं.

संभ्रमावस्थेतच सारेजण महाराजांबरोबर गाभाऱ्यातून बाहेर पडले. नागाचा फणा विक्रमनं पुन्हा डावीकडे फिरवला. नंदी मागे सरकला. गर्भगृह बंद झालं. त्रिदंडी महाराज प्रथम लेणीबाहेर आले. पाठोपाठ सारेजण लेण्यांमधून बाहेर पडले.

बाहेर पडताच त्रिदंडी महाराजांनी आपले दोन्ही हात पसरून वर आकाशाकडे बघितलं. जणू त्यांना वैश्विक ज्ञानाची प्राप्ती झाली होती. कुणालाच त्याविषयी नक्की अंदाज बांधता येत नव्हता.

सारेजण त्यांच्या पाठमोऱ्या आकृतीकडे आश्चर्यानं बघत राहिले.

'कोड' गवसला!

विक्रमच्या खोलीचं दार वाजलं तेव्हा लगबगीनं हातातलं काम बाजूला सारून त्यानं दार उघडलं. दारात अमृतानंदमयी उभी होती. इतक्या उशिरा तिला एकटीला आलेलं पाहून विक्रमला आश्चर्य वाटलं.

"माझ्याकडे काही काम होतं?"

"मी आत येऊ का?"

"ओ! सॉरी! या ना, या! बसा इथे."

शुभ्र साडी परिधान केलेली अमृतानंदमयी एका सोफ्यावर अधोवदन बसली. विक्रम तिच्या समोरच्या खुर्चीत बसला. तिचा अंदाज घेऊ लागला.

"आय... आय हॅव टु गिव्ह यू कन्फेशन..." तिनं तोंड उघडलं.

"ओके! टेल मी..."

"मी..." तिनं मागे वळून उघड्या दाराकडे बघितलं.

"दार...? पण... कुणी येणार नाही आत्ता इथे. रात्रीचे दहा वाजून गेलेत. महाराजांचं भजन सुरू झालंय तिकडे..."

"ती संधी साधूनच मी तुमच्याकडे आलेय. आत्ता इथे कुणी येणार नाही... तरी पण..."

"मग काय दरवाजा लोटून घेऊ...?"

"हो..."

विक्रमला संकोच वाटला. पण त्यानं दार बंद केलं.

"हं! बोला आता-"

"मी... मी..."

"घाबरू नका! मनात असेल ते बोलून टाका..."

"मला अहो-जाओ करू नका हो!"

"ठीक आहे! पण मलाही नुसतं विक्रम म्हटलेलं आवडेल!"

“ओके! विक्रम, मी मोठ्या विश्वासानं तुला हे सांगत आहे-”

“मी सांगितलं ना अमृतानंदमयी, मनातलं सारं...”

“माझं नाव अपूर्वा...”

“अपूर्वा?”

“हो... मीसुद्धा पुण्याचीच. एम.सी.एम. करून मी ग्राफिक डिझायनिंगचा कोर्स केला...”

“ग्रेट!”

“शिक्षण पुरं झाल्याबरोबर मला एका मोठ्या कंपनीत जॉब मिळाला. एक लाख स्टार्ट होता. दोन वर्षं मी तिथे कसंबसं काम ओढलं. दिवस-रात्र काम केलं. आठ-आठ, दहा-दहा तास काम करून अक्षरश: वेड लागायची पाळी यायची. त्यातून विरंगुळा कधीच नसायचा. यांत्रिकीकरण, पैशाची चटक, हाय क्लास लाइफ स्टाइलची ओढ या मोहातून मी सतत काम करीत होते. आणि एक दिवस मला कंपनीतच विरंगुळा मिळाला. विक्रम, सॉरी टु से... कंपनीनंच तशी सोय केली होती.”

“कसली?”

“डेटिंगची! कंपनी ऑफिशियली डेटिंग अलाउन्स द्यायची, यू नो?”

“ओ गॉड!”

“राहुल नावाचा नव्यानं कंपनीत आलेला तरुण माझ्या आयुष्यात आला. रात्रपाळी सांभाळून रात्री-अपरात्री आम्ही भेटत असू... पुढचं...”

“डोन्ट टेल मी, आय कॅन अन्डरस्टॅन्ड...”

“घरी जेव्हा मी राहुलविषयी सांगितलं तेव्हा घरच्यांनी मला विरोध केला. पण मी हट्टाला पेटले होते. नाइलाजानं त्यांनी लग्नाला मान्यता दिली. इंटरकास्ट मॅरेज त्यांना मान्य नव्हतं... आमचा साखरपुडासुद्धा एका हॉटेलमध्ये झाला. तीनशे लोकांना चायनीज-पंजाबी-इटालियन पद्धतीचं व्हेज-नॉनव्हेज जेवण दिलं... दारू होतीच!”

“लग्नासारख्या पवित्र समारंभात नॉनव्हेज-दारू?”

त्याच्याकडे आश्चर्यानं बघत तिनं म्हटलं, “कोणत्या काळात वावरतोस तू विक्रम? आपण केवढे वेस्टर्नाइज्ड झालो आहोत हे मी का तुला सांगायला हवं? लग्नच काय; वाढदिवस, मुंज, केळवण अशा शुभप्रसंगीसुद्धा आपले तथाकथित पुढारलेले लोक मांसाहार करतात, मद्यपान करतात!”

“बरोबर! आपण सुधारलो ना!”

“सुधारलो पण सुखी नाही झालो... निषिद्ध गोष्टींना आज प्रतिष्ठा मिळत आहे... माझ्या मनाप्रमाणे सारं काही घडत होतं. पण एक दिवस...” तिला हुंदका आवरलं नाही. विक्रम तिच्याकडे समजावणीच्या दृष्टीनं बघत राहिला.

“एन्गेजमेन्टनंतर काही दिवसांतच राहुलला अमेरिकेत जायची संधी मिळाली.”

ती सांगू लागली. ''म्हणजे आम्ही दोघं मिळून स्टेट्समध्ये जायचं ठरवलंच होतं. पण राहुल एकटा आधी पुढे गेला आणि... आणि तो गेला तो गेलाच...''

''म्हणजे? त्याचं काही बरंवाईट...?''

''त्याचं चांगलं झालं तिकडे; पण माझ्यासाठी मात्र तो मेला!'' संतापयुक्त रडवेल्या स्वरात ती बेभान होऊन बोलू लागली. साध्वीच्या रूपात दडलेल्या संतापाचा उद्रेक झाला. ''पहिले दोन महिने तो मला मेल पाठवत होता. आम्ही चॅटिंग करत होतो. पण हळूहळू त्यानं माझ्याशी संपर्क तोडला. त्याला कॉन्टॅक्ट करण्याचे मी पुष्कळ प्रयत्न केले. पण...''

''मग त्याच्या घरी का नाही कॉन्टॅक्ट केलास?''

''मला त्याचं घर कुठे माहीत होतं?''

''म्हणजे?''

''तो मूळचा महाराष्ट्रातला नव्हता. साखरपुड्याला त्याचे कोणीही नातेवाईक आले नव्हते. ते सारे लग्नाला येणार होते. म्हणजे राहुलनं तसं सांगितलं होतं...''

''आणि तुम्ही विश्वास ठेवला त्याच्या बोलण्यावर?''

''प्रेम आंधळं असतं हेच खरं!'' ती स्फुंदून स्फुंदून रडू लागली. ते पाहून विक्रम चट्कन जागेवरून उठला आणि दार किलकिलं करून त्यानं बाहेरचा अंदाज घेतला. बाहेर कुणी नव्हतं. मंदिरातून त्रिदंडी महाराजांचं भजन तेवढं कानी पडत होतं.

दार लोटून तो पुन्हा जागेवर येऊन बसला. भजनाचा आवाज क्षीण झाला आणि अपूर्वाची व्यथा पुन्हा बोलू लागली, ''विक्रम! मी पार उद्ध्वस्त झाले होते. माझं कामात लक्ष लागेना. पण काम तर मला करावंच लागणार होतं...''

''मग राहुलनं पुन्हा संपर्क केला नाही का?''

''केला... त्यानं मला एक फोटो तेवढा पाठवला... त्याचा आणि त्याच्या नव्या प्रेयसीचा...''

''डॅम इट! मग?''

''माझे आईवडील मला पुष्कळ बोलले. नातेवाइकांमध्ये मान राहिला नाही... पण... पण राहुलविरुद्ध मी कुठे तक्रार मात्र केली नाही. त्यानं मला केवढं सुख दिलं होतं...! मग मी मनाशी निश्चय केला...''

''काय?''

''मी नोकरी सोडली. आईवडिलांच्या नावावर बँकेत भरपूर पैसे जमा केले आणि घरातून निघाले. हस्तेपरहस्ते या मोक्षमंदिरात येऊन पोचले. आज या गोष्टीला सात-आठ महिने झाले असतील.''

''मग आता सुखात आहेस ना?''

तिची मान खाली गेली. तिच्या काळ्याभोर नेत्रांमधून ओघळलेले अश्रू तिच्या

शुभ्र साडीनं झेलण्याचं काम केलं. मग काहीशी सावरून ती म्हणाली, ''एक गोष्ट सांगू विक्रम? अगतिकतेतून आलेली विरक्ती ही खरी विरक्ती नसते. ऐन तारुण्यात संसार-सुखापासून मी वंचित झाले याचं मला दु:ख वाटतं. इथे मी इतरांबरोबर भजनं म्हणते, मेडिटेशन करते, फिलॉसॉफीचे ग्रंथ वाचते... पण, तरीही मी अशांत आहे. अंतर्यामी अशांतता असल्यामुळे ध्यान लागत नाही. भक्तीचा ओलावा येत नाही... शिवाय...''

''बोल... अगदी विश्वासानं बोल...'' विक्रमनं धीर दिला.

अपूर्वा हळू आवाजात सांगू लागली, ''महाराजांचं वाचन पुष्कळ आहे. विविध विषयांचा चांगला अभ्यास आहे. त्यांची वाणी तर अतिशय मधुर! त्यांचं प्रवचन ऐकताना श्रोता मंत्रमुग्ध होऊन जातो. काही उत्साही साधक त्यांना अवतार मानतात! पण माझ्या मते, शेवटी तो एक माणूसच आहे... तुझ्या-माझ्यासारखा!''

''म्हणूनच मी अशा लोकांपासून चार हात दूर राहत आलोय. गेल्या दहा-पंधरा वर्षांत अशा धार्मिक संस्थांचं केवढं पेव फुटलं, अपूर्वा! गल्लोगल्ली अवतार निर्माण झाले! शंभर चॅनेल्सवरून भक्ती-भजनाचा महापूर वाहतोय! काही अवतार तुरुंगाच्या वाऱ्याही करून आले!''

''इतकं होऊनही माणूस बदलला नाही. खेड्यापाड्यातला माणूस तर आणखी गर्तेत गेला आहे. हां! धार्मिक स्थळं मात्र सर्वार्थानं ऊर्जितावस्थेत आली! धार्मिक स्थळांचा मूळ उद्देशच पार धुळीला मिळाला आहे, असं माझं स्पष्ट मत आहे.''

विक्रमनं हसून तिला दाद दिली. तीही किंचित हसली आणि मग गंभीरपणे आपली व्यथा सांगू लागली, ''बरं का विक्रम, इथून चार-पाच किलोमीटर अंतरावर असलेल्या गावांमध्ये आणि दूरदूरच्या खेड्यांमध्येसुद्धा कमालीचं दारिद्र्य अजूनही वसत आहे. २०५० साल उजाडलं, पण अजून या लोकांना दोन वेळचं अन्न धड मिळत नाही. सरकारतर्फे इतक्या योजना आल्या; पण इथला माणूस पूर्वी होता तसाच आजही आहे. मी त्याची कारणं सांगायला नकोत! आत्महत्या केलेल्या लोकांची संख्या तर विचारू नकोस! मुलंबाळं कुपोषित आहेत आणि या मोक्षमंदिरात डॉलर्सचा महापूर वाहतोय! सगळे साधक मटेरिऑलिस्टिक झाले आहेत.''

''एकदा मी महाराजांना आजूबाजूच्या गावांची बिकट परिस्थिती सांगितली. ट्रस्टतर्फे तिथे अनेक योजना राबवता येतील असंही सांगून पाहिलं.''

''मग?''

''ते म्हणाले होते, ते आपलं काम नाही... सरकारचं आहे!''

''मग यांचं काम काय फक्त नाक धरून बसायला शिकवणं? आणि आरत्या करणं? काय काय चालतं इथे?''

''भजन, आरती, ध्यान आणि उत्सव! मी अगदी कंटाळून गेले आहे इथे, विक्रम!''

"पण मेडिटेशन वगैरे गोष्टी वाईट आहेत का?"

"नाही! पण त्याचा डोग्मा करणारे इथले जीव अध:पतित आहेत. सारेजण वरवर गोडीगुलाबीनं वागणारे आहेत. पण कित्येकांचं अंतरंग काळंकुट्ट आहे. खोट्यानाट्या गोष्टींच्या पायावर यांचा सारा डोलारा उभा आहे. यांचं अध्यात्म दिखाऊ आहे. परपीडा, संशय, सावधानता हा इथला धर्म आहे. गप्पा साक्षात्काराच्या पण वर्तन त्याविरुद्ध!"

"अरेरे! दुसऱ्याचं दुःख पाहून या आध्यात्मिक लोकांचं अंत:करण द्रवत नसेल तर ही काय माणसं म्हणायची? बरं, आता काय ठरवलं आहेस तू?"

"तुझ्याबरोबर यायचं..."

"माझ्याबरोबर? कुठे...? मी तुला कुठे नेणार? मी एका महत्त्वाच्या..."

"तू नेशील तिकडे येईन मी! अरे, गेले दोन महिने मी याच संधीच्या शोधात होते. पण इथे येणारे सारे आंधळे भाविक भक्त! ते सुद्धा एन.आर.आय.! माझी व्यथा मी कुणाला विश्वासानं सांगणार होते? कुणाचा आधार घेऊन पळून जाणार होते? पण तू... तू काही इथे भक्त म्हणून आलेला नाहीस. तू भोळा भाविकही दिसत नाहीस... त्यामुळे तूच तेवढा मला आधार आहेस. देवानंच तुला इथे येण्याची बुद्धी दिली... माझी सुटका करण्यासाठी!"

"ठीक आहे... उद्या सकाळी आपण हळूच इथून सटकू... पण एक गोष्ट ध्यानात ठेव... काहीही करून मला बिंदूसरोवरावर जायचं आहे. माझं फार महत्त्वाचं काम आहे तिथे..."

"महत्त्वाचं काम? कोणतं?"

"ते सांगीन मी तुला नंतर... आता फ्रेश हो... आपण..." तेवढ्यात दारावर टक् टक् झालं."

विक्रमनं लगबगीनं दार उघडलं. बाहेर अमर उभा होता. त्यानं विक्रमकडे रोखून बघितलं. आत बसलेल्या अपूर्वालाही न्याहाळलं.

"काय...? आम्ही सहज..."

"महाराज वाट बघताहेत ना तुमची! भजन सुरू होऊन पंधरा-वीस मिनिटं होऊन गेली..."

"हो, येतो लगेच... तुम्ही व्हा पुढे..."

विक्रमकडे काही एका अभिप्रायानं कटाक्ष टाकून अमर निघून गेला.

अपूर्वानं बेसिनवर स्वच्छ तोंड धुतलं. विक्रमनं पुढे केलेल्या टॉवेलनं पुसलं.

"आता फ्रेश?" विक्रमनं हसून विचारलं.

"एकदम फ्रेश! चल..."

विक्रमचा हात हाती घेऊन तिनं हस्तांदोलन केलं. त्याचं अंग शहारलं. अंगात

सुखाची लहर फिरून गेली. तो अनुभव विक्रमला पूर्णत: अनोखा होता. पण त्यात गुंतून पडणं सध्या तरी धोक्याचं होतं. दोघेही गेस्ट-हाउसमधून बाहेर पडले आणि जिना उतरून मधल्या प्रांगणात आले. महाराजांचं आणि त्यांच्या शिष्यांचं रेकणं कानात घुसू लागलं.

"तू हे कसं काय सहन केलंस इतके दिवस?"

"डोळ्यांवर झापड ओढून, बुद्धीला झाकून ठेवून!"

फरसबंदी पटांगणातून ते मुख्य गेटपाशी आले. तिथून उजवीकडे वळून ते मंदिरात प्रवेश करणार होते.

इतक्यात गेटपाशी एक जीप घरघरत येऊन थांबलेली त्यांना दिसली. विक्रम जागीच थबकला आणि आडोशाला उभं राहून कानोसा घेऊ लागला. जीपमधून प्रथम ड्रायव्हर उतरला. त्यानं जीपचं दार उघडताच आतला दिवा लागला. त्या प्रकाशात पुढच्या सीटवर बसलेला ऑस्कर डिसूझा आणि त्याची ती फ्रेंच कॅप विक्रमच्या डोळ्यात भरली. त्याचं धाबं दणाणलं. अपूर्वाचा हात हाती घेऊन तो घाबऱ्याघुबऱ्या स्वरात म्हणाला, "माझ्यामागे संकट आलं आहे... आत्ताच आपल्याला निसटायला हवं!"

"आत्ताच? आणि कसलं संकट? कोण आहेत ते...?"

"नंतर सांगतो सारं! ते गुंड आहेत एवढंच ध्यानात ठेव."

जीपमधून उतरलेला ड्रायव्हर सिक्युरिटी ऑफिसमधल्या गार्डशी बोलत उभा होता.

विक्रमनं हळूच विचारलं, "तुझं सामान कुठे आहे?"

"त्या उजवीकडच्या इमारतीत मी राहते. सामान म्हणशील तर तुझ्या या सॅकसारखीच एक सॅक! पंचविशीच्या साध्वीजवळ आणखी काय असणार?"

मंद स्मित करून विक्रमनं विचारलं, "मागून पळायला जागा आहे?"

"आहे; पण मागे घनदाट जंगल आहे... माझ्या खोलीच्या मागूनच तिकडे..."

"चल मग पट्कन..."

पावलांचा आवाज न करता दोघेही पळत सुटले. अपूर्वा खरोखरच दोन मिनिटांमध्ये सॅक घेऊन आली. तंग जीन्स, काळपट रंगाचा टी-शर्ट आणि त्यावर तत्सम जॅकेट या अत्याधुनिक पेहरावात तिला पाहून विक्रमला ऐन थंडीत घाम फुटला. नाकपुड्यांमधून उष्ण वात बाहेर पडू लागला! मानेपर्यंत रुळलेले तिचे घनदाट केस पाहून तर तो पुरता मोहून गेला. साध्वीच्या रूपात दडलेलं आधुनिक सौंदर्य त्याच्या काळजाचा ठाव घेऊन गेलं.

"चल-चल, बघतोस काय? संकट आलंय ना?"

भानावर येऊन विक्रम तिच्यासह पळत सुटला. तिच्या पायातले सँडल्स पळताना आवाज करत होते. पण आता थांबून चालण्यासारखं नव्हतं. मागच्या बाजूच्या वेशीवर तारेचंच कुंपण होतं. पलीकडे घनदाट काळोख! कुंपणाच्या तारा

वाकवून दोघेही त्या घनदाट काळोख्या जंगलात गडप झाले. साधकांचं रेकणं अजूनही कानांवर पडत होतं. म्हणजे निदान त्यांच्यापासून तरी धोका नव्हता.

विक्रमनं एल.ई.डी. टॉर्च खिशातून बाहेर काढला. त्याच्या स्वच्छ उजेडात ते आश्रमापासून दूर दूर पळू लागले. शंभर-सव्वाशे मीटर धावल्यावर अपूर्वा दमली. दोन दिवसांपूर्वीच्या पळण्यामुळे विक्रमचेही पाय ठणकत होते. परंतु तरीही स्वातंत्र्याच्या ओढीमुळे मन त्यांना शक्ती देत होतं; आणि त्या बळावर पाय ओढले जात होते.

कसंबसं त्यांनी अर्धा किलोमीटर अंतर कापलं होतं. दुरून ऐकू येणारे भजनाचे स्वर आता विरून गेले होते. अभ्यागतांच्या आगमनामुळे मोक्षमंदिराला जाग आली असावी! म्हणूनही भजन थांबलं असावं! पण त्याचा विचार करण्याचं या दोघांना काहीच कारण नव्हतं. थकले भागले जीव आपापल्या शरीरांना कसेबसे ओढत होते.

एव्हाना ते एका अरुंद कच्च्या रस्त्यावर येऊन पोचले होते. आता कुणाची भीती उरली नव्हती. काही वेळ दम खायला हरकत नव्हती. दोन्ही हात गुडघ्यांवर ठेवून दोघेही दम खाऊ लागले.

इतक्यात उजव्या अंगानं एक जीप धुरळा उडवत भरधाव येताना दिसली. जीपचे प्रखर दिवे पाहून दोघांचंही अवसान गळालं. ऑस्करनं आपल्याला नेमकं पकडलंच, या विचारानं विक्रम सैरभैर झाला. मोक्षमंदिरातल्या कोंडवाड्यातून सुटून आपण आता एका नव्या संकटाला प्राप्त झालो आहोत, या विचारानं अपूर्वाही गर्भगळित झाली. प्राप्त संकटाला ताठ मानेनं सामोरं जाण्याशिवाय आता त्यांना गत्यंतर उरलं नव्हतं.

ती जीप भरवेगानं त्या दोघांच्या पुढे येऊन थांबली. भेदरून जाऊन दोघेही जीपकडे पाहू लागले. जीपमधला दिवा लागला. सॅक छातीशी कवटाळून विक्रम जीपमधे डोकावून बघू लागला... आणि त्याचे नेत्र अत्यानंदानं उजळले.

जीपमध्ये मागच्या सीटवर शंकर बसलेला त्याला दिसला. ड्रायव्हिंग सीटवर कीथ अंडरवूड होता तर त्याच्या शेजारी बसले होते महानंद!

*

जीप भरवेगानं धावत होती. गवताळ प्रदेश, चढउतार, खाचखळगे, पाऊलवाटा यांमधून वाट काढत कीथ जीप हाकत होता. महानंद म्हणालेही, "किती सफाइदारपणे चालवतोस खाचखळग्यांतून! जणू तू इथला माहीतगार आहेस!"

"इट्स क्वेश्चन ऑफ प्रॅक्टिस गुरुजी! माझी नजर बसलेली आहे. गाडी चालवताना मी मुळीच विचलित होत नाही..." घोगरं हसून तो पुढे म्हणाला, "आणि महत्त्वाची गोष्ट, यू नो! वाहन चालवण्यासाठी मला रस्ताच लागतो असं नाही!"

"मग? तुमच्या लंडनमध्ये तर सुरेख रस्ते आहेत की!"

"अहो, गेल्या सुट्टीत मी तीन महिन्यांसाठी आफ्रिकेत गेलो होतो... टांझानियामध्ये!

तिथल्या सफारीत सहभागी झालो होतो. रणगाड्यांसारखे अवजड ट्रक्स मी तिथल्या मैदानांवरून भरवेगानं चालवले होते. चांगला सराव झाला मला तशा चालवण्याचा!''

कीथला तशा चालवण्याचा सराव होता. परंतु मागच्या बाजूला बसलेल्या तीन जिवांना तो मुळीच नव्हता. अपूर्वा तर हबकून गेली होती. तिचं कोमल शरीर खिळखिळं होत होतं. विक्रमही टणाटण उडत होता. परंतु सुटकेच्या आनंदात त्यांना या त्रासाचं फारसं काही वाटत नव्हतं. शंकरला तसला प्रवास प्रथमच घडत होता. त्यामुळे तो हर्षभरित झाला होता.

रात्रीचे अकरा वाजून गेले होते. एव्हाना जीपनं दहा-बारा किलोमीटर अंतर काटलं होतं. तेवढ्या अवधीत विक्रमनं अपूर्वाची सर्वांशी ओळख करून दिली होती. तिची करुण कहाणी संयमितपणानं कथन केली होती.

त्यावर अपूर्वाकडे मागे वळून बघत महानंद म्हणाले, ''आता सारं काही ठीक होईल. माणसाच्या आयुष्यात असे चढउतार येतच असतात. ऐन उमेदीत संकटांशी सामना करण्याची शक्ती असते. आपल्या भल्यासाठीच साऱ्या गोष्टी होत असतात हे ध्यानात ठेव!''

''खरंय, अंकल...''

''आपल्याला जे अपयश वाटत असतं ते म्हणजे या विशाल सृष्टीतल्या शिक्षण पद्धतीतील शिक्षणाचं एक प्रकरण असतं.''

''टू...''

''विविध अनुभव आणि शिक्षण घेण्यासाठीच तर आपण जन्माला येत असतो...''

त्याच वेळी कीथनं जीप थांबवली.

''काय झालं रे?'' महानंदांनी त्याच्याकडे बघून विचारलं.

''इथून पुढे जीप नेणं शक्य वाटत नाही. दाट झाडी आणि सरळसोट चढउतार आहेत बघा!''

''ठीक आहे. गणेशअप्पांची ही जीप इथे सुरक्षित कशी राहील एवढं बघ!''

''यस् गुरुजी!''

सारेजण खाली उतरले. कीथच्या सारथ्यामुळे खिळखिळं झालेलं शरीर सर्वांनी ताडासन करून ठाकठीक केलं. कीथनं ती जीप एका आडोशाला नेऊन उभी केली. मावळतीकडे झपाट्यानं निघालेल्या एकादशीच्या चंद्रानं सभोवारचा परिसर काहीसा प्रकाशित केला होता. जणू अंधुक निळा फिल्टर लावलेल्या त्या मंद प्रकाशात सभोवतालची काळीकुट्ट वृक्षराजी व्यक्त झाली होती. उताराचा भाग सखल होत गेला होता. खाली दीड-दोनशे फुटांवर मधोमध एक मैदान दिसत होतं.

एकमेकांना आधार देत, झाडाझुडपांमधून वाट काढत सारेजण त्या मैदानावर येऊन पोचले. चहूबाजूंनी वेढलेल्या वृक्षराजींमधलं ते छोटंसं पठार हेच त्यांना सुरक्षित ठिकाण

वाटत होतं. शंकरनं सुरक्षिततेचं आणखी सामान जीपमधून आणलं होतंच. त्यानं बरोबर आणलेल्या लाकडांची चारही बाजूंनी शेकोटी पेटवली. विक्रम आणि कीथनं त्याला मदत केली. मग कीथ आपल्या सामानामधून दोन अत्याधुनिक बेडिंग्ज घेऊन आला. रेक्झिंग फोमपासून बनवलेल्या त्या गाद्यांवर अंगभूत मच्छरदाणीचीही सोय होती.

झटपट करून त्यानं दोन्ही गाद्या त्या माळरानावर पसरल्या. फुगवल्या. अपूर्वाकडे बघत त्यानं म्हटलं, "वन फॉर यू..."

"थँक्स्, पण काकांना..."

"अंकल या दुसऱ्या गादीवर झोपतील!"

"अरे, मला कुठेही उघड्यावाघड्यावर झोपायची सवय आहे. थंडीवाऱ्याचाही मला मुळीच त्रास होत नाही. ही कानटोपी माझं सर्वस्व आहे! साहेबा, तू झोप दुसऱ्या गादीवर! तुला अशा आडरानात झोप येणं शक्य नाही."

"पण एखादा प्राणी आला तर?" अपूर्वानं विचारलं.

"अग, या शंकरनं त्याच्या घरात होती नव्हती ती सारी हत्यारं बरोबर घेतली आहेत. हा गडी तर रानातच वाढलेला! त्याला सवय आहे याची! काय रे शंकर?"

महानंदांचं बोलणं ऐकून शंकरनं डोक्यावरची चिंधी घट्ट करत मान डोलावली. मग म्हणाला, "बरोबर एक कांबळं आणि दोन गोधड्या पन आनल्या हाएत आमी! निजा की त्यावर... मी बसतो राखन करत."

मिळेल त्या अंथरुणावर सारेजण पहुडले. नको म्हणत असताही शंकर हातात काठी घेऊन जागत बसला. कीथ केव्हाच घोरायला लागला होता. पडल्या पडल्या उर्वरित तिघांच्या ओघातच गप्पा सुरू झाल्या.

विक्रमनंच विषयाला तोंड फोडलं. "किती सुंदर आहे हा निसर्ग! मला आता या वातावरणाची गोडी वाटू लागली आहे. वाटतं, कशाला आपण शहरातल्या ताणतणावात राहतो!"

"अहो मिस्टर," महानंद हसून उत्तरले, "हे साधं राहणीमान, निसर्गाच्या सान्निध्यानं परिपुष्ट झालेलं इथलं जीवन सुंदरच आहे. पण कायम इथे राहणं तुम्हाला शक्य नाही. कारण त्यासाठी खूप गोष्टींचा त्यागही करावा लागेल."

"खरं आहे," अपूर्वानं अनुमोदन देत म्हटलं, "जे मुळातच अशा वातावरणात वाढतात त्यांना निसर्गाचं अप्रूप वाटत नसतं. म्हणजे यातून मिळणारा आनंदही सापेक्ष असतो. इथे निसर्गाचं वरदान लाभलेलं असतं पण इथलं जीवनही तितकंच खडतर असतं."

"आणि शहरात काय कमी खडतर जीवन असतं, अपूर्वा?" विक्रमनं वकिली केली. "शहरात प्रचंड धावपळ असते. दूर दूर प्रवास करावा लागतो. प्रचंड रहदारी, प्रदूषण यांचा सामना करत आठ-आठ, दहा-दहा तास काम करावं लागतं. शिवाय

मानसिक टेन्शन्स वेगळीच!''

महानंदांनी हस्तक्षेप करून म्हटलं, ''तू म्हणतोस ते बरोबर आहे. शहरातल्या लोकांना दैनंदिन जीवनात सतत चिंता असतात. विविध प्रसारमाध्यमं चिंतांविषयी जागृती म्हणजे तुमच्या भाषेत सांगायचं तर 'अवेअरनेस ऑफ वरीज्' त्यांच्या माथी मारत असतात. शहरात खूप धावपळ असते. पण त्या धावपळीत प्राण नसतो. माणूस सतत काहीतरी मिळवण्यासाठी दिवस-रात्र पळत असतो. माणूस जोपर्यंत पैशाला फिरवत असतो तोपर्यंत ठीक चालतं. पण जेव्हा पैसा माणसाला फिरवू लागतो तेव्हा दु:खांची मालिका सुरू होते.''

विक्रमनं तेव्हाच शंका उपस्थित केली, ''तुम्ही म्हणता ते खरं! पण आता माझ्यामागे केवढी संकटं लागली! मला स्वत:साठी काहीही मिळवायचं नाही. तरीही...''

''तुझं काम म्हणजे स्वीकृत दु:ख आहे, विक्रम! सत्कार्यासाठी उचललेलं दु:ख, असंच याचं वर्णन करता येईल. यालाच तप म्हणतात. त्यामुळे आता तुला वाटणारं दु:ख हे अंतिमत: सुख प्रदान करणारंच ठरेल!''

आपल्यावर ओढवलेल्या संकटांच्या मालिकांची उजळणी करून विक्रमनं एकदम विचारलं, ''खरंच काका! आम्हाला नेण्यासाठी तुम्ही असे नेमके कसे काय आलात?''

''मी असा नेमकाच येत असतो!'' विक्रमकडे वळून बघत महानंदांनी हसून म्हटलं, ''अरे, त्यात विशेष असं काहीच नाही. तू गाडीवरून उडी टाकलीस तेव्हा मी फार काळजीत होतो. ऑस्करच्या माणसांनी साखळी ओढून गाडी थांबवली. त्याची माणसं खाली उतरली. मला अंदाज आला, ती मंडळी तुझ्याच मागावर जाणार! मग मी आणि हा कीथ त्यांच्या नकळत उतरलो. दरम्यान, या साहेबानं माझं शिष्यत्व पत्करलं होतं ना! त्यामुळे तोही बरोबर निघाला. आम्ही लपत छपत डोंगर उतरून नदीकाठी आलो. नदीप्रवाहाचा अंदाज घेऊन आम्ही शंकरच्या घरी पोचलो. त्यानंच सारा वृत्तान्त कथन केला!''

''आता पुढे काय झालं ते तुम्हाला सांगितलंच पाहिजे.''

विक्रम लगेच वन-बिछायतीवर उठून बसला. मग त्यानं सारा वृत्तान्त थोडक्यात त्यांना सांगितला. ऑस्करनं केलेला पाठलाग, वाटेतला अतर्क्य अनुभव, मोक्षमंदिरातील घटना सांगून तो म्हणाला, ''त्रिदंडी महाराज आम्हाला घेऊन जवळच्या डोंगररांगांमध्ये गेले होते...''

''कशासाठी?''

''ते कसल्यातरी कोडच्या... सांकेतिक शब्दाच्या शोधात होते. तुम्ही डायरीमध्ये जी आकृती काढली होती त्याची कॉपी मी महाराजांना दाखवली. मला त्याचा अर्थ समजून घ्यायचा होता ना! ती आकृती पाहून महाराज चकित झाले... आणि मग

ते आम्हाला लेण्यांमध्ये घेऊन गेले.''

लेण्यांमधले थरारक अनुभव थोडक्यात सांगून विक्रम पुढे म्हणाला, ''महाराजांना तो मंत्र कशासाठी हवा होता कुणास ठाऊक?''

''कोणता मंत्र होता तिथे?''

''मला तो पाठ नाही... पण थांबा! मी त्याचा फोटो काढला आहे!''

मोबाइलमधल्या डिजिटल कॅमेऱ्यानं टिपलेला तो फोटो विक्रमनं त्यांना दाखवला.

''अखेर त्यांनी मंत्र... कोड मिळवलाच! अरे वा!'' ते हसून पुढे म्हणाले, ''फार धाडसी, जिद्दी आणि तीक्ष्ण बुद्धीचा माणूस आहे तो...''

''तुम्हाला माहीत आहेत ते?''

''चांगले! त्यांचं मूळ नाव प्रा. मोहनीश श्रीवास्तव. तुझे विश्वनाथन् सर आणि हे मोहनीश एकत्रच हिमालयात वास्तव्याला होते. दोघांचे गुरू एकच...''

''पण ते या आडरानात कसे येऊन राहिले?''

''सांगेन तुला कधीतरी!''

महानंदांनी विषय आवरता घेत नेत्र मिटून घेतले. मानेपर्यंत गोधडी घेत विक्रमनंही बिछान्यावर अंग पसरलं. हवेतला गारवा चांगलाच वाढला होता. ऐन थंडीत वृक्षराजींनी वेढलेल्या माळरानावर रात्री झोपणं ही तशी धाडसाचीच गोष्ट होती.

ओढ्याच्या बाजूनं आता टिटव्यांचा 'टी टी' शब्द कानांवर पडत होता. रातकिड्यांच्या किरकिराटाची त्यांना साथसंगत लाभली होती. परंतु त्यामुळे निसर्गाची शांती ढळत नव्हती. वैश्विक धवलरंगी शीतलता आकाशातून ओतली जात असल्यामुळे विक्रम शांतरसाचा अनुभव घेत होता. उषेचा आणि एकादशीच्या चंद्राचा पाठशिवणीचा खेळ काही घटकांमध्येच प्रारंभित होणार होता.

विक्रम अद्याप जागाच होता. पश्चिम क्षितिजावर टेकलेल्या चंद्रबिंबाकडे तो टक लावून बघत पडला होता. त्याच्या साऱ्या वृत्ती शांत झाल्या असल्या तरी मनात उसळणाऱ्या प्रश्नांना तो थोपवू शकत नव्हता:

'हे महानंद नक्की कोण आहेत? ते अचानक कसे आले? त्यांनी कीथला कशासाठी हाताशी धरलं आहे? त्यांना कोणती गोष्ट साध्य करायची आहे? महानंदांना महाराजांविषयी कशी काय माहिती आहे? त्रिदंडी महाराजांना कसला कोड मिळाला आहे? बिंदूसरोवराचा आणि त्या मंत्राचा काय संबंध आहे? बिंदूसरोवर नेमकं कुठे आहे? त्यात कोणतं रहस्य दडलंय? त्या सरोवरावर जाऊन मला नेमकं काय करायचं आहे?'

विक्रमच्या मनात उठलेलं प्रश्नांचं मोहोळ हळूहळू शांत रसात लपेटून गेलं. परम-अर्थाचा उलगडा होण्यासाठी आणखी प्रतीक्षा करावीच लागणार होती!

काळयाकुट्ट अंधाराची सलामी

दिवसभर पायी प्रवास करून सारेजण थकले होते. वाटेत मुक्कामासाठी सोयिस्कर असं ठिकाण मिळालं नव्हतं.

द्वादशीच्या दिवशी भल्या पहाटे त्या पंचमानवांनी प्रस्थान ठेवलं होतं. तिथून पुढचा सारा प्रदेश अतिशय दुर्गम होता. उंच-सखल भागात प्रचंड रान माजलं होतं. वाटेत अनेक टेकड्या-डोंगर आडवे आले. त्यामधून दृष्टी चक्रावेल इतक्या खोल दऱ्या होत्या. मनुष्यमात्राचं कुठे अस्तित्वसुद्धा जाणवत नव्हतं. तिथे साम्राज्य होतं केवळ रांगड्या निसर्गाचं आणि निसर्गाच्याच आश्रयानं राहणाऱ्या प्राणिमात्रांचं!

प्राणिराज्यातून ते मनुष्यप्राणी जीव मुठीत धरून प्रवास करीत होते. बिंदूसरोवरावर सुखरूप पोचण्याचा दृढ विश्वास सर्वांमध्ये वसत होता. जणू ते एका देवकार्याला निघाले होते आणि अनेक संकटांमधून सुखरूप पार पडण्यासाठी देवच त्यांना साहाय्य करीत होता.

विक्रमला देवाशी काही कर्तव्य नव्हतं. त्याच्या दृष्टीनं निसर्गच त्याच्याशी हितगुज करू लागला होता. प्रतिसाद देऊ लागला होता. बुलबुलादी विविध पक्ष्यांचं मधुर कूजन त्याच्या कानांनी टिपलं होतं. शेपट्या फुगवून इतस्तत: सुरसुरत जाणाऱ्या रानखारी त्यानं बघितल्या होत्या. रानफुलांचा मंद आणि काहीसा भिन्न सुवास प्रथमच त्याच्या घ्राणेंद्रियांत शिरला होता. विविध वृक्ष-वेली, डोंगर-उतार, त्यामधून वाहणारे छोटे-मोठे ओहोळ यावरून त्याची दृष्टी फिरत होती. व्यक्त सृष्टीचं महत्त्व त्याला आता उमजलं होतं. निसर्गाची प्रतिभा काहीशी उमगली होती. आत्मकेंद्रित भौतिक विश्व मागे पडल्यामुळे त्याच्यामध्ये दडलेल्या जाणिवा समृद्ध होऊ लागल्या होत्या. निसर्गातल्या ज्या गोष्टीवर त्याचं लक्ष जात होतं ती गोष्ट त्याच्याशी जणू हितगुज करू लागली होती. वनराईमधली विविधरंगी पानंफुलं त्याला स्व-रूपाचं दर्शन घडवीत होती. त्याच्या मनालाही एक प्रकारची तरलावस्था प्राप्त झाली होती. त्या अवस्थेतच तो निसर्गाला समजून घेत होता.

रानफुलांमध्ये केवढी विविधता भरलेली! पानापानांवर वैश्विक प्रतिभेचा हळुवार हात फिरलेला! पानांच्या रंगांमध्येही केवढं वैविध्य! बुलबुल, मधुपक्षी, दयाळ, रानचिमण्या यांचे कंठ तरी किती सुस्वर! त्यांच्या कंठांमध्ये मधात बुडवलेले स्वर कुणी बसवले होते? भारद्वाजाच्या कंठात 'बास-इफेक्ट' कुणी भरला होता? कोकीळ अद्याप कूजन करू लागला नव्हता. पण विक्रमला जाणवलं, कोकिळेच्या कंठातला 'ट्रिबल' कोणत्या कम्पोनंट्सपासून बनला होता? घारी, ससाणे, गरुड यांच्यामध्ये 'दूरदृष्टी' कुणी भरली होती? हिरव्या रंगांच्या अनेक छटा वनश्रीमध्ये कुणी फवारल्या होत्या? ऊन-सावल्यांचा खेळ करून त्यांच्यामधे परिवर्तनीय छटा कुणी निर्माण केल्या? कोण आहे हा चित्रकार? या वैश्विक संगणकावर डिझाइन करणारी ही कोणती प्रतिभा आहे?

विचारांचं जसं भरतं येत होतं तसंच विक्रमच्या मनातही आनंदाचं भरतं येत होतं. देवाच्या अस्तित्वाविषयी तो साशंक असला तरी वैश्विक प्रतिभेची तो नव्या दृष्टीनं अनुभूती घेत होता. 'प्रतिभा जर प्रत्ययाला येते तर प्रतिभेचा मालक...'

एक विचारशलाका त्याच्या मनात चमकून गेली होती.

त्याच्या सहप्रवाशांचीही तशीच गत झाली होती. शंकरखेरीज इतरांनाही तसाच अनुभव प्रत्ययाला येत होता. हा निसर्गातला निर्व्याज अनुभव त्यांना मोठमोठ्या शहरांमधून पूर्वी कधीच मिळाला नव्हता. कॉंक्रीटची जंगलं, शहरभर व्यापून राहिलेला धूर-धूळ, वाहनांचा कलकलाट, तरुणाईची मस्ती, जगताला हादरवून टाकणारी डी.जे.वर चालणारी कर्णकटू, सुमार, अभिरुचिशून्य आणि हिडीस गाणी, धार्मिक स्थळांमधून सातत्यानं चालणारं ध्वनिप्रदूषण, घराघरांमधून दिवसरात्र उमटणारे जाहिरातींचे आणि भडक गाण्यांचे आवाज, इंटरनेट, गेम्स पार्लर्स अशा मानवनिर्मित सुखाच्या मृगजळामध्येच ते सारे आजवर अडकून पडले होते. कित्येक महिन्यांत त्यांनी रात्रीच्या आकाशाकडेही बघितलं नव्हतं. चंद्र-तारे-तारका-ग्रह यांचं दर्शन त्यांनी घेतलं होतं... पण ते टी.व्ही.वर! आता तर उंच इमारतींच्या जंगलात चंद्र, तारे यांचं दर्शनही दुर्लभ झालं होतं.

या पार्श्वभूमीवर आज त्यांना आनंददायी अनुभव मिळत होता. त्या भरात ते तहान-भूकही विसरले होते. वाटेत जेव्हा झुळझुळ वाहणारा थंड पाण्याचा ओढा आला तेव्हा त्यांना तृष्णेची जाणीव झाली. शूज काढून सारेजण ओढ्यातल्या घोटाभर पाण्यात जाऊन उभे राहिले. झाडाझुडपांमधून गुळगुळीत झालेले दगड, काळा कातळ यांच्यावरून वाहणाऱ्या थंडगार पाण्याच्या खळखळाटानं त्यांच्या अंत:करणातही खळबळ केली. ओंजळीतून त्यांनी पाणी प्यायलं. चेहऱ्यावरून पाण्याचा शिडकावा मारला. थोडं पाणी सभोवार उडवलं. त्यांचं निरागस बालपण जागं झालं.

दिवस जसा वर चढत गेला तसा निसर्गही उग्र बनत गेला. काटेकुटे, विषारी वनस्पती, रक्तपिपासू जळवा, मधूनच काळीज भेदरून टाकणारे वन्य पशूंचे आवाज, अवघड ओढे-नाले ओलांडताना होणारे सायास यामुळे साऱ्यांचेच हाल होत होते. अपूर्वा तर हबकून गेली होती. निसर्गात दडलेल्या उग्रतेचा अनुभव येताच ती म्हणाली होती, "पाच-सात हजार वर्षांपूर्वी सीता कशी काय रामाबरोबर वनातून गेली असेल!"

त्यावर महानंद हसत म्हणाले होते, "आता सीतेची महती कळते ना? अगं, ती साध्वी तर अयोध्येपासून दक्षिणेकडच्या दंडकारण्यापर्यंत चालत गेली होती. आज दंडकारण्यच राहिलेलं नाही! पण त्या काळी उत्तर भारत आणि दक्षिण भारत दंडकारण्यानं जोडलेला होता. केवढं विशाल, घनदाट जंगल होतं ते!"

मग चालताना अशाच गोष्टी निघत गेल्या. एकमेकांशी गप्पागोष्टी करत जाताना दुर्गम प्रवासाचा ताण थोडा सैलावतही होता.

पाठीवरची सॅक सावरत विक्रमनं तेव्हा म्हटलं होतं, "काका, सीतेला रावणानं दंडकारण्यातूनच पळवलं होतं ना?"

"हो..."

"शूर्पणखेला रामानं मारलं म्हणून ना?"

"रामानं नाही रे; लक्ष्मणानं तिचं नाक कापलं होतं म्हणून!" अपूर्वानं आपल्या अभ्यासाला आणि वाचनाला वाचा फोडली होती.

सस्मित मुद्रेनं तेव्हा विक्रमनं तिच्याकडे बघितलं होतं.

त्यांचं बोलणं ऐकून हातात चांदीच्या मुठीची काठी घेऊन आघाडीवर असलेले महानंद मागे वळून म्हणाले, "या गोष्टीतला भावार्थ तुमच्या ध्यानात आला का?"

"कोणता?" अपूर्वानं प्रश्न केला.

"ताटका अमानुषी होती... राक्षसी होती. नरसंहारक होती. म्हणून रामाला तिला मारावं लागलं. पण शूर्पणखा तशी नव्हती. ती नरमांसभक्षक असल्याचा कुठे उल्लेख नाही. उलट ती सुंदर होती. 'शूर्पनखा' म्हणजे सुंदर नखांची! स्त्रीचं सौंदर्य तिच्या नखांमधून प्रतीत होत असतं. अशा स्त्रीला राम-लक्ष्मण कशासाठी मारतील?"

"मग?" विक्रमचा स्वाभाविक प्रश्न.

चालता चालताच महानंद सांगू लागले, "लक्ष्मणानं तिचं नाक कापलं म्हणजे तिच्या राज्याचं मोक्याचं ठिकाण जिंकून घेतलं त्यानं!"

"माय गॉड! असा विचार आम्ही कधी केलाच नव्हता!"

"विक्रम, अशा अनेक अतर्क्य गोष्टी इतिहासात लपल्या आहेत. घडलेल्या पुष्कळ गोष्टी आज देवाधर्मात अडकून पडल्या आहेत. वास्तविकता किंवा सत्य कुणालाच जाणून घ्यायची इच्छा नाही. अज्ञानातल्या सुखात माणूस डुंबतो आहे.

पण तुम्हाला मात्र खरा आनंद...''

तो विषय एकदम आवरता घेत महानंदांनी म्हटलं होतं, ''सत्य हे सहजी पचनी पडणारं नसतं. एकीकडे परिवर्तनशील विज्ञान परिपूर्ण नाही तर धर्म-अध्यात्म चुकीच्या रूढींना पकडून बसलंय. त्यामुळे सत्यच झाकोळून गेलंय. सृष्टी कशी निर्माण झाली, कोणती प्रेरणा त्यामागे होती, पहिला माणूस कसा निर्माण झाला, तो माकडापासून झाला का काही अपघातानं झाला की कोणा परग्रहवासी अतिमानवांनी तयार केला अशा शंकाकुशंकांमध्येच माणूस अडकून पडलाय. त्यामुळे सत्य दूरच गेलंय. माझ्या मते, सत्याचा शोध ज्यानं त्यानं आपापल्या कुवतीनुसार घेत राहावा हेच खरं; पण त्याहीपेक्षा सत्परिणाम कसा होईल ते अधिक पाहावं.''

''सत्परिणाम म्हणजे...?'' विक्रमचा प्रश्न दबा धरूनच बसला होता.

''अंधारात पडलेली दोरी माणसाला साप वाटते आणि तो पळत सुटतो. अशा वेळी साप खोटा असतो, त्या माणसाची समज खोटी असते, पण पलायनाचा परिणाम? तो खराच झालेला असतो ना? हाच तो सत्परिणाम! माणसानं आपल्या कृतीतून सत्परिणाम कसा होईल याचा विचार करायला हवा... आता या कैलासपती वृक्षाखाली जरा वेळ विश्रांती घेऊ या!''

चालताना समोरच डवरलेला कैलासपती वृक्ष महानंदांना दिसला होता. आपला पर्णसंभार पूर्णतः उतरवून त्या वृक्षानं अल्पावधीत नवा पर्णसंभार धारण केला होता. टोकाला गोलाकार असलेली त्या वृक्षाची मोठी हिरवी पानं तजेलदार दिसत होती. त्या वृक्षाच्या खोडावर, फांद्याफांद्यांवर फिकट लाल रंगाची फुलं उमलली होती. आदल्या दिवशीची फुलं जमिनीवरच्या पानांच्या जाड शय्येवर गळून पडली होती.

त्या पर्णशय्येवरच सारेजण जाऊन बसले. हातातल्या काठ्या सर्वांनी बाजूला ठेवून दिल्या. विक्रमनं आपली सॅक पुढ्यात धरली. अपूर्वा तिरकी मांडी घालून त्याच्यापासून थोड्याच अंतरावर बसली. महानंदांनी खोडाला टेकून मांडी ठोकली होती आणि कीथ! आपला सहा फुटी अवजड देह त्यानं केव्हाच पर्णशय्येवर पसरला होता!

खाली पडलेलं एक फूल हाती घेऊन महानंदांनी म्हटलं, ''या फुलाचं वैशिष्ट्य बघितलं का? मधे हा पिंडीसारखा आकार दिसतो आणि मागून हा पाकळीचा फणा! म्हणून हे कैलासपती फूल!''

इतरत्र पडलेली फुलं हाती घेऊन सारेजण आश्चर्यानं त्या फुलाकडे बघत होते. ''अलगद बघा हं! थोडा जरी धक्का लागला तरी याच्या पाकळ्या गळून पडतात!''

''पडलीच माझी!'' विक्रमनं अपराध कबूल केला!

मग अपूर्वानं महानंदांना पुन्हा मघाच्या प्रश्नाकडे नेलं. ''काका, तुमच्या मते सृष्टी कशी निर्माण झाली असावी? पहिला माणूस पृथ्वीवर केव्हा आणि कसा

निर्माण झाला असेल?''

महानंदांनी हातातल्या कैलासपती फुलाचा सुगंध घेऊन म्हटलं, ''सृष्टीचं कोडं सोडवायचं असेल तर प्रथम अंतर्मुख व्हावं लागेल... तो फार गहन विषय आहे. त्याविषयी आता फार विचार करू नका. मात्र मला एक गोष्ट सांगा, आपण या रानावनातून भटकत एका दिव्य सरोवराच्या शोधात निघालो आहोत. हा प्रवास करताना तुम्हाला स्वतःमध्ये काही बदल वाटतो की नाही?''

''वाटतो तर!'' अपूर्वा उत्साहानं म्हणाली. ''खरंच, वुई आर ट्रेलिंग टुवर्ड्स सम ट्रूथ! बंधमुक्त होऊन मी कोणतातरी अगम्य आनंद मिळवत आहे असं वाटतं.''

विक्रमही पाठोपाठ उत्तरला, ''खरंच काका! मीही असा आनंद यापूर्वी कधी अनुभवला नव्हता. हा निसर्ग, मोकळी शुद्ध हवा... शहरात या गोष्टी दुर्मिळच! इथे येताना वाटेत अनेक संकटं आली. पण तुम्ही वेळीच धावून आल्यामुळे मी निश्चिंत झालो आहे.''

महानंद हसून उत्तरले, ''अरे, चिंता गेल्या की चिंतन आपोआप सुरू होतं! सत्याच्या दिशेनं निघालं की प्रथम खडतर प्रवास करावाच लागतो. मग अवचित आधार सापडतो आणि पुढचा प्रवास सुरळीत होतो.''

''मला तर वाटतं, आपण हा प्रवास मनोमन तर करत नाही?'' अपूर्वाचे सहा महिन्यांचे आध्यात्मिक संस्कार बोलत होते. विक्रमही तिला पुष्टी देत म्हणाला, ''हा प्रवास मनोमन म्हणजे आपल्याच अंतरंगात होत असेल तर मग बिंदूसरोवर...?''

''तुम्हाला हळूहळू समज येत चालली आहे! बिंदूसरोवर हे काही विशिष्ट गावातलं किंवा विशिष्ट ठिकाणी असलेलं सरोवर नाही! पण त्या दिशेनं होणारा प्रवास दिव्यत्वानं भरलेलाच असणार आहे... आणि प्रत्यक्ष बिंदूसरोवर म्हणजे...!''

आपल्या जागेवरून उठत महानंदांनी पुढे म्हटलं, ''आनंदाची परिसीमा अजून बरीच पुढे आहे. तुम्ही केवळ त्या दिशेनं प्रवास करीत आहात; आणि परमानंदाच्या दिशेनं होणारा प्रवास खडतर वाटला तरी तो आनंददायीच असतो!''

विक्रमही तत्परतेनं पण साशंक मुद्रेनं उठून उभा राहिला होता. तो मनाशी म्हणाला, 'म्हणजे यांना पुढचा प्रवास कुठे आणि कसा होणार आहे हे नक्कीच माहीत असणार! पण या गोष्टी यांना कशा माहीत? नक्की कोण आहेत हे?'

विक्रमच्या मनात दडलेल्या प्रश्नानं पुन्हा थोडंसं डोकं वर काढलं. तेवढ्यात आडदांड कीथ उठून बसला आणि त्यानं विक्रमपुढे हात केला. कीथचा हात धरून विक्रमनं त्याला उभं राहण्यासाठी मदत केली.

कीथनं लाडात येऊन त्याच्या पाठीत अलगद एक गुद्दा घातला. अंग झटकून सारेजण पुढच्या प्रवासाला निघाले.

कोण कुठले हे लोक! एक पुण्यातला विद्यार्थी तर दुसरी रानातली संन्यासिनी! एक अशिक्षित शेतमजूर तर दुसरा परदेशी शिक्षित श्रीमंत तरुण! एक तत्त्वज्ञ पण कुठलाच ठावठिकाणा नसणारा... सत्ययुगात वावरणारा! कुणाची ओळख ना पाळख! अवचित एकत्र आले होते आणि जिवाभावाचे सहकारी होऊन एका निश्चित ठिकाणाकडे निघाले होते. कशासाठी? कुणालाच माहीत नव्हतं! पण कोणत्या तरी अद्‌भुत बिंदूसरोवराकडे ते सारेजण निघाले होते. तिथे जाऊन ते करणार तरी काय होते? प्रत्येकाला काहीतरी जाणून घ्यायचं होतं. असं काय दडलं होतं त्या बिंदूसरोवरात...? तर्कानं ते त्यांना जाणता येणार होतं का? सॅकमधल्या पिंडीचा आणि त्या दिव्य सरोवराचा काही संबंध होता का? मानवी बुद्धीनं कधीही न कल्पिलेलं, कधीही न पाहिलेलं, कधीही न ऐकलेलं वा वाचलेलं असं कोणतं दिव्यत्व त्यांना तिथे अनुभवायला मिळणार होतं?

कुणालाच त्याविषयी सांगता आलं नसतं!

*

एका खळाळणाऱ्या ओढ्याजवळ ती सारी मंडळी जाऊन पोचली तेव्हा तिन्हीसांज झाली होती. ''ओढ्याचं पाणी पिण्यावाचून तुला गत्यंतर नाही, कीथ!'' महानंदांनी कीथला गमतीनं म्हटलं.

''मी सारं काही तुमच्यावर सोपवलंय! आय हॅव नो फिअर नाऊ...!'' इतकं बोलून कीथ पुढे सरसावलाही.

महानंदांनी तेव्हा जाहीर केलं, ''इथून पुढच्या प्रवासात अगदी आवश्यक तेवढंच सामान बरोबर ठेवायचं! कीथ, ती बाटली पाण्यानं भरून घेऊ नकोस! पुढचा सारा प्रवास आपण रामभरोसे करायचा आहे. बघू या तर खरं; देव कशी मदत करतो ते!''

कीथनं हातांच्या ओंजळीतून पाणी प्यायलं. पाण्यानं भरून घेतलेली बाटली पुन्हा ओढ्यात ओतून दिली. महानंद, अपूर्वा, विक्रम, शंकर... सारेजण ओंजळीनं पाणी प्यायले.

''कायम बाटल्या नाहीतर ग्लास तोंडाला लावता तुम्ही! पण ओंजळीतून कसं वाटतं पाणी प्यायला?'' महानंदांनी हसत प्रश्न केला.

''सिम्पली ग्रेट!'' अपूर्वा उत्साहात उत्तरली. ''या जगात आपण मोकळे आलो; रिकाम्या हातानंच आपण परत जाणार आहोत... त्यामुळे अशा मटेरिॲलिस्टिक वस्तूंचा त्याग करताना एकप्रकारचा अनामिक आनंद निश्चितच मिळतो!'' अपूर्वाचं बोलणं थोडं इंग्रजी ढंगाचं तर थोडं संस्कृतनिष्ठ होत होतं. दोन प्रकारच्या शिक्षणाचा परिणाम होता तो.

''बरोबर बोललीस!'' महानंद उत्तरले, ''माणसाच्या कमीत कमी आणि यथायोग्य

गरजा भागल्याच पाहिजेत. पण माणूस तेवढ्यावरच थांबत नाही. भरल्या पोटीच त्याची आसक्ती बळावते! आणि मग सुरू होते प्रश्नांची न संपणारी मालिका. त्यात माणूस इतका गुरफटून जातो की अशा नैसर्गिक, मुक्त, स्वच्छंदी जीवनाला तो नकळत अंतरतो. माणूस जितका निसर्गापासून दूर जाईल तितका तो अशांत होईल. आपण तशा नैसर्गिक जीवनाचा थोडाफार तरी अनुभव घेऊ या की! काय विक्रम?''

''हो तर!''

''म्हणून तुमचे मोबाइल्स, कॅमेरे, बिस्किटं, टॉर्च, इतर अत्याधुनिक साधनं पाण्याच्या बाटल्या... सारं काही इथेच ठेवा. अधिकाधिक रिकाम्या हातांनी आपण बिंदूसरोवराकडे जायचं आहे...''

''पण... पण...'' हातातली सॅक छातीशी कवटाळून विक्रम बोलण्याचा प्रयत्न करू लागला असतानाच महानंद गरजले, ''तुझी ती थैली तेवढी जवळ ठेव, विक्रम!'' महानंदांनी नेत्र मिचकावून हसत पुढे म्हटलं, ''बाकी काही नको...! या आम्रवृक्षाच्या एखाद्या ढोलीत ठेवून देऊया सामान!''

''पांडवांनी शमी वृक्षावर त्यांची शस्त्रं ठेवली होती तसंच ना?''

''तुझं वाचन चांगलं दिसतंय, अपूर्वा!'' महानंदांनी तिथल्या तिथे तिचा गौरव केला. ती खुदकन् हसली.

मग शंकर झाडावर चढला. सर्वांचं सामान वर ढोलीत ठेवून तो खाली उतरला.

महानंद तेव्हा पश्चिमेकडे तोंड करून उभे होते. सूर्यदेव झपाट्यानं डोंगराआड दडी मारायला निघाले होते. त्याची पिवळसर सोनेरी किरणं महानंदांच्या मुद्रेवर रेंगाळली होती. अतीव आदरानं सूर्यदेवाला वंदन करून महानंद पुटपुटले, ''मावळत्या दिनकरा, जगताला पुष्टी देऊन तू निघालास... तुझ्या निष्काम कर्मयोगाला मी वंदन करतो.''

डोळे मिटून महानंदांनी सूर्याला पुन्हा नमस्कार केला.

नकळत सर्वांनी त्यांचं अनुकरण केलं. कीथला हा अनुभव नवीन होता. नवीन धडाही होता! सूर्य म्हणजे एक तप्त तारा. त्याच्याभोवती पृथ्वीसह अनेक ग्रह परिभ्रमण करतात. सूर्याच्या गर्भात अनेक स्फोट होत असतात. त्यातून अल्ट्रा व्हायोलेट किरणं बाहेर फेकली जातात वगैरे विज्ञान कीथच्या बुद्धिवळणी होतं. परंतु सूर्याकडे कृतज्ञता दृष्टीनं बघणं तो आज प्रथमच अनुभवत होता.

''कृतज्ञता हा भारतीय संस्कृतीचा प्राण आहे, कीथ!'' सूर्याला वंदन करून निघताना महानंद म्हणाले. ''पृथ्वीवरच्या अनेक प्राचीन संस्कृतींमध्येही एवढंच नव्हे; तर आदिम जमातींमध्येही कृतज्ञताभाव वसलेला आहे.'' मग ओढा ओलांडताना त्यांनी म्हटलं, ''सनातन भारतीय संस्कृती म्हणजे साक्षात श्रेष्ठता होती. पण आज

श्रेष्ठता शोधावी लागते. हा ओढा पाहिलात? खळखळाट करत वाहतो. पण त्यामध्ये श्रेष्ठता नाही. बिंदूसरोवरासारखी सरोवरं प्रशांत असतात. ती आवाज करीत नाहीत. आपलं अस्तित्व दाखवून द्यायची त्यांना गरजही नसते! परंतु, त्यांच्या काठी जे जातात त्यांना ती शांती प्रदान करतात. प्रशांत सरोवराकाठी अल्पकाळ जरी वास्तव्य केलं तरी श्रेष्ठतेचा साक्षात्कार होतो. आपल्या जीवनाला दिशा मिळते.'' महानंदांचं संस्कृतनिष्ठ बोलणं अपूर्वाला आवडत होतं.

ओढा ओलांडून महानंद कीथच्या आधारानं पलीकडच्या चढावर जाऊन उभे राहिले. तोच धागा पकडून ते पुन्हा बोलू लागले, ''श्रेष्ठतेला खळखळाटाच्या आधाराची आवश्यकता नसते!''

एव्हाना सारेजण ओढा ओलांडून पलीकडे गेले होते. सूर्य तेव्हा अस्ताचली गेला होता. सगळीकडे अंधारून आलं होतं. रातकिडे, टिटव्या शब्द करू लागल्या होत्या. वाघुळं आकाशात झेपावत होती. पिंगळ्यांचा मुक्त संचार सुरू झाला होता. पायाखालची वाट आता दिसेनाशी झाली होती. सुंदर वाटणारा निसर्ग आक्रसून गेला होता. व्यक्त झालेला निसर्ग काळजाचा ठोका चुकवत होता.

हळूहळू द्वादशीचं चंद्रबिंब नाचत नाचत वर आलं. चंद्राच्या मंद प्रकाशात सारे प्रवासी अडखळत, ठेचकाळत चालले होते. शंकर सर्वांच्या पुढून सराइतासारखा चालला होता. त्याला त्या रांगड्या निसर्गाची सवय होती. मागोमाग महानंद रामभरोसे पाऊल टाकत होते. कीथ त्यांच्या बरोबरीनं; प्रसंगी त्यांना आधार देत चालला होता. अपूर्वा काहीशी विक्रमच्या जवळ सरकली होती. चालताना विक्रमच्या खांद्याला तिचा स्पर्श होत होता. मंद वाऱ्याबरोबर भुरुभुरु उडणारे तिचे केस विक्रमच्या कानाशी मधूनच गुजगोष्टी करीत होते. त्यामुळे विक्रमच्या शरीरातून सुखद लहरी उठत होत्या. या रानावनातूनच काय; घनदाट जंगलातूनही अशा तऱ्हेनं चालत जाण्याची त्याची आता तयारी होती!

अपूर्वालाही त्याचा सहवास आवडत होता. तथापि भोवतालचा रांगडा निसर्ग तिच्या अंत:करणाचा ठोका चुकवत होता आणि आधारासाठी ती विक्रमच्या अधिक जवळ सरकत होती. हे असं किती वेळ चालत राहायचं, वाटेत थांबायचं कुठे, खायचं काय, झोपायचं कुठे अशा प्रश्नांनीही तिच्या मनात पिंगा घातला होता.

तिच्या मनाची घालमेल महानंदांनी तेव्हाच जाणली असावी. मधेच एकदम थांबून त्यांनी मागे वळून म्हटलं, ''वास्तव्यासाठी एखादं योग्य ठिकाण दिसलं की लगेच मुक्काम ठोकू या बरं का! भूक लागली का तुम्हाला?''

पुढे होत अपूर्वानंच सर्वांचं प्रतिनिधित्व करत म्हटलं, ''भूक तर लागलीच आहे. पण त्याहीपेक्षा आता विश्रांतीची खूप आवश्यकता वाटू लागली आहे, काका. माझे पाय तर पुरते थकले आहेत. कुठे थांबायचं म्हटलं तर योग्य ठिकाणही दिसत

नाही.''

"थोडा धीर धर!'' महानंदांच्या प्रेमळ शब्दांनी तिची समजूत काढली. त्यांच्या शब्दांनीच तिच्या अंगात जोम संचारला. विक्रमच्या बरोबरीनं ती चालू लागली. विक्रमचं भावविश्व पुन्हा दोघांपुरतं संकुचित झालं!

आता पश्चिमेकडचा लालिमा पूर्णपणे नाहीसा झाला होता. धरित्रीवर शीतलता शिंपली गेली होती. आकाशात बऱ्याच वर आलेल्या चंद्रमानं निळसर पारदर्शी शुभ्र दुलई भूमीवर अंथरली होती. घनदाट अरण्य, मोकळं माळरान, करड्या डोंगररांगा, खळाळणारे ओहोळ-ओढे साऱ्यांनाच चंद्रमानं आपल्या दुलईत लपेटून घेतलं होतं.

ती शीतल चंदेरी दुलई जणू उसवून दूरवरच्या वृक्षराजींमधून एक शुभ्र धुराचा लोट आकाशात स्थिरावला होता.

त्या धुराच्या छत्राकडे पाहत महानंद उत्साहात म्हणाले, "तिथे मनुष्यवस्ती दिसते पहा! आपली तिथे सोय होईल असं वाटतं!''

"दॅट्स ग्रेट!'' कीथला साऱ्याच गोष्टी 'ग्रेट' वाटत होत्या! महत्त्वाचे विषय त्या तिघांकडून त्याला इंग्रजीतून सांगितले जात होते. त्यावर तो मधून मधून अशी प्रतिक्रिया देत होता.

त्यांचं बोलणं सुरू असतानाच बाजूच्या झाडाझुडपांमधून कसलीतरी खसफस कानी पडू लागली. गवत, पालापाचोळा तुडवण्याचा आवाज जवळ जवळ सरकू लागला. अपूर्वा एकदम विक्रमला बिलगली.

आघाडीवरच्या शंकरनं सावध पवित्रा घेतला. महानंद निश्चल उभे राहिले. कीथनं हातातली काठी वर उगारली आणि तो संभाव्य संकटाचा वेध घेऊ लागला.

पालापाचोळ्याचा आवाज आणखी जवळ जवळ येत चालला. आणि एकदम एक रानडुक्कर उजव्या बाजूच्या झुडपातून वेगानं बाहेर पडलं आणि वूऽऽकूं आवाज करत डावीकडे दूर निघून गेलं.

सारेजण जागीच स्तब्ध उभे राहिले. अपूर्वाच्या काळजाचा ठोका पुन्हा चुकला. विक्रमही काहीसा भेदरला. अशी रानडुकरं त्यानं डिस्कव्हरी, नॅशनल जिऑग्राफी वगैरे चॅनेलवर आरामात पाय पसरून बघितली होती! पण दोन बाय तीन फुटांच्या पडद्यावर प्रत्यक्षातली वास्तविकता थोडीच अनुभवायला मिळणार होती? आता तो अनुभव प्रत्यक्ष घेत असताना मात्र पायाखालची वाळू सरकल्याचा भास त्याला होत होता.

शंकर, महानंद आणि कीथ हे तिघे मात्र काहीसे निर्ढावल्याप्रमाणे अशा प्रसंगांना सामोरे जात होते. रानडुकराच्या अवचित आगमनाची आणि गमनाचीही दखल न घेता ते पुढे निघालेही होते! विक्रमचे पाय पुन्हा स्थिरावल्यानंतर तो अपूर्वासह पुढे चालू लागला.

अपूर्वानं आता विक्रमचा उजवा दंड घट्ट पकडून ठेवला होता आणि आजूबाजूचा, मागचापुढचा अंदाज घेतच ती चालत होती. थोड्याच वेळात ते एका अरुंद वाटेवर येऊन पोचले. दूरचे डोंगर काहीसे जवळ आले होते. झाडाझुडपांनीही गर्दी केली होती. पायाखाली वाळलेल्या पानांचे थरच्या थर खालीवर होत होते. दहा पायांच्या करकराटाचा एकत्रित नाद संकुचित परिसरात चांगलाच उमटत होता.

हळूहळू दहाचे वीस पाय झाले. चाळीस झाले! पावलांचा एवढा आवाज? कुठून येत होता? प्रत्येकाच्याच उरात धडकी भरली. प्रत्येक जण सभोवार वेध घेऊ लागला. पण कुणाचीच चाहूल लागत नव्हती. काहीच दिसत नव्हतं. घनदाट अरण्यानं चंद्रप्रकाशाला आत यायला मज्जाव केला होता! त्यामुळे आत अमावास्याच वसत होती! किर्र आवाज, दाटलेला काळोख कुणालाच प्रकाशित करत नव्हता.

हलकी पावलं टाकत सारेजण अंधाराच्याच सोबतीनं पुढे पुढे जात होते.

एकाएकी समोर अंधाराचाच पडदा वाट अडवून बसला होता. पायाखालची वाट दिसेनाशी झाली. काळ्याकुट्ट अंधाराची सलामी पाहून सर्वांचे पाय जागीच थबकले. त्या गडद अंधारातही बाण-भाल्यांची पाती चमकू लागली. ते पाहून अपूर्वा एकदम किंचाळली.

नेत्र विस्फारून सर्वांनी समोर बघितलं.

अंधाराच्या बाजूनंच काळ्याकभिन्न आकृत्या त्यांची वाट अडवून उभ्या होत्या!

धुक्याचा पडदा विरळ झाला

द्वादशीची चांदणी रात्र. चंद्र माथ्यावर आलेला. आजूबाजूच्या वृक्षराजींमधून चांदणं निथळत होतं, पाझरत होतं. मधे एक छोटंसं प्रांगण आणि त्याला कोंदण करून उभी असलेली नारळ, केळी, पिंपळ, कैलासपती, आंबा अशी वृक्षराजी. ते प्रांगण शेणामातीनं चोपूनचापून बनवलेलं. अंगणात तर जणू दूध सांडलेलं! अतिशय सुखद वातावरण.

परंतु इतक्या सुंदर वातावरणातही बिंदूसरोवराकडे निघालेल्या प्रवाशांच्या मुद्रा मात्र चिंतित होत्या. त्या छोट्या प्रांगणातच ते पाचही जण उभे होते. त्यांच्या भोवतीनं ते जंगली लोक आणि समोर दगडाच्याच आसनावर बसलेला त्यांचा काळाकभिन्न राजा इबा. त्याच्या डोईवर बांबूच्या कामट्यांनी बनवलेला मुकुट. त्यावर बैलाच्या शिंगांप्रमाणे बसवलेली शिंगं. नाकात आरपार घातलेली कामटी, कमरेला केकताडाच्या धाग्यांपासून बनवलेलं वस्त्र, बाकी शरीर उघडंबंब! थंडीची तमा मुळीच दिसत नव्हती! त्याच्या गळ्यात कवड्यांच्या आणि मण्यांच्या माळा होत्या. कपाळावर आडवं भस्म रेखलेलं. अंगाखांद्यावरही भस्माचे पट्टे ओढलेले. कानात वेताच्या रिंगा. त्याचं वय साठीचं असावं. पण त्याच्या बाह्यरूपावरून त्याच्या वयाचा निश्चित अंदाज बांधता येत नव्हता.

भोवतीनं उभ्या असलेल्या सशस्त्र जंगली लोकांची वेशभूषाही साधारणत: तशीच होती. फक्त डोईवर बांबूचा मुकुट नव्हता. काळ्याकुट्ट आकाशात जसा शुक्र तारा शोभावा तसेच त्यांच्या काळ्याकभिन्न आकृत्यांमधून त्यांचे पांढरे डोळे उठून दिसत होते.

राजाचा आणि अभ्यागतांचा संवाद सुरू झाला. भाषेचा प्रश्न होताच. त्या रानटी लोकांची भाषा कुणालाच समजत नव्हती. त्यामुळे राजाच्या प्रश्नांना कुणालाच उत्तरं देता येत नव्हती. सारेजण एकमेकांकडे बघत होते. नशिबानं राजाला तोडकं-मोडकं हिंदी बोलता येत होतं. त्यामुळे हिंदीत संभाषण सुरू झालं :

"कोण तुम्ही?" राजानं नव्यानं पहिली उतारी केली. "आणि इकडे कसे आलात?"

"आम्ही प्रवासी आहोत." विक्रमनं उतारीला उत्तर दिलं. "खूप दुरून... उत्तरेकडून आलो आहोत... बिंदूसरोवराकडे निघालो आहोत."

"बिंदूसरोवर? तुम्हाला कसं माहीत बिंदूसरोवर?" राजाचा प्रश्न.

"आम्ही... आम्हाला..." विक्रमचा उत्तर देण्याचा प्रयत्न असफल ठरला. तेव्हा राजा गरजला, "बिंदूसरोवर हे एक गुप्त ठिकाण आहे. कुणालाही त्या ठिकाणाची माहिती नाही. मग तुम्हाला कशी काय माहिती मिळाली?"

ते रानटी लोक शैव असावेत हे विक्रमनं ताडलं होतं. तो सौम्यपणानं म्हणाला, "आम्हाला कुणालाच त्या ठिकाणाविषयी माहीत नव्हतं. पण एकदा मला स्वप्नदृष्टान्त झाला. भगवान शिवांनी मला बिंदूसरोवरावर जाऊन तीर्थ घेण्याची करण्याची आज्ञा केली. म्हणून मी माझ्या या मित्रांना बरोबर घेऊन निघालो. भगवान शिव हे यांचंही आराध्य दैवत आहे, काय कीथ?"

"अं? हो..."

महानंदांनी विक्रमकडे चमकून बघत एक सुस्कारा सोडला. ते सारे शिवभक्त आहेत, ही गोष्ट राजालाही कळून चुकली. जगाला माहीत नसलेल्या बिंदूसरोवराविषयी यांना समजलं म्हणजे खरंच यांना स्वप्नदृष्टान्त झाला असणार असं वाटून राजा आसनावरून उठला. कीथच्या जवळ येऊन त्यानं त्याच्याकडे निरखून बघितलं. मग म्हणाला, "आम्ही बिंदूसरोवराचे रक्षक आहोत. आम्ही नागवंशीय आहोत. पिढ्यान्‌ पिढ्या आम्ही त्या स्थानाचं रक्षण करीत आहोत. तेवढंच आमचं काम! आम्हाला दुसरा कोणताच उद्योग-व्यवसाय नाही."

"पण बिंदूसरोवर अजून पुष्कळ दूर आहे ना?"

"म्हटलं तर जवळ म्हटलं तर दूर!"

विक्रमनं पुन्हा विचारलं, "मग तुम्ही इथून त्या सरोवराचं रक्षण कसं काय करता?"

इबा राजा मनमोकळेपणानं हसला. विक्रमच्या जवळ येऊन त्यानं म्हटलं, "बिंदूसरोवराकडे जाण्यासाठी ही एवढी एकच वाट आहे. पाच-पन्नास वर्षांत इकडे कुणीच आलेलं नाही. जर एखादा माणूस त्या दिव्य सरोवराकडे निघालाच तर तो फक्त इथपर्यंतच येऊ शकतो. यापुढे जाणं सामान्य मनुष्याला शक्य नाही."

"का...? असं काय आहे पुढे?" विक्रम पुन्हा साशंक झाला.

"आम्हाला काय माहीत?" राजा उत्तरला. "ही गोष्ट आम्हाला आमच्या वाडवडिलांकडूनच समजली. पुढे न जाण्याविषयीही त्यांनी आम्हाला बजावून ठेवलं आहे. आम्ही कधीच पुढे गेलेलो नाही!"

विक्रमनं चिंतित नजरेनं महानंदांकडे बघितलं. त्यांच्या मुद्रेवरचं स्मितहास्य किमपि लोपलं नव्हतं. ते पाहून त्याच्या जिवात जीव आला. त्यानं उजवीकडे वळून अपूर्वाकडे बघितलं. थकव्यामुळे तिनं जमिनीवर बसकण मारली होती. कीथही एका दगडावर बसला होता.

त्याचवेळी इबा राजा गरजला, "सरोवराकडे जाण्यापूर्वी आम्हाला तुमची झडती घ्यावी लागेल! ते आमचं काम आहे."

इबानं आपल्या सेवकांना खुणावलं. सेवकांनी तपासणीचं काम सुरू केलं. कीथ, शंकर, अपूर्वा यांच्याकडे काहीच नव्हतं. सेवकांचं लक्ष आता विक्रमच्या सॅककडे गेलं. "काय आहे हे?" त्यांची भाषा विक्रमला समजली नाही. पण बोलण्याचा रोख तेव्हाच त्याच्या ध्यानात आला. हातातली सॅक त्यानं पुढ्यात आणखी घट्ट धरून ठेवली.

"काय आहे त्यात?" असं म्हणत सेवक पुढे सरसावले. विक्रम मागे हटू लागला. "सॅकमध्ये विशेष असं काहीच नाही..." घाबऱ्याघुबऱ्या स्वरात तो बरळू लागला. महानंद आ वासून विक्रमकडे पाहू लागले. कीथ सावरून बसला आणि विक्रमची माघार बघू लागला. अपूर्वा नकारार्थी मान हलवत उभी राहिली.

एव्हाना एका सेवकानं सॅकचा बंद पकडला होता. तो सॅक ओढू लागला. मग दोन्ही बाजूंनी 'सॅकखेच' सुरू झाली. त्याचवेळी इबा राजा ओरडला, "ती थैली दे त्याच्या जवळ! माझी आज्ञा आहे!"

दोघेतिघे रक्षक भाले घेऊन विक्रमच्या दिशेनं सरसावले. त्यांनी विक्रमच्या हातून सॅक सोडवली आणि राजापुढे नेऊन धरली. इबा सॅक उघडण्याचा प्रयत्न करू लागला. पण काही केल्या ती उघडेना. चेन उघडण्याचं तंत्र त्याला माहीत नव्हतं. मग त्यानं बाहेरूनच सॅकची चाचपणी सुरू केली. त्याच्या हाताला पेटी लागली. विक्रमनं डोळे मिटून घेतले. महानंद स्तब्धतेनं सारा प्रकार पाहत होते. शंकरचा आ वासला गेला होता. अपूर्वाची घालमेल सुरू झाली होती. तर कीथ डोक्याला हात लावून बसला होता.

राजाचा प्रयत्न चालूच होता. तो बडबडत होता, "काय आहे या थैलीत? चांगलं हाताला लागतंय..."

पुन्हा तो सॅक दोन्ही बाजूंनी खेचू लागला. पण काही केल्या सॅक उघडेना. तेव्हा त्यानं बाजूच्या रक्षकांमधल्या एका आडदांड रक्षकाकडे बघितलं. "गोबू, उघड ही थैली!" इबा राजाची आज्ञा सुटली.

सहा फुटांहून उंच असलेला गलेलठ्ठ गोबू पुढे आला. त्याचं लोखंडी गोळ्याप्रमाणे दिसणारं केशविहीन डोकं चंद्रप्रकाशात चकाकत होतं. त्याची भव्य छाती, बैलासारखे खांदे सॅकचं लगतचं भवितव्य सांगत होते!

गोबूनं ती सॅक हाती घेऊन कागद फाडावा तशी फाडली; आणि इबाच्या हातात दिली. फाटक्या सॅकमधले कपडे, इतर वस्तू त्यानं बाहेर काढले. त्यामध्ये त्याला विशेष रस नव्हता. सॅकच्या तळाशी असलेली ती पंचधातूची पेटी त्यानं हाती घेतली. पण त्याला ती उघडता येईना. बराच वेळ त्यानं पेटीचं झाकण उघडण्याचा प्रयत्न केला. पण व्यर्थ! त्यानं विक्रमकडे तीव्र कटाक्ष टाकला. "उघडत कशी नाही ही पेटी? चल उघडून दे!"

विक्रम काही बोलला नाही. "उघड म्हणतो ना!" राजाचा चढलेला आवाज पाहून एक-दोघे रक्षक विक्रमच्या दिशेनं धावले.

ते पाहून विक्रम पुटपुटला, "मी... मला उघडता येत नाही..."

"उघडता येत नाही? गोबू, उघड तू!"

गोबूनं ती पेटी हाती घेतली; आणि बाजूच्या एका मोठ्या दगडावर ठेवली. मग उजव्या हाताची मूठ हवेत उगारून तो पेटीवर दणका घालणार एवढ्यात विक्रम ओरडला, "थांबा! मी प्रयत्न करतो..."

विक्रमनं महानंदांकडे प्रश्नार्थक मुद्रेनं बघितलं. महानंदांनी होकारार्थी मान झुकवून त्याला संमती दिली.

गोबूच्या हातून विक्रमनं पेटी काढून घेतली. राजासह सारेजण त्याच्याकडे डोळे विस्फारून पाहू लागले. विक्रमनं सूर्य, चंद्र, पृथ्वी एका रेषेत आणली. पेटीचं झाकण उघडलं. परंतु आतून तो तेजस्वी, निळसर प्रकाश फाकला नाही. विक्रमलाही त्याविषयी आश्चर्य वाटलं. तेवढ्यात गोबूनं झट्‌कन ती पेटी त्याच्या हातातून काढून घेतली आणि राजापुढे नेऊन धरली. राजानं हळूहळू पेटीचं झाकण वर केलं.

महानंदांनी आपला खालचा ओठ दातांखाली आवळून धरला. अपूर्वा प्रश्नार्थक मुद्रेनं बघू लागली. कीथही उठून उभा राहिला होता. शंकर हातातली काठी पुढ्यात धरून तो अगम्य प्रकार बघत होता; आणि विक्रम! आपलं डोकं दोन्ही हातांमध्ये धरून नकारार्थी मान हलवत उभा होता. काही क्षणांमध्येच त्याच्या आतापर्यंतच्या कामगिरीवर पाणी पडणार होतं. त्याच्या विश्वनाथन् सरांनी त्याच्यावर दाखवलेला विश्वास फोल ठरणार होता. आतापर्यंत अनेक संकटांशी सामना करून मिळवलेलं यश व्यर्थ जाणार होतं. सुन्न होऊन तो समोरचा प्रकार बघत उभा होता.

इबा राजानं पेटीचं झाकण उघडलं. अभ्यागतांकडे दृष्टिक्षेप टाकून त्यानं ती पेटी बघता बघता उपडी केली.

सर्वांचेच डोळे विस्फारले गेले.

पण पेटीतून काहीच बाहेर पडलं नाही!

"रिकामा डबा घेऊन कशासाठी निघाला होता बिंदूसरोवराकडे?" इबानं ती पेटी विक्रमच्या दिशेनं फेकली. विक्रमनं एका झडपेतच पेटी उचलली आणि तो

पेटीत डोकावून बघू लागला. आत काहीच नव्हतं. पेटी रिकामी होती. व्याकूळ दृष्टीनं त्यानं महानंदांकडे बघितलं. त्यांनी नेत्रांनीच शांत राहण्याविषयी खुणावलं.

"आम्हाला पुरातन वस्तू गोळा कराव्या लागतात त्यासाठी..."

विक्रमनं केलेल्या समर्थनात राजाला रस नव्हता. तो एवढंच म्हणाला, "ही पेटी ठेवायला याला आपली केकताडाची थैली द्या."

मग इबा हसतच आपल्या आसनावरून उठला. भोवताली उभ्या असलेल्या आपल्या शंभर-दोनशे जणांच्या प्रजेला उद्देशून म्हणाला, "यांच्याजवळ खरोखरच काही नाही! आता यांच्या खाण्यापिण्याची व्यवस्था करा. हे बिंदूसरोवराचे यात्रिक आहेत. यांचा योग्य सन्मान झाला पाहिजे. जेवणानंतर यांच्या सन्मानार्थ आपण नृत्य करणार आहोत!"

प्रजेनं एकमुखानं 'होऽ हैऽ होऽ' असा आवाज काढत इबा राजाला उत्साहानं प्रतिसाद दिला.

*

नृत्य सुरू झालं. इबा राजा आपल्या पाषाणासनावर बसून नृत्याचा आनंद लुटत होता. पाहुणे मंडळी त्याच्या बाजूला सारवलेल्या जमिनीवरच बसली होती. इतर प्रजाजनही गोलाकार बसले होते. मधल्या अंगणात वीस-पंचवीस महिला-पुरुष नृत्य करीत होते. नृत्याप्रमाणेच आकाशात चंद्र ऐन बहरात आला होता. नर्तकगण गोलाकार फिरत, मधूनच चंद्राकडे बघत, चंद्राला उद्देशून गाणं म्हणत होता आणि खाली-वर हात करून नृत्य करीत होता. उजव्या हातात उभ्या धरलेल्या काठ्या मधूनच जमिनीवर ठेक्यावर आपटत होता. डफसदृश्य वाद्यावर एका नर्तकानं ताल धरला होता. दुसरा बासरी वाजवत होता. तर बांबूपासून बनवलेल्या अगम्य वाद्यावर तिसरा साथसंगत करत होतं. गाणाऱ्या नर्तकांचे शब्द समजत नव्हते. त्यांची भाषाही पाहुण्यांना कळत नव्हती. 'हो हाय होऽऽऽ उत रतिया झिल बयो, हो हाय हो' असे शब्द पाहुण्यांच्या कानांवर पडत होते. शब्दार्थ समजत नसला तरी भावार्थ उमजत होता.

महानंद आणि कीथ त्या नृत्यगायनात रंगून जाऊन मांडीवर ताल धरून होते. वनवासी जनांचे अंत:करणापासून निघालेले शब्द, सूर त्यांच्या अंत:करणाला भिडत होते. या हृदयीचे त्या हृदयी झाले असाच प्रकार घडत होता. नृत्य-गायनाचा आस्वाद घेता घेता महानंदांनी मान वळवून शेजारच्या विक्रमकडे बघितलं. तो अद्याप गंभीर होता. पुरता खंतावला होता. महानंदांनी त्याच्या कानाशी लागत हसून म्हटलं, "शब्द आपल्याला समजत नाहीत; पण मला राग मात्र समजला हं! पहाडी आहे!"

"हं..."

''आणि या गीतातून ते शिवाची स्तुती करीत असावेत असं वाटतं. शिवाचा चंद्राशी संबंध जोडलेला दिसतो.''

''हं!''

''नुसतं 'हं' काय? घे ना या नृत्यगायनाचा आनंद!'' महानंद कुजबुजले. ''अरे, क्षणाक्षणांमध्ये असा आनंद ठासून भरलेला असतो. तो पकडता आला पाहिजे! हा सुंदर निसर्ग, ही वनराई, निसर्गाशी एकरूप झालेली ही माणसं, त्यांचं आतून आलेलं भावमधुर संगीत, साधं, सहजसुंदर संभावित नृत्य, तो आकाशात वर आलेला चंद्र... आनंद घे या गोष्टींचा!''

विक्रमनं सुस्कारा सोडला.

''पिंडीचीच काळजी ना? तू कशाला चिंता करतोस? तू तुझं काम चोख बजावलंस! आता जे व्हायचं असेल ते होईल. प्राप्त परिस्थितीचा आनंद तर घे!''

''पण... पण सारा कार्यनाश झाला! आतापर्यंत केलेले सारे खटाटोप वाया गेले. सरांचा विश्वासघात केल्यासारखंच झालं नाही का?''

''प्रत्येक गोष्ट माणसाच्या भल्यासाठीच होत असते, यावर विश्वास ठेवून तू शांत राहा!''

''आता कसलं बिंदूसरोवर नि...''

त्यांची कुजबुज मध्येच तुटली. दोघे पुरुष नर्तक आपलं रिंगण सोडून नाचतच त्यांच्याजवळ आले होते. विक्रमचे हात धरून त्यांनी त्याला उठवलं आणि ते त्याला आपल्या रिंगणात घेऊन गेले.

तिकडे अपूर्वालाही दोन स्त्रियांनी रिंगणात ओढलं होतं.

कीथला ही सेवा कुणी दिली नव्हती. पण तो स्वत:हून नृत्यामध्ये सहभागी झाला. त्याचा अवजड देह सर्वांच्या मधोमध हलू-डोलू लागला. काळ्या केसांमध्ये माळलेल्या शुभ्र गुलाबाप्रमाणे तो सर्वांमधे उठून दिसत होता. लवकरच त्यानं ताल आत्मसात केला आणि गिरक्या घेत तो सफाईदारपणे नाचू लागला.

विक्रमच्या अंगातही आता संचारलं होतं. पिंड हरवल्याची खंत, मोडावलेली मन:स्थिती यामुळे त्याच्या अंगातलं त्राण काही वेळापूर्वी नाहीसं झालं होतं. परंतु नृत्य-गायनामधे सहभागी होताच हळूहळू त्याच्या मनावरचं मळभ दूर होऊ लागलं. मनावर ओढवून घेतलेल्या ताणतणावांची पुटं गळून पडू लागली. अंगात उत्साह संचारला. संगीत-नृत्याची अमोघ अनुभूती त्याला येऊ लागली. चांदण्या रात्रीतल्या अशा सात्त्विक, मनोहारी नृत्य-गायनाचा अनुभव त्याला पूर्वायुष्यात कधीच अनुभवायला मिळाला नव्हता.

अपूर्वा संभावितपणे नृत्य करीत होती. स्त्रीसमूहाबरोबर पुढे-मागे हेलकावत होती. हायटेक आश्रमात तिचा कोंडमारा झाला होता. तिथल्या बंधनांमुळे ती मनानं

आक्रसून गेली होती. उमलणारं फूल अचानक मलूल व्हावं तसं तिचं झालं होतं. पण नृत्यगायनाचा अलौकिक अनुभव घेताना तिला स्वातंत्र्याचं, मुक्तीचं सुख प्रत्ययाला येऊ लागलं होतं.

इतरांबरोबर नाचताना शंकर आपलं दारिद्र्य विसरला. विवंचना विसरला. आत्यंतिक आनंदाचा अनुभव त्याच्यासारख्या बिकट परिस्थितीनं हैराण झालेल्या शेतमजुराला कधीच मिळाला नव्हता.

त्या उलट कीथनं क्लबमधल्या नृत्याचा अनुभव वारंवार घेतला होता. पण तिथल्या तामसी धुंदीमधला आणि इथल्या सात्त्विक आनंदामधला फरक त्याला तेव्हाच उमजला होता.

त्या सर्वांकडे प्रेमभरल्या दृष्टीनं बघत महानंद आता उभे राहिले होते. टाळ्या वाजवून ते ठेक्याबरोबर ताल धरत होते. त्यांची मुद्रा नेहमीप्रमाणे हसरी होती. पण आता ती काहीशी सुखावलीही होती. चंद्रप्रकाशात ती आणखी उजळून निघाली होती.

एव्हाना एक-दीड घटका सरली. चंद्र माथ्यावर आला. नृत्य थांबलं. इबाच्या आज्ञेनुसार सर्वांना शेळीचं दूध आणि कसलेसे कंद देण्यात आले. तासभर नृत्य करून तरुण पाहुण्यांना भूक लागलीच होती. दूध आणि कंदांमुळे पोटं शांत झाली.

आता सर्वत्र सामसूम झाली होती. स्त्रीवर्गाबरोबर अपूर्वा एका कुटिरात झोपायला गेली. इबा राजासह सारे वनवासी आपापल्या कुट्यांमध्ये विश्रांतीसाठी गेले. शंकर एका आडोशाला जाऊन झोपला.

महानंदांनी आधीच जाहीर केलं होतं, ''मी या सारवलेल्या भूमीवरच पथारी पसरणार! अंगावर ओढून घेणार चंद्रप्रकाशाची दुलई!''

कीथ आणि विक्रमनंही ती कल्पना उचलून धरली होती. त्यानुसार त्या तिघांनी अंगणात पथाऱ्या पसरल्या; आणि तिघेही त्यावर उताणे पहुडले. विश्वातला सर्वांत मोठा, अतिभव्य पडदा वर दिसत होता. त्यावर चांदण्यांचा वैश्विक खेळ आरंभला होता. चंद्रप्रकाशातही कितीतरी चांदण्या आपलं अस्तित्व दाखविण्याचा प्रयत्न करीत होत्या.

''किती सुंदर हे विश्वनाट्य!'' अभावितपणे महानंद बोलून गेले, ''देवानं आरंभलेल्या नाट्यामधले आपणही एक कलावंत!''

''ग्रेट टु थिंक!'' कीथनं सहजपणे महानंदांना अनुमोदन देत म्हटलं. ''किती छान कल्पना, गुरुजी! आपणही त्याच्या नाट्यातले कलावंत! वा, वा! ग्रेट!! पण, पण व्हेअर इज अवर स्क्रिप्ट दॅट वुई आर फॉलोइंग?''

''तेच तर हाती लागत नाही ना! केवढी गंमत आहे ना या नाट्यात? आपण आपली भूमिका वठवत असतो; पण त्याची संहिता आपल्याला ठाऊक नसते!

म्हणजे त्याच्या पटकथेप्रमाणेच आपली भूमिका पार पाडली जाते, पण आपल्याला हाती स्क्रिप्ट मिळालेलं नसतं!''

विक्रमही उत्साहानं म्हणाला, ''खरंच! हा विचारही कधी केला नव्हता! पण आपल्या भूमिकेची पटकथा, संवाद आपल्याला कसे कळणार?''

''तोच तर प्रयत्न सहस्रो वर्षं चालला आहे!'' आकाशात दृष्टी ठेवूनच महानंदांनी पुढे म्हटलं, ''त्या प्रयत्नांनाच तत्त्वज्ञानाचा अभ्यास म्हणतात! मी कोण? कुठून आलो? कशासाठी आलो? माझं इथे काय काम? काम संपवून मी परत जाणार कुठे? आणि या विश्वनाट्याचा हेतू काय?... सहस्रो वर्षं हाच शोध सुरू आहे. काही जण वस्तुनिष्ठ शोध घेत आहेत तर काही जण आत्मनिष्ठ! दोघांचा हेतू एकच!''

''मग शोध का लागत नाही?''

''कारण मळभ!''

''मळभ?''

''हेच बघ ना! ढगांनी चंद्र आच्छादला गेला तर चंद्रदर्शन दुर्लभ होतं! आत्मशोधाचंही तसंच आहे. अहंकार, आकांक्षा, आसक्ती, अभिलाषा, अभिमान या पाच 'अ'काररूपी ढगांनी आत्मबोधापासून माणसाला वंचित ठेवलं आहे. बहिर्भक्तीसह ध्यानाच्या नियमित सरावानं हे मळभ विरू शकतं. जे प्रतिभावंत कलाकार उपासना म्हणून कर्म करतात, कला सादर करतात त्यांच्यासाठी आत्मबोध दूर नसतो.''

''पण असे कलावंत त्याविषयी कधी बोलत नाही...''

''कारण आत्मबोध ही बोलून दाखवण्याची गोष्टच नाही! ती केवळ अनुभवायचीच गोष्ट असते. पण यातही एक गंमत आहे. ती म्हणजे द्वैतभाव! मी उपासना करतो किंवा तो मला प्रेरणा देतो असा भाव या अनुभवातही कायम असतो. सारं काही मीच आहे ही अद्वैतानुभूती येणं फार दुर्मिळ... शंकराचार्यांसारख्या महापुरुषांना ती आली होती - चिदानंदरूप: शिवोऽहम् शिवोऽहम्...''

दूरवरून येणारे टिटव्यांचे कर्कश आवाज वातावरणातलं माधुर्य काहीसं कमी करीत होते. भोवतालच्या वृक्षराजींमधून पक्ष्यांच्या पंखांची फडफड कानी पडत होती. त्यातच कीथच्या घोरण्याचा आवाज मिसळून गेला होता. बोलता बोलता त्याला झोप लागली होती.

त्याच्याकडे मान वळवून बघत महानंद हळूच पुटपुटले, ''नाचून दमला हा साहेब!... तुलाही झोप आली का विक्रम?''

''नाही! उलट माझ्या अंगात उत्साह संचारला आहे. पिंड हातची जाऊनही मला आता त्याविषयी खेद वा खंत वाटेनाशी झाली आहे. या निरामय निसर्गात, भौतिकतेपासून दूर असलेल्या या प्रदेशात आणि या अतिसुंदर चांदण्यात मी

अतिशय सुखावून गेलो आहे. माझ्या साऱ्या विवंचना, माझी दु:खं... सारंकाही दूर दूर त्या शहरामध्येच राहून गेलं आहे. मुक्त जीवनाचा हा आनंद काही और आहे. वाटतं, इथून परत कुठे जाऊच नये!''

''हेच मला अपेक्षित होतं विक्रम! अरे, भौतिक जगात वावरताना माणूस अनेक चक्रांमध्ये अडकून पडतो. स्पर्धा, आसक्ती, ममत्व अशा गोष्टींमध्ये द्वैतभाव जोपासला जात असतो. द्वैतात अहंभाव प्रखर असतो. पण आपल्या हातून घडलेल्या कार्याच्या अकर्तेपणाची ज्याला जाणीव होते तोच माणूस प्रतिभासंपन्न होतो. ईश्वरी प्रतिभेची ज्याला जाणीव होते तो माणूस द्वैतभावनेतून निर्माण होणाऱ्या कोणत्याही अनैसर्गिक गोष्टीत फार काळ रमू शकत नाही. तुझंही असंच झालेलं दिसतं!''

विक्रमला त्यांचं बोलणं फारसं उमजलेलं नव्हतं तरी तो म्हणाला, ''हो... हा निसर्ग, वरचं हे अथांग विश्व पाहून असंच वाटतं. इथे ऐकू येणारा निसर्गाचाच शब्द, अनाहत ध्वनी मला आत्यंतिक आनंद देतो...''

इतकं बोलून विक्रम उठून बसला. हातांच्या पंजांमध्ये आपलं डोकं स्थिरावून उताणं पहुडलेल्या महानंदांकडे आदरभावानं बघत त्यानं हळूच विचारलं, ''काका, एक विचारू?''

''विचार की!'' महानंदही हसून म्हणाले.

''गेले काही दिवस माझ्या मनात हा प्रश्न घोळतोय... म्हणजे मी तुम्हाला त्याविषयी अनेकदा विचारलंही होतं...''

''इतकं आडून बोलायची आवश्यकता नाही. काय ते सरळ विचार!''

''तुम्ही नक्की कोण आहात?''

महानंद उठून बसले. सृष्टीला पुष्ट करणारा अमृतरस चंद्रामधून पाझरत होता. महानंदाच्या दृष्टीतून प्रेमामृत पाझरत होतं. प्रेमभरल्या दृष्टीनंच त्यांनी विक्रमला क्षण-दोन क्षण न्याहाळलं. मग हलक्या आवाजात ते म्हणाले, ''सांगतो... विक्रम, मी त्या शिवलिंगाचा रक्षक आहे...''

''काय?'' विक्रम आश्चर्यानं ओरडलाच. ''म्हणजे तुम्ही माणूस...!''

''शूऽऽ! हळू बोल. जागे होतील सारे!''

विक्रमची मती कुंठित झाली होती. मनातल्या विचारांना भरती आली; आणि वाचेला ओहोटी! त्याच्या ओरडण्यामुळे शेजारी पहुडलेल्या कीथनं जोरात फुरफुराट करून कूस बदलली.

''चल, थोडं फिरून येऊ!''

''चला... पण कुणी आपल्याला बघितलं तर?''

''आपल्याला नव्हे... तुला!''

''मला?''

"हो..."

"म्हणजे?"

"तू, शंकर, अपूर्वा आणि कीथ सोडून इतरांसाठी मी अदृश्य आहे! कुणालाही मी दिसत नाही!"

विक्रमच्या डोक्याला झिणझिण्या आल्या. पायाखालची वाळू सरकल्याचा त्याला भास झाला. त्याचं शरीर थरथर कापू लागलं. मनाचाही थरकाप उडाला. घशाला कोरड पडली. आपण स्वप्नात तर नाही ना असं त्याला वाटून गेलं. महानंदांनी त्याच्या पाठीवरून हात फिरवत त्याला धीर दिला. त्यांच्या हस्तस्पर्शानं खरोखरच जादू केली. विक्रमच्या मनातली भीती क्षणात लोप पावली. त्यांच्याकडे हसून बघत त्यानं त्यांचा हात हाती घेतला. त्यांच्या तळव्यांचा गुलाबी रंग चंद्रप्रकाशातही त्याला प्रतीत झाला.

"मला तर तुमच्या हाताचा स्पर्श जाणवतो!"

"ज्यांना मी दिसतो त्यांनाच तो जाणवतो! ज्यांच्यासाठी मी अदृश्य आहे त्यांच्यासाठी मी अस्पर्शितही आहे!

महानंद चालू लागले. विक्रमही बरोबरीनं जाऊ लागला. झाडाझुडपांमधून वाट काढत ते एका पठारावर आले. तिथे जणू चंद्रप्रकाशरूपी दूध सांडलं होतं. हिमवान प्रदेशात आकाशातून भुरभुरणाऱ्या हिमानं ज्याप्रमाणे डोंगरमाथ्यांसह साऱ्या वस्तुजाताला व्यापून टाकावं तसंच चांदण्यानं सृष्टीला व्यापलं होतं. तिथून पुढचा प्रदेश सखल होत होत दूरवर धुक्यात अदृश्य झाला होता. जणू त्या धुक्याच्या पडद्यापर्यंत एक जग होतं आणि त्यापुढे एक निराळंच विश्व! गूढरम्य... तर्कापलीकडचं परंतु अतिसुंदर!

विक्रमच्या मनात अल्पसे ज्ञानकिरण फाकले होते. त्यानं विचारलं, "त्या धुक्यापलीकडेच बिंदूसरोवर आहे ना?" महानंदांनी त्याच्याकडे बघून मंद स्मित केलं. त्यांची लाल रंगाची कानटोपी, सोनेरी फ्रेमचा चश्मा, त्यामागची सौम्य-प्रेमळ नजर, त्यांचं ते नेहमीचं बदामी रंगाचं जाकीट आणि शुभ्र धोतर हे व्यक्तिमत्त्वविशेष चांदण्यात उठून दिसले.

चांदण्यात न्हाऊन निघालेल्या त्या दूरच्या धुरकट प्रदेशाकडे बघत महानंद उत्तरले, "दिशा योग्य आहे. पण..."

त्या धुरकट प्रांताकडे बघत दोघेही तिथेच एका खडकावर पाय पसरून बसले.

"तिथेच आहे ना बिंदूसरोवर?" विक्रमनं आपला प्रश्न लावून धरला.

"सांगितलं ना! दिशा योग्य आहे... पण अजून ते सहजसाध्य नाही. दुरून डोंगर साजरे म्हणतात तसंच आहे हे! बिंदूसरोवरावर जाण्यासाठी आपल्याला तीन महत्त्वाची द्वारं... म्हणजे 'गेट्स' पार करावी लागणार आहेत..."

"गेट्स?"

विक्रमच्या केसांमधून हात फिरवत महानंदांनी त्याची गंमत करण्याच्या उद्देशानं विचारलं, "हो गेट्स... तुला काय वाटतं, काय असावं बिंदूसरोवर? बघू बरं तुझी कल्पनाशक्ती किती धावते ते!"

गवताची एक काडी तोडून तिच्याशी चाळा करत विक्रम बोलू लागला, "मानस सरोवरासारखं किंवा पंपा सरोवरासारखंच हे बिंदूसरोवर असेल. धार्मिक दृष्टीनं पवित्र ठिकाण... कदाचित राम, कृष्ण किंवा प्राचीन ऋषिगणांनी तिथे तप केलं असेल आणि त्यामुळे त्या सरोवराला महत्त्व प्राप्त झालं असेल... तिथलं पाणी म्हणूनच पवित्र असेल... गंगेसारखं!"

"अजून?"

"अजून काय असणार...? तिथे स्नान केल्यामुळे सारे रोग दूर होत असतील... तुमचा तो मोक्ष की काय मिळत असेल..."

"अजून?"

"अजून...? हां! ती पिंड तिथे नेल्यामुळे... खरंच! पिंड बरोबर नसताना आपण आता बिंदूसरोवरावर..."

"जाणारच आहोत! पिंड तुझ्या पेटीत सुखरूप आहे."

"काय? मघाशी तर..."

"रेल्वेत तुझी सॅक तुझ्याजवळ असतानाही माझ्याकडे कशी काय आली होती?"

विक्रमला तो प्रसंग आठवला. सॅक कुठे गेली म्हणून तो केवढा भांबावला होता? महानंद हे जादूगार असावेत असं तेव्हा त्याला वाटलं होतं.

"तो राजा पेटी उघडत असताना पिंड माझ्याकडे होती! आता ती तुझ्या पेटीत सुखरूप आहे!" महानंदांनी हसून म्हटलं. "बरं, पुढे काय वाटतं; काय असेल तिथे?"

"अं...? सरोवराकाठी एखादं मंदिर असेल. ती पिंड तिथलीच असेल. तिची पुन्हा स्थापना करून पुण्य लाभेल..."

"अजून?"

"आता याहून अधिक काय असणार? माझी कल्पनाशक्ती संपली! देवाधर्मात गंगेविषयी जशा अनेक कथा सांगितल्या जातात तशा काही असणार! पण मी त्या ऐकलेल्या नाहीत!"

महानंद सौम्यपणे हसले. विक्रम मोठ्या उत्सुकतेनं त्यांच्याकडे बघू लागला.

महानंदांनी आपली दृष्टी अव्यक्त सरोवराच्या दिशेनं वळवली. त्यांच्या मुद्रेवर चंद्रप्रकाशाबरोबरच तेजाची प्रभा फाकली. दीर्घ श्वास घेऊन ते म्हणाले, "कधीही,

कुणीही न कल्पिलेली, कोणत्याही चित्रपटात तू न बघितलेली किंवा तू कधी न ऐकलेली अतर्क्य गोष्ट आता मी तुला सांगतो...''

विक्रमचे डोळे माथ्यावरच्या चंद्राप्रमाणेच विस्फारले गेले.

बिंदूसरोवर हा पृथ्वीचा प्राण आहे! भूमध्य म्हण हवंतर! तो असा एक बिंदू... पॉइंट... आहे की जिथे काळ सम म्हणजे न्यूट्रल राहतो. या विश्वात न्यूट्रल पॉइंट असणारे पुष्कळ भाग आहेत. बिंदूसरोवर त्यातलाच एक भाग! म्हणूनच बिंदूसरोवर हा व्यक्त आणि अव्यक्त सृष्टीचाही प्राण आहे. ते सरोवर कालातीत आहे. तिथे शिवतत्त्व साकार होतं. बिंदूकडून सिंधूकडे जावं त्याप्रमाणे शिवत्वाकडून आपण विश्वात्मकाकडे जाऊ शकतो. काळ तिथे सम म्हणजे न्यूट्रल असल्यामुळे विश्वातली कोणतीही संस्कृती तिथे व्यक्त होऊ शकते आणि अदृश्य होऊ शकते!''

''माय गॉड!... पण बिंदूसरोवर तर पृथ्वीवरच आहे ना? आणि पृथ्वी तर सूर्याभोवती फिरते! त्यामुळे सारे भौतिक नियम पृथ्वीवरच्या यच्चयावत पदार्थांना लागू होणार... मग...?''

''ते खरं! पण असं बघ; माणसाचं शरीर कालबद्ध असतं, पण याच कालबद्ध आणि भौतिक नियमांनी बद्ध असलेल्या आणि पृथ्वीबरोबरच फिरणाऱ्या माणसाच्या शरीरातला आत्मा मात्र कालातीत असतो. सूर्यमाला, पृथ्वी, दिवस-रात्र, महिने-वर्ष हे बंधन शरीराला असलं तरी या आत्म्याला नसतं. एकाच ठिकाणी या दोन गोष्टी कशा काय संभवतात? तसंच हे आहे!''

विक्रमचं सारं शरीर त्या अतर्क्य ज्ञानानं शहारलं... गदगदलं.

''थोडक्यात म्हणजे; बिंदूसरोवर हे विश्वद्वार आहे. तुमच्या भाषेत सांगायचं तर ते युनिव्हर्स-गेट आहे!''

''मग तिथे कोणतीही हालचाल होत नसणार... कारण काळच तिथे नाही तर...''

''असंही नव्हे; ग्रह-तारे तिथेही हलताना दिसतील; पण ते ठिकाण पृथ्वीवरच्या काळाच्या नियमांनी बद्ध नाही...'

''बापरे! कसं असेल ते ठिकाण? केवढी आमची बुद्धी तोकडी! अशा कल्पनाही आम्ही करू शकत नाही! दिवसरात्र आम्ही पोटासाठी आणि प्रतिष्ठेसाठी धावत असतो. पण...''

''त्यातून थोडं अलिप्त झालं म्हणजे हा बोध होऊ शकतो विक्रम! अन्यथा प्रोग्रॅमप्रमाणे फक्त पळत राह्यचं!''

''मला नाही समजलं...''

महानंद सावरून बसले. विक्रमनंही मांडी घातली.

''संपूर्ण मानवजमात, तिचे व्यवहार, जन्म-मृत्यू हा एक विशाल प्रोग्रॅम

आहे...'' महानंद सांगू लागले. त्या प्रोग्रॅमप्रमाणे मनुष्य व्यवहार करीत असतो. असा व्यवहार करणारा कालबद्ध असतो. परंतु तो प्रोग्रॅम बनवणारा मात्र कालबद्ध नसतो. त्याच्या दृष्टीनं हजारो वर्षांचा मानवी इतिहास म्हणजे काही तासांचा खेळ!''

मान झटकत विक्रम म्हणाला, ''डोक्याबाहेरच्या गोष्टी आहेत या! पण हे सारं ऐकून माझ्या मनाला निश्चितच वैश्विकता प्राप्त झाली आहे!... पण पुन्हा नवा प्रश्न मनात उठतो... जर हा प्रोग्रॅमच असेल तर मग पापपुण्याला काहीच अर्थ नाही!''

''वरवर दिसायला तसं दिसतं. परंतु परमेश्वरानं माणसाला या खेळातून सुटायची संधीही ठेवली आहे. त्यासाठी त्यानं माणसाला 'स्वतंत्र इच्छाशक्ती' दिली आहे. त्या आधारानं माणूस ईशसंकल्प किंवा त्याच्या प्रोग्रॅममध्ये हवा तसा बदल करू शकतो. अर्थात ती गोष्ट सोपी खासच नाही! ईश्वरावर आत्यंतिक निष्ठा आणि पराकोटीच्या बुद्धिनिष्ठ भक्तीनंच माणूस हवं ते साध्य करू शकतो... पण याला दुसरीही बाजू आहे. जो खरा ज्ञानी होतो तो ईशसंकल्पात ढवळाढवळही करीत नाही!''

इतकं बोलून महानंद जागचे उठले. विक्रमही उठून उभा राहिला.

महानंदांनी आता दूरवर बघत म्हटलं, ''विक्रम, बिंदूसरोवराच्या दिशेनं झालेला व्यावहारिक जगतातला आपला प्रवास आता संपला. उद्यापासून अद्भुत दुनियेत आपला प्रवास प्रारंभित होणार आहे. उद्या आपण पहिलं द्वार भेदून जाणार आहोत...''

''अशी किती गेट्स आहेत म्हणालात?''

''तीन! तशी एकूण नऊ द्वारं! पण त्यातली सहा आपण केव्हाच पार केली आहेत!''

''कधी पार केली? कुठे होती ती?''

''तो सारा प्रवास तूच केला आहेस! तुझ्या वैयक्तिक जीवनातून, करिअरमधून तू नि:स्वार्थ बुद्धीनं बाहेर पडलास हे पहिलं द्वार! प्रलोभनांचं तू दुसरं द्वार भेदलंस. तुझ्या कार्यनिष्ठेला तू तडा जाऊ दिला नाहीस हे तिसरं द्वार भेदण्यासारखंच झालं. तुझ्या हाती वैश्विक शक्ती होती. पण ती वापरण्याच्या मोहात तू अडकला नाहीस हे चौथं द्वार! कशाचीही पर्वा न करता तू पाण्यात उडी घेतलीस. अज्ञात प्रदेशात स्वत:ला झोकून दिलंस हे पाचवं द्वार! मोहापायी मोक्षमंदिरातल्या दंभात तू अडकला नाहीस आणि पुढच्या संकटांची तमा न बाळगता तू तिथून निसटलास हे सहावं द्वार!''

''खरंच की! पण आता पुढची द्वारं?''

''सांगितलं ना, ती या दुनियेतली नाहीत म्हणून! उद्या आपण त्या अद्भुत विश्वात प्रवेश करणार आहोत!''

"ठीक आहे, मी तयार आहे..."

"छान! तुझ्या हातूनच मला ते कार्य करून घ्यायचं आहे. अन्यथा मीच नाही का ते काम करू शकणार? पण मग सारा खेळच संपला!"

महानंदांनी त्याच्याकडे मोठ्या संतोषानं हसून बघितलं.

दोघेही परतीच्या मार्गाला लागले.

चंद्र पश्चिमेकडे पुरता झुकला होता. चांदणं पिकलं होतं. वातावरणात नि:शब्द शांतता पसरली होती. आता कुणीच कुणाशी बोलत नव्हतं.

चालताना विक्रमनं अभावितपणे मागे वळून दूरच्या धुक्याच्या पडद्याकडे बघितलं.

धुक्याचा पडदा विरळ होऊ लागल्याचा भास त्याला झाला.

ब्रह्मद्वार उघडलं!

भल्या सकाळीच त्या पंचमानवांनी बिंदूसरोवराच्या दिशेनं प्रयाण केलं. इबा राजा आपल्या वनवासी प्रजेसह त्यांना पठारापर्यंत निरोप देण्यासाठी आला. त्याच्या आणि त्याच्या प्रजेच्या दृष्टीनं विक्रम, कीथ, अपूर्वा आणि शंकर असे चौघेजण सरोवराकडे निघाले होते. महानंद त्यांच्यासाठी अदृश्य होते.

निरोप देण्यापूर्वी वनवासीजनांनी एक विदाई-नृत्य केलं. बिंदूसरोवराकडे कुणी जाऊ शकत नाही; आणि गेलाच तर तो पुन्हा परत येऊ शकत नाही, अशी समजूत त्या वनवासीजनांमध्ये पूर्वापार रूढ झालेली होती. त्यांना तसा अनुभव नव्हता; कारण बिंदूसरोवराकडे जाणारा कुणीही वाटसरू अथवा यात्रिक आजपर्यंत तिथे आलाच नव्हता! परंतु, या ऐकीव गोष्टीवर विश्वास असल्यामुळे त्यांच्या दृष्टीनं त्या चौघांचं अखेरचंच दर्शन त्यांना होत होतं. म्हणूनच त्यांनी विदाई-नृत्याचं आयोजन केलं होतं.

सारेजण पठारावर येताच इबा राजानं दोन्ही हात वर करून सर्वांना थांबण्याची खूण केली. मग सर्वांसमोर उभ्यानंच त्यानं छोटंसं भाषण केलं. त्याची भाषा अर्थातच यात्रिकांना समजत नव्हती; पण बोलण्याचा आशय उमजत होता... भाव प्रतीत होत होता. आता ही मंडळी आपल्याला पुन्हा दिसणार नाहीत, हा भावार्थ यात्रिकांच्या तेव्हाच ध्यानात आला होता. राजाच्या आणि त्याच्या प्रजेच्या डोळ्यांमधून अश्रू ओघळायला लागले. अपूर्वालाही गलबलून आलं. विक्रमचीही तशीच अवस्था झाली होती. ते पाहून महानंदांनी दोघांच्याही पाठीवर थोपटलं. त्यांना एकदम धीर आला.

एव्हाना राजाचं भाषण संपलं होतं. मग सारे नर्तक ओळीत उभं राहून त्यांच्या समोर नृत्य करू लागले. सर्वांच्या कमरेला मोरपिसं लावली होती. नाचताना ती थरथरत होती. हातातल्या उभ्या काठ्यांनी ते जमिनीवर ठेका धरत होते. या खास नृत्यासाठी त्यांनी आज विशेष वेशभूषा केली होती. डोईवर कामट्यांचे मुकुट धारण केले होते. कपाळावर भस्माचे आडवे पट्टे ओढले होते. डोळ्यांखाली चुनखडीपासून बनवलेल्या सफेद रंगाच्या उभ्या रेषा रेखल्या होत्या. जणू, आपल्या नेत्रांमधून

अश्रुपात होत आहे, असंच त्यांना या रंगभूषेतून दर्शवायचं होतं.

विदाई नर्तन संपलं आणि राजासह सर्वांचा निरोप घेऊन ते यात्रिक पठार उतरू लागले. वाटेतले खाचखळगे, ओढे-नाले पार करत पाचही जण उत्साहात निघाले होते. विक्रमचा आत्मविश्वास त्या प्रसन्न प्रहरी बळावला होता. त्याच्या चालण्यातून तो दिसून येत होता. एखादी गोष्ट करायची म्हटली की, ती तडीला जाईपर्यंत तन-मन-धनानं झोकून देण्याचा ब्रिटिश लोकांचा जात्याच स्वभाव! कीथ त्या गोष्टीला थोडाच अपवाद ठरणार होता? हातातील काठी गवता-झुडपांवरून फिरवत तो मजेत घोगऱ्या आवाजात गुणगुणत चालला होता. अपूर्वानं कान झाकण्यासाठी डोक्यावरून रुमाल बांधून घेतला होता. विक्रमच्या बरोबरीनं तीही उत्साहात निघाली होती. आपली चांदीच्या मुठीची काठी टेकवत महानंद काहीसे रमतगमत सर्वांपुढून चालले होते.

त्यांच्याही पुढून मळकट कपड्यात असणारा शंकर चालता चालता मध्येच थबकला.

"काय झालं रे?" मागून येणाऱ्या महानंदांनी ओरडून विचारलं.

"नाग बघा! एक-दोन... अहो अनेक आहेत!"

"थांब तू! आणि मारू नकोस त्यांना!" महानंद एकदम पुढे सरसावले.

अनेक नाग फणा काढून आणि वाट अडवून ओळीनं बसलेले त्यांना दिसले. ते दृश्य पाहून अपूर्वा तर किंचाळलीच. विक्रमच्याही उरात धडकी भरली होती. कीथ मात्र बेडरासारखा काठी उगारून जागीच थांबला होता.

तेवढ्यात महानंद त्या नागकुळापाशी पोचले. त्यांना पाहताच नागकुलानं यात्रिकांचा मार्ग मोकळा करून एका वारुळात प्रवेश केला. सारेजण आश्चर्यानं महानंदांकडे पाहू लागले. तेव्हा महानंद हसून म्हणाले, "रक्षक आहेत! त्यांनी त्यांचं काम बजावलं! चला..."

सारेजण जोमात पुढे निघाले.

उगवत्या सूर्याच्या सोनेरी किरणांनी हिरवाईनं नटलेल्या त्या साऱ्या प्रदेशाला सोन्याची झिलई दिली होती. त्याच्याकडे झेपावणाऱ्या पक्षिगणांना आपल्या सोनेरी भुजांमध्ये सामावून घेण्यासाठी तोही आसुसला होता. शीत वात त्याच्या किरणांची प्रखरता कमी करीत होता. भारद्वाज, चंडोल, चक्रवाकादी पक्षी सूर्याच्या आगमनानं हर्षभरित होऊन कंठारव करीत होते.

"किती सुंदर आणि प्रसन्न आहे हा निसर्ग! त्याचं प्रतिबिंब माझ्या मनात परावर्तित झालं आहे..."

विक्रमजवळ येत महानंदांनी लगेच विचारसिंचन केलं, "साधं-सरळ जीवन फार आनंददायी असतं, विक्रम! निसर्गात राहणं म्हणजे जंगली बनून राहणं नव्हे. उलट निसर्गाशी सामीप्य ठेवून मानवी जीवनात समृद्धी आणली पाहिजे. समाज खाऊनपिऊन सुखी झाला तरच तो आत्मज्ञानाकडे वळेल. किंबहुना आत्मज्ञानाची

इच्छा अधिकाधिक लोकांना झाली तर आजचे अनेक प्रश्न सुटतील. सात्त्विक वृत्तीचा समाज निर्माण होणं हीच आज काळाची गरज आहे...''

आता समोर एक छोटा डोंगर आडवा आला होता. त्यामुळे त्यांचं बोलणं खुंटलं. न बोलता सारेजण डोंगर चढू लागले. चढणीची वाट तशी अवघड नव्हती. परंतु अपूर्वाच्या गतीनं जाताना त्यांना पुष्कळ वेळ लागला. डोंगरावर माजलेल्या रानातून, कपारींमधून, मोठमोठ्या धोंड्यांमधून वाट काढत पुढे जाताना मात्र सारेजण मेटाकुटीला आले. महानंदांना कोणतेच श्रम जाणवत नव्हते. सर्वांना त्या विषयी आश्चर्य वाटत होतं.

डोंगरमाथा गाठेपर्यंत सूर्यही माथ्यावर आला होता. मधे एका ओढ्यावर त्यांनी केवळ पाणी प्यायलं होतं. एवढं चालल्यानंतर आता पोटात भूक डोकावत होती.

''किती वेळ आपण चालतोय! माझ्या पायात गोळे आले. अंगातली शक्ती पार निघून गेली आहे.'' एका मोठ्या दगडावर बसकण मारत अपूर्वानं आपली असमर्थता दर्शवली.

तिला दुजोरा देत विक्रमनं गवतावर बसकण मारली. हातातली काठी उभी धरून शंकर उकिडवा बसला आणि डोंगरमाथ्यावरच्या लुसलुशीत गवतावर कीथनं आपला विशाल देह पसरलासुद्धा!

त्या वेळी महानंद आजूबाजूच्या झाडाझुडपांमध्ये काहीतरी शोधत फिरत होते. ''थकलेभागले जीव! त्यांच्यासाठी शोधलंच पाहिजे!'' ते पुटपुटत होते.

''काय शोधताय?'' विक्रमनं तत्काळ विचारलं.

''तुमचीच सोय बघतोय! इथेच कुठेतरी मिळेल...''

सारेजण आश्चर्यानं त्यांच्या हालचालींकडे पहात राहिले. काही वेळ शोधाशोध झाल्यानंतर महानंद उद्गारले, ''हां! मिळाली!''

पाच-सहा झुडपं उपटून महानंद सर्वांसमोर येऊन बसले. त्या झुडपांच्या मुळ्या त्यांनी सफाईनं तोडल्या. एकेकाला एकेक मुळी देऊन त्यांनी म्हटलं, ''थकला आहात ना? भूक लागली असेल ना?''

गवतावर पहुडलेला कीथचा देह उठून बसला. ''व्हेरी मच हंग्री!'' तो देह बोलू लागला. ''नॉट इटन सिन्स मॉर्निंग!''

''पण हे काय आहे?'' विक्रमनं आश्चर्य व्यक्त करून विचारलं, ''आकार गाजराचा आहे; पण रंग पांढरा! कसली मुळं आहेत ही? आणि कच्ची खायची?''

''अर्थात! नाहीतर गुण कसा येणार?''

''कोणता गुण?'' अपूर्वानं उठून विचारलं.

महानंद हसून उत्तरले, ''ही एकच मुळी खाल्ली की किमान दोन दिवस तरी तुम्हाला भूक लागणार नाही! तुम्ही अगदी तृप्त व्हाल... शिवाय... शिवाय तुमच्या

अंगात जोम येईल. थकवा पूर्णपणे नाहीसा होईल! चला, खाऊन घ्या!''

''यू मीन आय शुड ईट धिस?''

''होय कीथ! माझ्यावर विश्वास आहे ना तुझा?''

कीथनं होकारार्थी मान डोलावली. मग कुणीच हरकत घेतली नाही.

साऱ्यांनी एक एक मुळी खाऊन फस्त केली.

विक्रम म्हणाला, ''याची चव किंचित कडवट, तुरटही आहे... आणि... आणि अश्वगंधासारखी लागते थोडी!''

''पण आता त्याचा गुण पाहालच लवकर...! आता थोड्या मुळ्या ठेवू बरोबर...''

आणि खरोखरच सर्वांनी तृप्तीचा ढेकर दिला. थकवा, दुखणी दूर झाली. अंगात जोम संचारला. नवोन्मेषानं सारेजण डोंगरउताराकडे निघाले.

विक्रमला वाटलं, आता बिंदूसरोवर अगदी दृष्टिपथात आलं आहे. आदल्या रात्री चांदण्यात दिसणाऱ्या धुरकट प्रांतातील डोंगर त्यांनी एव्हाना ओलांडले होते. डोंगर ओलांडून गेल्यावर लगेच आपण बिंदूसरोवरावर पोहचू अशी त्याची समजूत होती.

म्हणून डोंगर उतरत असताना महानंदांजवळ येऊन त्यानं म्हटलं, ''काका, एक शंका विचारू का?''

''अवश्य!''

''आता बिंदूसरोवराजवळ आपण आलो असणार... लेण्यांमध्ये एका गाभाऱ्याच्या भिंतीवर कोरलेला मंत्र मी सेलफोनच्या कॅमेरात टिपला होता. पण तो फोन तर आपण झाडावर ठेवून दिला... या घड्याळ्यातल्या कॅमेऱ्यावर तो टिपला असता तर बरं झालं असतं! पिंड सरोवरावर नेताना त्या मंत्राचीही आवश्यकता होती ना? मग आता...?'' बोलण्या-चालण्यानं त्याला थोडा दम लागला होता.

चालताना महानंदांनी त्याच्या पाठीवर हात ठेवून त्याला धीर दिला, ''चिंता करू नकोस! त्या लेण्यांमधल्या गाभाऱ्यात कोणता मंत्र कोरला आहे माहीत आहे?''

''कोणता?''

''कळेल तुला पुढे...''

''पण त्याचा संबंध काय?''

''संबंध...!''

''पण माझा तो मंत्र पाठ नाही... तुमचा?''

''माझाही नाही...''

''मग?''

''चिंता करू नकोस! विश्वातले... विशेषत: भविष्यातले असे अनेक प्रश्न आपण उगाचच डोक्यात भरत असतो! लक्षात घे, बिंदूसरोवरावर गेल्यानंतर प्रश्न

संपून जातात. सारी दु:खं, चिंता, शंकाकुशंकाही तिथे गळून पडतात! आणि मग उरतो तो केवळ आनंद!''

नाटकातलं एखादं पात्र ज्याप्रमाणे एकदम पुढे येऊन बोलावं तशीच अपूर्वा एकदम पुढे आली आणि उत्साहानं म्हणाली, ''खरंच काका! मनावर चढलेले दु:खांचे, ताणतणावांचे ढलपे या प्रवासात गळून पडले. शारीरिक श्रमांविषयी काही वाटेनासं झालं आहे. आश्रमात राहूनही मी खूप दु:खी होते. पण या अगम्य प्रवासात माझं मन खूप हलकं झालं आहे. खूप मोकळं मोकळं वाटतंय. आय कान्ट टेल यू; पण खूप अनामिक सुख मी अनुभवत आहे.''

तिच्याकडे पाहून महानंद प्रसन्न हसले.

चर्चेमुळे तिघांचाही चालण्याचा वेग मंदावला होता. ते पाहून कीथ एका मोकळ्या जागी थांबला आणि त्यानं थोडी कवायत केली. धष्टपुष्ट हात मागे-पुढे फिरवले. मग दीर्घश्वसन केलं. तो चांगलाच सुखावला होता. शंकर एव्हाना डोंगर उतरून गेला होता.

सारेजण जेव्हा डोंगर उतरून गेले तेव्हा महानंदांनी सर्वांकडे बघून विचारलं, ''अजून काही शंका आहेत का? आत्ताच विचारा! नि:शंक मनानंच आपल्याला इथून पुढे जायचं आहे.

बिंदूसरोवराचा ठावठिकाणा, तो मंत्र, ती पिंड आणि त्या गोष्टींचा कार्यकारणभाव याविषयी विक्रमचं मन अजूनही साशंक होतं. त्याविषयी त्यानं महानंदांना वारंवार छेडलंही होतं. पण कोणतंच समर्पक उत्तर त्याला अद्याप मिळालं नव्हतं. ते प्रश्न त्याच्या मनात रुतून बसले असले तरी आता त्याविषयी काही न विचारण्याचं त्यानं ठरवलं. ते सारे प्रश्न त्यानं वैश्विक मनावर तात्पुरते सोपवून दिले. त्यामुळे त्याच्या अंगात उत्साह संचारला. खुशीत तो पुढे निघाला. अपूर्वाची साथ होतीच! कीथ आपल्या गुरूबरोबर चालू लागला.

मधेच एके ठिकाणी थांबून महानंदांनी जाहीर केलं, ''बिंदूसरोवराकडे जाणारं पहिलं द्वार... गेट आपल्याला शोधायचं आहे. इथेच कुठेतरी ते आहे. मला जाणीव होतेय तशी!''

''कसं आहे ते गेट? म्हणजे खरोखरचा दरवाजा आहे का...?'' विक्रमनं प्रश्नांचा भडिमार सुरूच ठेवला... ''पण तसा दरवाजा मिळायला इथे कुठे बांधकामही दिसत नाही...''

''अरे, हे गेट म्हणजे काय तुमच्या इमारतीचं गेट वाटलं का तुला?''

महानंद पुन्हा इतस्तत: फिरू लागले. प्रश्नार्थक पण शोधक दृष्टी घेऊन सारेजण चहूकडे भिरभिरू लागले. वाटेत उजव्या अंगाला एक टेकाड लागलं. त्याभोवती काही झाडंझुडपं आणि जुनाट वृक्ष होते. मधे एक महाकाय वृक्ष बरीच

जागा व्यापून उभा ठाकला होता. त्या वृक्षाच्या खोडाचा परीघ जवळपास चाळीस फुटांचा होता. त्याच्या कित्येक पारंब्या जमिनीत चौफेर घुसल्या होत्या. काही जमिनीशी सलगी करू पाहत होत्या. खोडाजवळच्या मातीचा पुष्कळ निचरा झाल्यामुळे वृक्षाच्या मुळ्या वर आल्याचा भास होत होता. पुष्कळ मुळ्या जमिनीत न शिरता वरूनच पुढे आणि बाजूला पसरल्या होत्या.

कीथ त्या वृक्षाच्या मुळ्यांकडे-पारंब्यांकडे थबकून बघत उभा राहिला. सारेच प्रवासी त्या महाकाय वटवृक्षाकडे आश्चर्यानं बघत थांबले.

वटवृक्षाच्या मुळ्यांकडे प्रवासी निरखून बघत असतानाच मुळ्यांची किंचित हालचाल झाली. सर्वांनी एकमेकांकडे आश्चर्यानं बघितलं. तो आभास निश्चितच नव्हता, ही गोष्ट सारेजण समजून चुकले. वृक्षाच्या मुळ्या खरोखरच हलल्या होत्या. पाठोपाठ खोडापाशी दोन काळेभोर डोळे व्यक्त होऊ लागले. काही क्षणांमध्येच सारा प्रकार यात्रिकांना कळून चुकला. जमिनीवर पसरलेल्या त्या वृक्षाच्या मुळ्या नसून मुळ्यांसदृश्य दाढीच्या आणि डोक्यावरील केसांच्या त्या पांढऱ्या-पिंगट जटा होत्या. हळूहळू त्या व्यक्त होत गेल्या आणि थोड्याच वेळात खोडाला टेकून सहजासनात बसलेली एक मनुष्यकृती तिथे दिसू लागली.

व्यक्त झालेल्या त्या भणंग योग्याचं ते बाह्यस्वरूप पाहून सर्वांच्या काळजाचा ठोका चुकला. अपूर्वा तर भेदरून गेली. तिला धीर द्यायला विक्रम तिच्या जवळ होताच! पुढच्याच क्षणी ती सावरली. पण आता तिला अशा अतर्क्य गोष्टींची सवय व्हायला लागली होती. बिंदूसरोवराच्या दिशेनं होणाऱ्या या अद्भुत प्रवासात अशाच गूढ गोष्टी आपल्याला बघायला, अनुभवायला मिळणार आहेत, हे ती समजून चुकली होती.

सारेजण आता सावरले होते. वटवृक्षाच्या पारंब्यांप्रमाणेच पारंब्यांशीच स्पर्धा करीत, जटा धारण केलेला योगीपुरुष पूर्णपणे व्यक्त झाला. त्याच्या हाडांचा सापळा झाला होता. डोळे खोल गेले होते. परंतु डोळ्यात कमालीचं तेज साठलं होतं.

महानंद हसून पुटपुटले, ''हे योगी अदृश्य-अव्यक्त असतात. हिमालयात आणि या दिव्य परिसरातही कित्येक साधू-योगी शेकडो वर्षं असेच अव्यक्त राहून साधना करीत आहेत. पुष्कळ काळ प्रगाढ समाधी अवस्थेत ते राहत असल्यामुळे देहाच्या सुरक्षिततेसाठी ते योगबलानं अदृश्य, अस्पर्श बनून राहतात... चला, त्यांचं दर्शन घेऊ!''

ते पंचमानव पुढे सरसावले. त्यांनी त्या महायोग्याला वाकून वंदन केलं. हलकेच त्यानं आपला उजवा तळहात आशीर्वाद देण्यासाठी वर उचलला.

त्या योग्याचं बाह्यरूप पाहून खरंतर अपूर्वा भेदरून गेली होती. त्याच्या दाढीच्या आणि केसांच्या जटा त्याच्या अंगाखांद्यांवरून रुळत मुळ्यांप्रमाणे जमिनीत घुसल्या होत्या. त्याचं सर्वांग शुष्क पडलं होतं... ओढलं गेलं होतं. त्याच्या शुभ्र

भिवया डोळ्यांवर झडपेप्रमाणे घसरल्या होत्या. अंगावर कोणतंच वस्त्र नव्हतं. कातडी हाडांभोवती घट्ट आवळली गेली होती. डोळे खोल गेले होते; तरी पण त्यांतून प्रेमवर्षाव होत असल्याचा भास अपूर्वाला झाला. त्यामुळे तिच्या जिवात जीव आला.

कीथच्या दृष्टीनं ही पर्वणीच होती. कारण त्याला गूढरम्य भारत बघायला, अनुभवायला मिळत होता. लंडनमधे इंडॉलॉजीचा अभ्यास करत असताना त्यानं पॉल ब्रन्टन यांचं 'अ सर्च इन सिक्रेट इंडिया' हे पुस्तक वाचलं होतं. त्यातील विविध योग्यांच्या, साधुसंतांच्या चरित्रांनी त्याच्या मनावर भुरळ घातली होती. भारतात... विशेषत: हिमालयात हिंडून अशा योग्यांना भेटावं, त्यांच्याविषयी जाणून घ्यावं असं कीथला नेहमीच वाटायचं. त्याच प्रमुख उद्देशानं तो भारतात आला होता... आणि आता त्याची अपेक्षापूर्ती होत होती.

तो हळूच त्या योग्यासमोर जाऊन बसला. महानंद तेव्हा त्याच्या कानाशी पुटपुटले, "फार पुढे जाऊ नकोस हं! आणि त्यांना चुकूनसुद्धा स्पर्श करू नकोस... त्या स्पर्शानं तुझ्या शरीराचं भस्म होऊन जाईल."

सारेजण त्या योग्यासमोर थोडं अंतर ठेवूनच बसले. योग्याच्या प्रेमळ हास्यामुळे सर्वांची भीड चेपली होती. त्यांना खूप खूप प्रश्न विचारावेत, त्यांचे अनुभव ऐकावेत, गूढ-अतर्क्य गोष्टी जाणून घ्याव्यात असं विक्रमला- विशेषत: कीथला वाटत होतं. किती वर्षं हे योगी तपश्चर्या करीत असावेत, असा प्रश्न विक्रमच्या मनात आकारत असतानाच त्याच्या प्रश्नाला मनोमन उत्तर मिळालं-'चारशे चौऱ्याहत्तर वर्षं, सात महिने, साडेतीन दिवस!'

विक्रमच्या शरीरात वीज चमकून गेली. सर्वांनाच तसा अनुभव मिळू लागला. प्रत्येकाच्या मनात उठणाऱ्या प्रश्नांना एकाच वेळी उत्तरं मिळू लागली. योगी थेट त्यांच्या मेंदूशीच संवाद साधू लागला होता.

महानंद वगळता उर्वरित चार मेंदूंशी योग्याच्या मेंदूची झालेली प्रश्नोत्तरी याप्रमाणे होती-

'हा साक्षात देव भेटला इथे!' - शंकर
'मी देव नाही, माणूस आहे.' - योगी
'देव खरोखर आहे का?' - विक्रम
'शंका घेण्याचं कारणच काय?' - योगी
'देव दिसत कसा नाही?' - अपूर्वा
'त्याला बघण्याची दृष्टी लागते! वैश्विक मनाशी संपर्क करावा लागतो.' -योगी.
'अशा अनेक गूढ गोष्टी मला बघायला मिळतील का?' - कीथ
'लवकरच!' - योगी
'खूप सहन केलं मी! माझ्यावर पुष्कळ अन्याय झाला. देव माझे प्रॉब्लेम्स कधी

मिटवेल?’ - अपूर्वा.

‘कधीच नाही! प्रश्न देवानं नाही निर्माण केले... माणसानंच निर्माण केले.’ योगी.

‘बिंदूसरोवर नेमकं कुठे आहे? काय आहे तिथे? आम्ही सुखरूप जाऊ ना तिथे? माझी जबाबदारी मी यशस्वीपणे पार पाडू शकेन ना?’ - विक्रम.

‘ते तुम्हालाच शोधायचं आहे. माहितीपेक्षा अनुभव अधिक महत्त्वाचा! प्रयत्न करणं माणसाच्या हाती असतं. तो मनापासून करा. यशाचं त्याच्यावर सोपवा.’ - योगी.

‘माझ्यासाठी तुम्ही देवच आहात. कारभारणीला बरोबर आणलं असतं तर बरं झालं असतं!’ - शंकर.

‘योगी-ज्ञानी वेगळा - देव वेगळा. माझ्यासारख्या माणसाची पूजा बांधू नका.’ - योगी.

‘तुम्ही देवाला बघितलं आहे का?’ - अपूर्वा.

‘नाही, कुणीच बघितलेलं नाही. अल्पसा अनुभव अनेकांना आला आहे. मी समजलो आहे त्याला. तो निश्चित आहे. आपल्या बुद्धीच्या कक्षेबाहेरच्या त्या गोष्टी आहेत.’ - योगी.

‘मी खूप लांबून इथे आलो. एखादी तरी अतर्क्य गोष्ट किंवा चमत्कार बघायला मिळावा.’ - कीथ.

‘लांब-जवळ हा भेद नाही! ही झलक बघ... पण एकदाच! पुन्हा आग्रह करू नकोस!’ - योगी.

तो योगी एकाएकी कापसासारखा हवेत तरंगायला लागला. आ वासून सारे यात्रिक त्याच्याकडे बघू लागले. हळूहळू तो वायूरूप झाला. त्यानं भराभर आपली रूपं बदलली. कधी तो गाय झाला तर कधी घोडा. कधी साप तर कधी सिंह! नंतर त्यानं अगम्य आकार घेतले. एकातून दुसरा आकार निघत गेला.

“माय गॉड! धिस इज...” कीथची वाचा बंद झाली. तो थक्क होऊन गेला होता.

कीथला इंग्रजीत उत्तरं मिळत गेली- ‘यू ओन्ली थिंक, इट इज पॉसिबल ऑर एक्झिस्टिंग इन द युनिव्हर्स! धिस इज प्रोग्रॅम ऑफ गॉड दॅट इज बियाँड ह्यूमन इमॅजिनेशन!... आता आणखी एकच चमत्कार हं!’ - योगी.

योग्यानं नेत्रपल्लवी हलवली. त्याबरोबर सर्वांसमोर चांदीची ताटं आली. सुवासिक जलानं भरलेले पेले आले. ताटात साजूक तुपातला केशरी शिरा, सुकामेवा, विविध फळं यांशिवाय इतर पदार्थही होते.

चकित होऊन सारे त्या प्रकट झालेल्या ताटांकडे बघत होते.

“बाप रे! जादूनं हे कसं आणलं?” अपूर्वा बोलून गेली.

'ही जादू नाही वास्तव आहे. तुम्हीही हे करू शकता. पण त्यासाठी अंतर्मुख व्हावं लागेल. मानवाला अगम्य असलेलं हे भौतिक विज्ञानच आहे. देवानं यापेक्षाही अधिक काही या शरीरामधे भरलं आहे. हळूहळू शोध लागेल.' - योगी.

योग्याकडे हळूच दृष्टिक्षेप टाकून विक्रम पुटपुटला, "आत्ता भूक नाही. मघाशी ती मुळी..."

'आता लागली ना? मुळीचा प्रभाव तात्पुरता काढून टाकला आहे मी!' - योगी.

सर्वांना कडकडून भूक लागली. महानंद आणि योगी त्या चौघांकडे सस्मित मुद्रेनं बघत होते. त्यांच्या अनुज्ञेनं त्यांनी अन्नग्रहण केलं. महानंदांनीही अल्पशी साथ दिली. वाळायुक्त जल प्राशन केल्यावर यात्रिक तृप्त झाले.

"आता आम्हाला अनुज्ञा द्यावी!" महानंदांनी खाली वाकून नमस्कार करीत योग्याला म्हटलं.

"तथास्तु!"

सर्वांनीच त्यांना वंदन केलं.

महानंद सोडून इतर चौघेजण पुढे निघाले तेव्हा योग्यानं पुन्हा मूक संवाद साधला, 'तिकडे कुठे निघालात? या डोंगरात पहिलं द्वार आहे.'

योग्याकडे हसून बघत सारेजण त्यानं दर्शविलेल्या उजव्या अंगाच्या डोंगराकडे महानंदांसमवेत निघाले. सूर्य एव्हाना पश्चिमेकडे झुकला होता. योग्याचा पाहुणचार घेताना किती तास मागे लोटले होते हे कुणाच्या ध्यानातही आलं नव्हतं. सूर्याचं संध्याकाळचं कोवळं ऊन सुखकर वाटत होतं. शरीर-मनाला एकप्रकारची तृप्ती आली होती. सारा शिणवटा दूर झाला होता.

दोन डोंगरांमधल्या एका घळीत ते पंचमानव येऊन पोचले. "इथे कुठे...?" असा प्रश्न विक्रमच्या मुखातून येण्याचीच जणू महानंद वाट बघत होते.

ते तत्काळ उत्तरले, "समोर बघितलंस का? पुरातन मंदिर दिसत आहे..."

"खरंच की! पण इथे कुठे दरवाजा दिसत नाही!"

"अपूर्वा, धीर धर!"

महानंदांमागोमाग ते सारे जाऊ लागले. त्या अतिप्राचीन मंदिरापाशी जाऊन पोचल्याबरोबर महानंद म्हणाले, "किती सुंदर बांधकाम आहे बघितलंत? कमीत कमी चार हजार वर्षांपूर्वीचं आहे हे मंदिर! कुणी बांधलं कुणास ठाऊक! पण आजही उत्तम स्थितीत आहे."

"कुठल्या देवाचं आहे?" अपूर्वानं विचारलं.

"कुणास ठाऊक! आत जाऊन बघू या! या मंदिरातच कुठेतरी दरवाजा असणार!"

मंदिराचं अप्रतिम कोरीव काम, जाडजूड खांब, त्यावर कोरलेल्या विविध आकृत्या, पंधरा फूट उंचीचं छत, मधोमध दहा फूट घेर असलेली विशाल घंटा असं मंदिराचं प्रथमदर्शन घेत ते यात्रिक आत जाऊ लागले. छताला असंख्य वटवाघुळं लोंबत होतीच! त्यांच्या शरीरांचा उग्र दर्प आत भरून राहिला होता. अपूर्वाला आता त्या गोष्टीचीही सवय झाली होती. त्यामुळे मानसिक समतोल ढळू न देता ती सर्वांबरोबर पुढे जात राहिली.

देवाची मधोमध बसलेली मूर्ती पाहताच महानंद एखादा शोध लावल्याप्रमाणे उत्साहात म्हणाले, ''हे तर ब्रह्मदेवाचं मंदिर! फार दुर्मिळ स्थान! ब्रह्मा ही पूजेची देवता नाही. ब्रह्माची मंदिरंही कुठे नाहीत.''

सर्वांनीच ब्रह्मदेवाला नमस्कार केला. महानंद आजूबाजूला शोध घेत फिरू लागले. ती प्राचीन वास्तू पाहून विक्रम आणि कीथ हरखून गेले होते. मंदिराच्या लाकडी खांबांची कार्बन-१४ पद्धतीनं परीक्षा घेतली पाहिजे, असं विक्रम मनाशी म्हणत असतानाच महानंदांचा सौम्य स्वर मंदिरात घुमला, ''या मंदिराचं वैशिष्ट्य म्हणजे इथे प्रदक्षिणेचा मार्गच नाही!''

''आणि कुठे 'गेट' पण दिसत नाही.'' विक्रमनं इथे येण्याच्या मूळ हेतूकडे सर्वांचं लक्ष वेधून पुढे म्हटलं, ''पुन्हा हा सारा डोंगर पालथा घालणं आलं! तुला आठवतं ना अपूर्वा, आपण त्या डोंगरांमधल्या लेण्यांमध्ये असेच हिंडलो होतो!''

''चांगलं आठवतं की! विसरेन का ते मी आयुष्यभर? तो नंदी सरकला अन्...''

महानंद तेव्हा त्या विशाल घंटेपाशी जाऊन उभे राहिले होते. त्यांना काहीतरी शोध लागत होता हे त्यांच्या मुद्रेवरून सर्वांच्या सहज ध्यानात येत होतं.

''घंटेचा नाद... घंटा वाजवली पाहिजे आपण...''

विक्रम तत्परतेनं पुढे सरसावला आणि पंचाधातूच्या त्या महाकाय घंटेचा मुसळापेक्षा कितीतरी मोठ्या आकाराचा टोल हलवायचा प्रयत्न करू लागला. पण काही केल्या टोल हलेना. घंटेवर तो आघात करीना. कीथ त्याच्या साहाय्याला गेला. परंतु त्यामुळे काहीही फरक पडला नव्हता.

''सर्वांचे हात लागले पाहिजेत बाळांनो! त्याशिवाय हे ब्रह्मद्वार उघडणार नाही म्हटलं!'' महानंदांनी आपल्या सोनेरी फ्रेमच्या चश्म्यावरून विक्रमकडे बघून हसत म्हटलं.

विक्रमचा लगेच प्रश्न आला, ''पण गेट आहे तरी कुठे? बिंदूसरोवरावर जाण्यासाठी तोच मार्ग आहे का?''

''हो! तोच एकमेव मार्ग! दुसरा कोणताही पर्याय नाही. आता सर्वांनी मिळून हा टोल हलवू या! तुम्हाला गेट उघडताना दिसेल.''

नि:शंक मनानं सर्वांनी त्या टोलाला पकडलं. हलवण्याचा प्रयत्न केला. पण तो हलेना. "हे बघा! एक, दोन, तीन म्हटल्याबरोबर सर्वांनी हा पुढे ढकलायचा आहे. आपल्या शरीरातल्या सूक्ष्म शक्तीला जागृत करायचं आहे. ती शक्ती जागी झाली तर हा टोलच काय; सारा डोंगर तुम्ही हलवू शकाल. चला!"

सर्वांनी डोळे मिटून घेतले. आपल्या सुप्त शक्तीला साद घातली. महानंदांनी तीन म्हणताच साऱ्या शक्ती एकवटल्या गेल्या. टोल हलला. घंटेवर आघात झाला. त्या घंटेतून प्रलयंकारी नाद उमटला. सर्वांनी कानांवर हात ठेवले. ध्वनितरंगांनी आसमंत हादरून सोडलं. ध्वनीला प्रतिध्वनी येऊन मिळाला. मंदिरात हेतुपुरस्सर बांधलेल्या अनेक कोनांनी, भिंतींनी प्रतिध्वनी केला. स्वराघात ब्रह्मदेवाच्या मूर्तीपाशी सम्मीलित झाला.

एकाएकी कडकडाट होऊ लागला. दऱ्यांमध्ये डोंगर कोसळत असल्याचा भास झाला. किंवा पृथ्वीच्याच ठिकऱ्या होऊन त्या अंतराळात विखुरल्या जात आहेत, असं सर्वांना वाटलं. परंतु त्यापैकी काहीच होत नव्हतं. तो केवळ ध्वनीचा महिमा होता आणि त्याचा परिणाम समोर दिसू लागला होता.

ब्रह्मदेवाची कमलपुष्पावर विराजित मूर्ती हळूहळू पुढे झुकायला लागली होती. थोड्याच वेळात ती पुढे वाकून जमिनीला समांतर झाली. कमळाच्या पाकळ्याही उचलल्या जाऊन समोरच्या भिंतीला समांतर झाल्या. अचानक अनेक खटक्यांचा कर्णकटू आवाज ध्वनितरंगांमध्ये मिसळून गेला. दगडात कोरलेल्या कमळाच्या पाकळ्या कडाडत दूर होऊ लागल्या. मधे जवळपास दहा फुटांची पोकळी निर्माण झाली. ब्रह्मदेवांच्या भृमध्यातून तेजोशलाका बाहेर पडू लागल्या. त्या विस्तारू लागल्या. साऱ्यांचे डोळे दिपून गेले. डोळे मिटून घेण्याशिवाय गत्यंतरच नव्हतं. नेत्रपल्लवांपुढचा प्रखर प्रकाश मंदावून ध्वनी पुन्हा घंटेत विलीन झाल्यानंतर सर्वांनी डोळे उघडले.

ब्रह्मदेवांच्या शिरोबिंदूपाशी सहा फुटी माणूस जाईल एवढी एक विशाल पोकळी तयार झाली होती. पोकळीच्या दाराशी प्रकाश फाकला होता. पोकळीतही प्रकाशवलयं फिरत होती. पलीकडचं काहीही दिसत नव्हतं.

सर्वांकडे प्रेमभरल्या दृष्टीनं बघत महानंद म्हणाले, "चला, पहिलं ब्रह्मद्वार तुमच्यासाठी उघडलं गेलं आहे!"

त्या ब्रह्मद्वारातून सारेजण दबकत दबकत पुढे गेले. पुढचा प्रांत अद्याप अव्यक्त होता. प्रकाशवलयांमधून बाहेर पडल्याशिवाय पलीकडचा प्रदेश दिसणार नव्हता.

वलयांकित पोकळीतून ते जेव्हा बाहेर पडले तेव्हा समोर दिसणाऱ्या एका अगम्य प्रांतानं त्यांच्या काळजाचा ठोका चुकवला!

अजब दुनिया

त्या दिव्य गेटमधून पलीकडे गेल्यानंतर अंधारलेल्या काळसर जांभळट प्रकाशानं त्या यात्रिकांचं स्वागत केलं.

"किती भयाण वाटतो हा व्हायोलेट प्रांत!"

तिथे जाताक्षणीच अपूर्वाला त्या प्रांताची शिसारी आली होती. सर्वांचीच तशी अवस्था झाली होती. खरोखर शिसारी येण्याजोगाच तो प्रांत होता. विचित्र आकाराचे काळे पहाड चहूकडे अस्ताव्यस्त पसरलेले होते. खाली खोल खोल दऱ्या होत्या. सर्वत्र घनदाट वृक्षराजी वाढलेली होती. सतत पाऊस असावा असं कुंद वातावरण होतं. सर्वत्र निसरडी जमीन होती. उंदीर, गोगलगायी अशा प्राण्याकीटकांना वास्तव्यासाठी ते अगदी सुयोग्य ठिकाण होतं. नूडल्सप्रमाणे दिसणाऱ्या, वळवळणाऱ्या 'पैसे' नामक किड्यांचा तर जागोजागी खच पडला होता. वेळ नक्की समजत नव्हती... रात्र होती का दिवस होता? वृक्षांच्या खोडांवर शेवाळ्याचे पुंजकेच्या पुंजके लोंबत होते. जांभळ्या रंगात शेवाळी रंग मिसळून शेवाळलेला प्रकाश मधूनमधून दृष्टीस पडत होता. भल्यामोठ्या घुशी इतस्ततः सुरसुरत होत्या. वृक्षांच्या शेंड्यांवर बसलेली शेकडो घुबडं लयबद्ध घूत्कार करीत होती तर छोट्या झाडाझुडपांवर बसलेले असंख्य पिंगळे या अभ्यागतांकडे रोखून बघत होते.

त्या भयाण प्रांताच्या प्रथमदर्शनानंच कुणाचा पाय पुढे उचलत नव्हता. अपूर्वा तर विक्रमचा हात धरून म्हणाली, "विक्रम, चल मागे! या एरियातून पुढे जाणं मला मुळीच शक्य नाही... चल, मागे फिर!"

ती मागे फिरली.

परंतु मागे फिरून जाणार तरी कुठे होती? कारण मागचं ब्रह्मद्वार-गेट अदृश्य झालं होतं.

महानंद तिच्या जवळ येऊन म्हणाले, "या अद्‌भुत यात्रेत कार्यपूर्तीविना परतीचा प्रवास नाही, अपूर्वा!"

"पण मग?"

"मग काही नाही! आपल्याला पुढेच गेलं पाहिजे!"

"पण मला शक्य नाही..."

"मग काय इथेच या भयाण प्रांतात राह्यचं आहे का कायमचं?"

अपूर्वा काही बोलली नाही.

कीथच्या दृष्टीनं हा नवा अभ्यास होता. त्यानं आपल्या गुरूकडे विचारणा केली- "हे नक्की कोणतं ठिकाण आहे? आय मीन, आपण पृथ्वीवरच आहोत ना? का आणखी कुठे?"

महानंद हसून उत्तरले, "ते सांगता येणार नाही; पण पराकोटीचे स्वार्थी, कपटी, दुष्ट, खुनी, अत्याचारी दहशतवादी, द्वेष्टी, परपीडक, आईवडिलांची उपेक्षा करणारे कृतघ्न लोक मृत्यूनंतर अशा प्रांतात येतात..."

महानंद बोलत असतानाच खोल दऱ्यांमध्ये काही ठिकाणी विस्तव दिसू लागले. विस्तवाच्या ज्वाळा लालभडक रंगाच्या होत्या. हळूहळू विविध आवाज कानांवर पडू लागले. आवाज डोंगर चढू लागले. मध्येच ते लुप्त झाले.

साऱ्या यात्रिकांच्या भेदरलेल्या नजरा आवाजांचा वेध घेत होत्या... आणि एकाएकी चहूबाजूंनी खप्पड चेहऱ्याची, मातकट रंगाची पाचपन्नास विचित्र माणसं वेगानं डोंगर चढून वर आली. कित्येकांच्या हातात भाल्यांसारखी शस्त्रं होती तर कित्येकांच्या हातात हाडांच्या मशाली होत्या. मशालींच्या ज्वालांचा रंग लालभडक होता. शेवाळलेल्या लालभडक प्रकाशात त्या विचित्र माणसांचे चेहरे अतिशय विद्रूप दिसत होते. त्यांच्या हडकुळ्या माना उंच होत्या. दोन दात बाहेर आलेले, दातांमध्ये रुंद फटी, लाल जिभा, डोळे वाजवीपेक्षा खोल गेलेले आणि केसांचे पुंजके झालेले! त्यांचे पाय घोरपडीसारखे होते. पायांची नखं खडकात रुतत होती. त्यामुळे ते सहजगत्या डोंगरकडे चढून जाऊ शकत होते. त्या पाशवी लोकांच्या अवताराकडे पाहून अपूर्वाचं तर अवसान गळालं. विक्रम मात्र स्थिर होता. शंकरला हा अनुभव अनोखा होता. महानंदांवर कोणताच परिणाम होत नव्हता. कीथ मात्र ती अजब दुनिया मनोमन टिपण्याचा प्रयत्न करीत होता.

ते रानटी लोक हळूहळू अभ्यागतांच्या दिशेनं येऊ लागले. विक्रमनं आपल्या मुठी वळल्या. शंकरही हातातली काठी उगारून प्रतिकाराच्या पवित्र्यात उभा राहिला.

सावध पावलं टाकत ते लोक उंच माना हलवत पुढे येत होते. तेव्हा विक्रम गुरगुरला, "पुढे आलात तर बघा!" कीथनंही थोडी गुरगुर केली. परंतु त्यांच्या धमकीला ते थोडेच जुमानणार होते? पुढे पुढे येत ती रानटी जमात शंकरपासून दहा फुटांवर येऊन पोचली. तेव्हा धाडस करून शंकरनं हातातली काठी गरगर फिरवायला प्रारंभ केला. विक्रमनंही बाजूच्या रानातून एक काठी मिळवली आणि तो शंकरच्या

मदतीला धावला.

तरीही रानटी लोकांवर परिणाम होत नव्हता. ते पुढे पुढे येतच राहिले. आता मात्र विक्रम त्यांच्या अंगावर धावून गेला. सपासप काठी फिरवू लागला. परंतु ती काठी त्या विचित्र लोकांच्या शरीरांमधून आरपार फिरू लागली. त्यांना काठीचा स्पर्शही होत नव्हता. एवढंच नव्हे तर सर्वांच्या शरीरांमधून ते लोक आरपार निघून गेले.

"ओ गॉड! मी असे प्रसंग मूव्हीजमध्ये बघितले होते! पण इथे प्रत्यक्षात..." कीथनं केसांमधून हात फिरवत म्हटलं. विक्रम आणि अपूर्वानंही त्याला दुजोरा दिला. शंकरला काहीच समजेनासं झालं होतं.

सारेजण आता त्या विचित्र लोकांकडे वळून बघू लागले. त्यांना कसला तरी सुगावा लागला होता... कदाचित त्यांच्या शत्रूचा! ही गोष्ट त्यांच्या हालचालींवरून यात्रिकांना उमगली होती.

महानंद हळूच म्हणाले, "ही दुनिया, इथला काळाचा वेग भिन्न आहे. म्हणूनच तुमची गाठभेट होऊ शकली नाही. स्पर्शज्ञान, दृष्टिज्ञान झालं नाही..."

"मग त्यांना कसला सुगावा लागला?" विक्रमनं विचारलं.

"कुणास ठाऊक? चला, आपण पुढे जाऊ..."

"पण पुढे वाट कुठे आहे? आपण तर कड्यावर उभे आहोत!" अपूर्वाची स्वाभाविक शंका!

"आपल्याला खाली जायचं आहे... दुसरं गेट शोधायचं आहे."

"पण जाणार कसं खाली?" अपूर्वानं पुन्हा छेडलं. "खाली जाण्यासाठी कोणतीही वाट नाही. शिवाय सगळीकडे निसरडं आहे."

"या अजस्त्र वृक्षांची मुळं, पारंब्या खाली गेलेल्या दिसतात बघा! त्यांना धरूनच आपल्याला खाली जायचं आहे!"

"आर यू जोकिंग?" कीथनं थोडं गंभीरपणानं आणि काहीशा गमतीनं विचारलं.

पण कुणाकडे लक्ष न देता महानंद एका झाडाच्या पारंब्यांना लोंबकाळू देखील लागले!

तेव्हा विक्रमनं ओरडून म्हटलं, "काका, पडाल तुम्ही! तुमचं वय..."

महानंदांनी मिस्कील हसून त्याच्याकडे बघितलं.

"आमचा विश्वास फोल ठरणार नाही ना काका?"

"विचार करीत बसण्याची ही वेळ नाही! चला पट्कन!"

कीथ, शंकर लगेच पुढे सरसावले. विक्रमच्या आधारानं अपूर्वा पारंब्यांना धरून खाली जाऊ लागली. पहिला टप्पा पार करायला त्यांना वेळ लागला नाही. एका छोट्या पठारावर ते सहजगत्या पोचले. आता चारही बाजूंनी उंचच उंच काळेकभिन्न

पहाड दिसत होते. सभोवताली किर्र झाडी होती. हवेतला दमटपणा वाढला होता.

महानंद म्हणाले, ''आता दुसरा टप्पा... तो खाली आहे बघा... मग सपाट जमीन आहे...''

कुणीच काही बोललं नाही. सतत संकटांना किंवा दु:खांना तोंड द्यावं लागलं की माणसाचं मन निर्ढावल्यासारखं होतं. सर्वांची तशीच अवस्था झाली होती.

थोड्याच वेळात सारे सपाट मैदानावर येऊन उतरले. कड्याकपारींचं भय सरलं होतं तरी वातावरणाची भयाणता विलक्षण वाढली होती. लालसर-जांभळा प्रकाश सर्वत्र पसरला होता. मधूनमधून आढळणाऱ्या डबक्यांमध्ये शेवाळ्याचे थरच्या थर जमा झाले होते. पैसा नामक किडे, वीतभर आकाराच्या गोगलगायी, मोठमोठे डोंगळे आणि इतर अनेक प्रकारचे जीव जमिनीचा आश्रय घेऊन होते. आजूबाजूला दिसणाऱ्या भयाण पर्वतांनी आता आकार धारण केला होता.

ते पाहून कीथ ओरडला, ''सी अपूर्वा-विक्रम! माउंट रशमोअरवर अमेरिकेच्या प्रेसिडेन्ट्सचे मुखवटे जसे कोरले आहेत तसेच या पर्वतांमध्ये मानवी आकार दिसताहेत बघा!''

''मानवी कसले कीथ; हे तर राक्षसांचे चेहरे आहेत!'' अपूर्वानं दुरुस्ती केली.

''खरंच! आकाशाएवढे उंच डेमन्स! माय गॉड! दे आर जस्ट टेरिबल!''

उंचच उंच पहाडांमध्ये व्यक्त झालेल्या काही राक्षसी चेहऱ्यांनी अगम्य असे किरीट धारण केले होते. काहींचे चेहरे मानवीसुद्धा होते. जणू माणसांत दडलेले राक्षस या भेसूर प्रांतात साकार झाले होते! किंवा असुरी वृत्तीचे जीव कदाचित तिथे आल्यामुळे त्या राक्षसांकडून तसा प्रतिसाद दिला जात होता!

अपूर्वानं भीतीची पराकोटीची अवस्था केव्हाच अनुभवली होती. त्यामुळे आता ती पुष्कळ निर्ढावली होती. मनातल्या मनात म्हणत होती. 'देवा, तू किती उत्तम ठिकाणी आम्हाला जन्माला घातलं होतंस! खरोखर, तुझे केवढे आभार मानायला हवेत! पण, पण आता या नरकातून लवकर बाहेर काढ आम्हाला!'

प्रत्येकाच्या हातात आता काठी होती. महानंदांची चांदीच्या मुठीची काठी तर पहिल्यापासून त्यांच्याबरोबरच होती. काठ्या आपटत सारेजण दबकत दबकत पुढे जाऊ लागले. इतक्यात जांभळट रंगात लालभडक रंग मिसळून एक संमिश्र प्रकाश सर्वत्र फाकला गेला. एकदम हा प्रकाश कुठून आला? प्रत्येकाच्याच मनात विचार आला. त्यांनी सभोवताली दृष्टी फिरवली; आणि भीतीनं सारेजण दमट प्रदेशातही गारठले! चहूबाजूंच्या पहाड-राक्षसांच्या तोंडांमधून आता लालभडक आग ओकली जात होती. डोळ्यांमधूनही ठिणग्या उडू लागल्या होत्या. पुढच्याच क्षणी त्यांची आक्राळविक्राळ डोकी डोलायला लागली.

ते अतिभव्य भयाण रूप पाहून यात्रिकांची वाचाच बसली; परंतु स्थितप्रज्ञ

महानंदांच्या बोलण्यामुळे सारेजण भानावर आले. ''थांबू नका! या मायाजालात अडकू नका... चला पुढे...''

बोलण्याचं काम संपलंच होतं. प्रत्येकानं पाय उचलले. तेवढ्यात अपूर्वा जोरात किंचाळली. तिच्या किंकाळीचा प्रतिध्वनी सभोवतालच्या राक्षसी-पहाडांमधून उमटला. ''काय... काय झालं?'' विक्रमच्या तोंडात शब्दांनी पुन्हा आकार घेतला.

''स... समोर बघ!''

सर्वांनी समोर बघितलं. राक्षसांच्या तोंडांतून निघालेल्या लालभडक ज्वालांच्या उजेडात जमिनीवर पडलेला गोगलगायींचा खच सर्वांच्या दृष्टीत भरला! पुढचा अर्धा फर्लांग भाग वीतभर आकाराच्या लक्षावधी गोगलगायींनी व्यापला होता.

''शीऽऽ! किती किळसवाणा प्रकार! आता पुढे कसं जाणार?'

''किळस ही आपल्या मनाची अवस्था आहे!'' महानंदांनी समजावलं, ''ही देवाची निर्मिती आहे... निसर्गाची म्हणा हवं तर! कलावंताच्या भूमिकेतून बघा त्याकडे... म्हणजे तुम्हाला काही वाटणार नाही!''

''ते ठीक आहे अंकल; बट इट्स इम्पॉसिबल! आय ॲम फेड-अप्! लवकर या घाणीतून बाहेर काढा!''

''तेच तर करतोय मी, अपूर्वा!''

महानंदांनी हसतच आपल्या काठीची मूठ फिरवली. चांदीची मूठ त्यांच्या हाती आली. मग काठीचा वरचा भाग त्यांनी त्या गोगलगायींकडे वळवला. काठीतून निळसर प्रकाशझोत बाहेर पडला. महानंद तेव्हा काहीतरी पुटपुटत होते.

एकाएकी गोगलगायींना सशाची गती प्राप्त झाली आणि भराभर त्या आजूबाजूच्या भयाण रानात अदृश्य झाल्या. नेत्र विस्फारून सारेजण तो अजब प्रकार पाहत होते.

भानावर येऊन अपूर्वानं विचारलं, ''अंकल, तुम्ही जादूगारही आहात की काय?''

''म्हणजे नक्की कोण आहात तुम्ही?'' कीथनंही तोच प्रश्न वेगळ्या शब्दांत तत्परतेनं विचारला.

विक्रमनं तेव्हा सस्मित चेहऱ्यानं महानंदांकडे बघितलं.

महानंदांनी हसून म्हटलं, ''काही यौगिक क्रिया मी जाणतो एवढंच! पण नेहमी मी हे प्रकार करणार नाही हं! जादू करून आपल्याला काही मिळवायचं नाही! जे काही प्राप्त करायचं आहे ते प्रयत्नांनीच... चला!''

''कुठे?'' विक्रमनं विचारलं.

''आपल्याला गेट शोधायचं आहे ना?''

''पण, सर्वत्र पसरलेल्या या भयाण प्रांतात ते शोधणार तरी कसं?''

''पेटी बाहेर काढ!''

"इथे?"

"तीच मार्ग दाखवणार आहे..."

विक्रमनं ती दिव्य पेटी फाटक्या सॅकमधून बाहेर काढली. गोबूनं सॅकशी केलेल्या झटापटीत ती सॅक थोडी फाटली होती.

"सूर्य, चंद्र आणि पृथ्वी..."

"हो, आणले एका रेषेत!"

"ते नाही आणायचे!"

"मग?"

"आता सूर्यासमोर धूमकेतू आणि शनी आण!"

"आणला!"

अपेक्षेप्रमाणे त्या पेटीतून प्रकाश फाकला. नेहमीसारखा तो फिरणारा प्रकाश नव्हता; तर केवळ एक निळसर प्रकाशझोत त्यातून बाहेर पडला. विक्रमनं पेटीची दिशा बदलून पाहिली. तरीही प्रकाशझोत एकाच ठिकाणाचा निर्देश करीत होता.

महानंद म्हणालेही, "त्या दोन पहाडांच्या बेचक्यात हा प्रकाश घुसतोय बघ. तिथेच तिसरं द्वार असणार! पेटीचं झाकण न लावता असेच पुढे जाऊ या..."

अपूर्वा, कीथ आणि शंकर प्रथमच त्या पेटीतलं दिव्यत्व अनुभवत होते. डोळे विस्फारून ते त्या दिव्यत्वाकडे पाहत विक्रमसह चालत राहिले. "ही कसली पेटी आहे?" अपूर्वाचा प्रश्न आलाच. कीथनंही शंका उपस्थित केली.

तेव्हा विक्रम म्हणाला, "तुम्हाला सगळं काही सांगतो... ती मोठी स्टोअरी आहे... पण दुसऱ्या गेटमधून बाहेर पडल्यावर सांगेन..."

काही पावलं सारेजण पुढे गेले असतील नसतील; एवढ्यात आकाशातून एक काळपट रंगाचा, दोन्ही बाजूंना पाच फूट पंख पसरलेला भयंकर पक्षी विक्रमकडे झेपावला आणि कुणालाही काही समजायच्या आत त्याच्या हातून पेटी हिसकावून पुढे गेला. पाठोपाठ आणखी चार-पाच महाकाय पक्षी त्यांच्या डोक्यावरून उडत गेले.

"काका! त्या पक्ष्यानं पेटी नेली बघा!" विक्रम केवढ्यांदा ओरडला!

बेभान होऊन विक्रम त्या पक्ष्याच्या मागे धावत गेला. पेटीच्या वजनामुळे त्या पक्ष्याला फार उंचीवरून उडता येत नव्हतं. त्यामुळे विक्रमनं त्याला गाठायचा पुष्कळ प्रयत्न केला. पण तो निष्फळ ठरला. तो पक्षी केव्हाच त्या दोन पहाडांच्या बेचक्यात अदृश्य झाला होता. आतापर्यंतच्या त्याच्या साऱ्या प्रयत्नांवर एका क्षणात पाणी पडलं होतं. ज्या विश्वासानं विश्वनाथन् सरांनी त्याच्यावर ही कामगिरी सोपवली होती त्याला अचानक तडा गेला होता.

"दुष्ट! रास्कल! शीऽऽट!" विक्रमच्या तोंडून शिव्यांचा भडिमार सुरू झाला.

तो बेभान होऊन गेला होता. पक्ष्याच्या दिशेनं रागारागात मुठी उगारू लागला.

महानंद अपूर्वाच्या कानाशी लागून हळूच पुटपुटले, ''या प्रांताचा हा परिणाम आहे...''

मागे येऊन विक्रमनं पुन्हा महानंदांना छेडलं, ''काका, आता काय करायचं?''

''पुढे जायचं!''

''पण पुढे जाऊन काय उपयोग?''

''धीर सोडू नकोस आणि विश्वास घालवू नकोस!''

''त्या पक्ष्याला शोधून काढलं पाहिजे. मी जातो पुढे...''

''काही उपयोग नाही...''

''का?''

''ते पक्षी केव्हाच द्वार ओलांडून पुढे गेले आहेत.''

''तुम्हाला कसं कळलं?''

''मी...''

''हो, आलं लक्षात!''

''पुरतं आलेलं नाही!''

''काय?''

''ते पक्षी कोण होते ते...''

''कोण?''

''त्रिदंडी महाराज आणि पिंडीच्या मागे असलेले ते दुष्ट जीव!''

''काय...?''

''त्रिदंडी महाराज?'' अपूर्वानंही केस मागे सारत आश्चर्य व्यक्त केलं. ''पण ते असणं कसं शक्य आहे? तो तर उडणारा पक्षी होता!''

''अग, त्रिदंडी महाराजांना ब्लॅक-मॅजिक अवगत आहे... ते स्वत: अदृश्य होऊ शकतात आणि इतरांनाही करू शकतात! पण आत्ता मात्र हा त्यांच्या ब्लॅक-मॅजिकचा प्रभाव नाही बरं का...''

''मग...?'' अपूर्वानं विचारलं.

''हे या नरक-प्रांताचं वैशिष्ट्य आहे. दुष्ट जीवांना इथल्या जगतात आपोआप अशी विक्राळ-विकृत रूपं प्राप्त होतात. त्यांची विकृती या जगतात प्रभावीच ठरते. सात्त्विक वृत्तीच्या लोकांचं इथे काही चालत नाही...''

'पण महाराज तर आध्यात्मिक होते...''

''वरपांगी! त्यांचं अंत:करण तर काळं आहे... लोक बाह्य दर्शनालाच भुलतात. तेच तर अशा लोकांचं बळ असतं.

''आय जस्ट डोन्ट बिलीव्ह...'' अपूर्वाच्या अंगावरचे शहारे बोलत होते. ''मी

त्यांच्या मठात राहिले. विश्वासानं त्यांची सेवा केली... ॲन्ड धिस पर्सन...''

चालता चालता महानंद बोलत होते, ''एकाच गुरूचे हे दोन शिष्य. विश्वनाथन्
आणि हे महाराज- मोहनीश! विश्वनाथन् नि:स्पृह, सद्वर्तनी होते. हे महाराज तसे
नव्हते. देवाधर्माचा वापर त्यांनी पद्धतशीरपणे स्वार्थासाठी केला. योगविद्या शिकण्याचा
हाच त्यांचा उद्देश होता. हिमालयातून परतल्यानंतर अनेकांना नादी लावून त्यांनी
फसवलं, लुबाडलं. राजकीय व्यक्तीला जशी सत्तेची तृष्णा असते तशी या
महाराजांना अनेक गूढ आणि पाशवी विद्या मिळवण्याची तृष्णा होती. खरी संन्यस्त
वृत्ती त्यांच्याकडे कधीच नव्हती...''

त्या विषयाला लगाम घालून महानंदांनी पुढे म्हटलं, ''जाऊ दे! असे धक्के
सहन करायची तयारी ठेवा म्हणजे झालं! चला लवकर, त्या द्वाराच्या दिशेनं!''

दोन पहाडांमधल्या बेचक्यात पोचायला त्यांना फार वेळ लागला नाही. परंतु
त्या पहाडांमध्ये त्यांना कोणतंही दार दिसेना. हताश होऊन सारे इकडेतिकडे पाहू
लागले. पण दिव्यद्वाराचं कुठे नामोनिशाण दिसत नव्हतं. पहाडांमधून मातकट
रंगाचा प्रचंड धबधबा मात्र खाली कोसळताना दिसत होता. त्याचा कर्णकटू आवाज
कानांना दडे बसवत होता. आसमंतात उडणारे पाण्याचे तुषार यात्रिकांना काहीसे
सुखावत होते.

विक्रमनं तेव्हाच म्हटलं, ''इथे तर हा धबधबा दिसतो; गेट कुठे आहे?''

''तू शोध बरं!''

''ठीक आहे...''

विक्रम गेट शोधू लागला. इतर सहकारीही त्याच्या मदतीला धावले. त्या
पहाडांमध्ये ते शोध घेऊ लागले. शेवाळं, छोटे-मोठे दगड, गवत दूर सारून अंदाज
घेऊ लागले.

महानंद तेव्हा हसत म्हणाले, ''मित्रांनो, ते द्वार या धबधब्यातच आहे!''

''धबधब्यात?'' विक्रमचं आश्चर्य व्यक्त झालं.

धबधब्याच्या बाजूनं ते फिरू लागले. पण त्यांना कुठेही दार दिसलं नाही.

''भेदून जा धबधबा!'' महानंद हसत ओरडले.

वरून कोसळणाऱ्या त्या महाकाय धबधब्याकडे निश्चल होऊन सारे बघत
राहिले. वरून सुमारे पाचशे फुटांवरून तांडव करीत गर्जत येणाऱ्या त्या प्रचंड
ओहोळाचा थोडासा जरी अंश अंगावर पडला असता तरी तिथल्या तिथे अवतार-
समाप्तीची वेळ आली असती! त्यामुळे कुणीही त्या वाटेला जात नव्हतं.

ते पाहून महानंद पुढे सरसावले. म्हणाले, ''घ्या हे जल अंगावर! दाखवील
ते तुम्हाला नवं द्वार! वांझोटी ती अश्रद्धा! पुत्रवती ती श्रद्धा!!''

त्यांचं काव्यात्मक बोलणं ऐकून सर्वांना हसू आलं. परंतु यात्रिकांचा पाय मात्र

जागचा हलत नव्हता.

"चला धबधब्याकडे..." इतकं बोलून महानंद पुढे निघालेही!

"ही काय अंघोळीची वेळ आहे का काका? काही काळ-वेळ..."

अपूर्वाचं बोलणं ऐकायला महानंद थोडेच तिथे थांबले होते?

ते केव्हाच धबधब्याच्या दिशेनं पुढे गेले होते. आपापल्या जागी थबकून उर्वरित प्रवासी त्यांच्याकडे आश्चर्यानं पाहत राहिले.

महानंद एव्हाना कोसळणाऱ्या धबधब्याजवळ जाऊन पोचले होते. त्यांनी आणखी एक पाऊल पुढे टाकलं आणि काय आश्चर्य! धबधब्याचं पाणी वरच्या वर थांबलं! मधून एक पोकळी निर्माण झाली. मागे वळून हसत महानंद ओरडले, "चला, वेळ घालवू नका! अन्यथा हे द्वार बंद होईल!"

धावतपळत सारे महानंदांमागोमाग लगबगीनं गेले.

पाण्याचा धबधबा अजूनही वरच्या वर अडून राहिला होता. त्या पलीकडच्या पोकळीत दिव्य तरंग फिरू लागले होते. यात्रिकांना ते गेट जणू खुणावत होतं. आंतरिक ओढीनं सारेजण त्या गेटकडे ओढले गेले.

विक्रम-अपूर्वानं हळूच मागे वळून बघितलं. वर थांबून राहिलेलं पाणी पुन्हा खाली कोसळू लागलं होतं. परंतु यात्रिकांना त्यापासून कोणताच उपद्रव होत नव्हता. पाण्याचे तुषारही त्यांच्या अंगावर उडत नव्हते.

थक्क होऊन सारेजण तो अनोखा अनुभव घेत पुढे जात राहिले.

महानंदांच्या साहाय्यानं पुढच्याच क्षणी सर्वांनी ते दुसरं दिव्य द्वार ओलांडलं!

पलीकडे पोचताच सारेजण त्या अद्भुत, अगम्य प्रांताकडे नेत्र विस्फारून पाहत राहिले!

अद्‌भुत प्रांताची सफर

तो दिव्य प्रांत पाहून साऱ्यांनाच हर्ष झाला. विशेषत: आधीच्या भयाण प्रदेशाच्या पार्श्वभूमीवर हा नवीन प्रांत सर्वांना स्वर्गाप्रमाणे भासत होता. नेहमीप्रमाणे अपूर्वानं सर्वप्रथम आपलं मत मांडलं, "किती सुंदर आहे हा प्रदेश! मी कधी कल्पनाही केली नव्हती."

"मी मात्र मनोमन कल्पना केली होती हं!" महानंदांचं स्मितहास्य बोललं, "म्हणून तर तुम्हाला हे दर्शन लाभतंय!"

"मी नाही समजलो..." विक्रमची स्वाभाविक शंका.

"नंतर बोलू या विषयावर! आधी हा प्रांत तर बघून घे! अनुभव घे इथल्या दिव्यत्वाचा!"

त्या प्रांतात प्रवेश केल्याबरोबर हिरवट शुभ्र प्रकाशानं सर्वांचं स्वागत केलं. तो प्रकाश डोळ्यांना अतिशय सुखद वाटत होता. त्या प्रकाशात न्हाऊन निघताच सर्वांच्या मनावरचं मळभ दूर झालं. थकवा, ताण संपुष्टात आला. गेटमधून बाहरे पडल्यावर त्यांना सर्वत्र बर्फाळ प्रदेश दिसू लागला. हिरवट शुभ्र प्रकाश आणि त्यात न्हाऊन निघालेला बर्फाळ प्रदेश दिव्यलोकाचं दर्शन घडवत होता. विशेष म्हणजे त्या अनोख्या हिमवान प्रदेशात थंडी मुळीच वाजत नव्हती! हवेला तसाच दिव्य सुगंध होता. घ्राणेंद्रियांनी तो ग्रहण करताच अंतर्यामीच्या साऱ्या वृत्ती पुलकित झाल्या. अंगात अमाप उत्साह संचारला. त्याच उत्साहात थोडं पुढे गेल्यावर सफरचंदासारख्या लाल-हिरव्या फळांनी लगडलेली झाडं दिसू लागली. परंतु ती फळं तोडण्याचा मोह कुणालाही झाला नाही. हा सुंदर निसर्ग, वृक्षराजी, फुलं-फळं सारं वस्तुजात अस्पर्शितच राहावं, असंच त्यांना मनातून वाटत होतं. तिथल्या निसर्गावर आक्रमण करावं असं त्यांना मुळीच वाटत नव्हतं. याचं कारण त्यांच्या शरीर-मनात कोणतीच क्षुधा उरली नव्हती. पैशाची, कीर्तीची, मानमरातबाची, सत्तेची, प्रतिष्ठेची आणि पोटाची क्षुधा माणसाला कोणत्याही कार्यासाठी प्रवृत्त करीत

असते. परंतु इथे तशा कोणत्याही प्रकारची क्षुधा शिल्लक न उरल्यामुळे प्रत्येकाला अनोखी अनुभूती मिळू लागली होती.

कीथनं तोच विषय उचलला, ''गुरुजी, आय हॅव लॉस्ट माय हंग्री फीलिंग! काय आहे हे?''

''खरंच!'' अपूर्वानं अनुमोदन दिलं, ''भूक मुळीच लागलेली नाही. थकवा वाटत नाही. आहे ती केवळ तृप्ती! काका, पृथ्वीवरचा हा कोणता प्रांत आहे?''

''हा प्रांत पृथ्वीवरचा नाही!''

''मग?''

आपली चांदीच्या मुठीची काठी काखेत धरून महानंद उत्तर देण्याच्या तयारीत होते. परंतु विक्रमनं मधेच बोलण्याचा ठेका घेतला. तो म्हणाला, ''या दिव्य प्रांतात मीसुद्धा भारावून गेलो आहे. तरीपण काका, मी माझं कर्तव्य विसरलेलो नाही. बिंदूसरोवराकडे आपण इथूनच जाणार आहोत ना?''

''अर्थात!''

''अजून किती अंतर जावं लागेल?'' अपूर्वाचा प्रश्न आलाच!

''निश्चित सांगता येत नाही...''

चालता चालता विषयाचा धागा पकडून विक्रमनं पुन्हा विचारलं, ''बिंदूसरोवरावर जाऊन आपण काय करणार आहोत? ती पिंड तर आपल्या हातात नाही!''

''खरंच! विक्रम, आम्हाला अजूनही त्या पिंडीविषयी गूढ आहे!''

''अपूर्वा, ती एक दिव्य पिंड आहे. त्यामधे वैश्विक शक्ती भरलेली आहे... आणि...'' विक्रमनं त्या सर्वांना पिंडीचा थोडक्यात इतिहास सांगितला. प्रा. विश्वनाथन् यांना त्या कॉन्फरन्समुळे निर्माण झालेला धोका, ती पळापळ, पिस्तुलाचे बार, महानंदांची भेट, कीथची भेट, ट्रेनमधील प्रवास, पिंडीत बघितलेलं दिव्यत्व, ट्रेनच्या टपावरून दरीत घेतलेली उडी, शंकरची भेट याविषयी सारं काही थोडक्यात सांगितलं.

''पण विक्रम, पिंड बिंदूसरोवरावर नेण्याचा हेतू काय?''

त्याच वेळी महानंदांची प्रेमाज्ञा झाली, ''बोलण्यात वेळ घालवू नका! पिंडीचं स्वरूप सर्वांना यथावकाश समजेल! चला पुढे!''

पण आता विक्रम अडून बसला. त्यानं विचारलं, ''ते समजेल तेव्हा समजेल! पण माझ्या शंकेचं आधी निरसन करा... पिंड तर त्या त्रिदंडी महाराजांनी नेली आहे. मग?''

''आणि त्यांना तरी ती कशासाठी हवी होती? काका, सांगा ना त्या पिंडीचं गुपित!'' अपूर्वा.

काखेत धरलेली चांदीच्या मुठीची काठी जमिनीवर टेकवून महानंद उभे राहिले.

बाकीचे त्यांच्या भोवतीनं गोळा झाले. सर्वांवरून सस्मित दृष्टी फिरवून ते सांगू लागले-

"तुमच्या शंकांचं थोडंफार निरसन करतो. पण नंतर इथून पुढचा प्रवास फारसं न बोलता करायचा, मान्य?"

"एकदम कबूल!" एकसाथ आवाज उमटला.

"पुढे फक्त अवलोकन करायचं... आता सांगतो..." महानंद आपल्या संस्कृतनिष्ठ भाषेत बोलू लागले, "परग्रहावरून आलेली ती एक दिव्य पिंड आहे. त्या पिंडीत वैश्विक शक्ती भरली आहे. तिच्या साहाय्यानं संपूर्ण विश्वावर ताबा मिळवता येऊ शकतो. हिमालयातल्या एका योग्याकडे ती पिंड परंपरेनं आली. पुढे चिन्यांपासून धोका उत्पन्न झाल्यामुळे त्यांनी ती मोठ्या विश्वासानं प्रा. विश्वनाथनांकडे सुपूर्त केली होती. त्या योग्याचा दुसरा शिष्य म्हणजे मोहनीश. अर्थात त्रिदंडी महाराज! त्यांना त्या पिंडीविषयी पूर्ण कल्पना होती. पिंड हस्तगत करून आणि तिच्या साहाय्यानं सर्वशक्तिमान होऊन संपूर्ण सृष्टीवर ताबा मिळवण्याचं त्यांचं कित्येक वर्षांचं स्वप्न होतं. पण त्यांच्या गुरूनं मोहनीशचं मन जाणून ती पिंड प्रा. विश्वानाथनांकडे मोठ्या विश्वासानं दिली. पण ही गोष्ट मोहनीश यांना म्हणजे त्रिदंडी महाराजांना माहीत नव्हती. पिंडीचा संबंध केवळ बिंदूसरोवराशी आहे, हे ते जाणून होते. ती पिंड घेऊन कोणी ना कोणी, केव्हा ना केव्हा तरी बिंदूसरोवराकडे येईल अशा विश्वासानं ते आडरानात येऊन राहिले होते. अन्यथा त्यांचा धंदा शहरात, गजबजलेल्या ठिकाणी नसता का उत्तम चालला?"

"माय गॉड! आणि मी..." अपूर्वाला पुढे बोलता आलं नाही. तिनं चाचरत एवढंच विचारलं, "हे सारं तुम्हाला कसं... म्हणजे तुम्ही नक्की..."

"अग, मी एक साधा माणूस आहे... काळाबरोबर..."

"न धावणारा! हे सांगितलं होतंत तुम्ही!" विक्रमनंच त्यांचं वाक्य पुरं केलं होतं.

इतक्यात हवेतून काही योगी तरंगत जाताना दिसू लागले.

ते सर्वजण पद्मासनात होते. त्यांच्यामधले एक वृद्ध, जटाभार वाढलेले योगी यात्रिकांपुढे तरंगत आले. महानंदांकडे बघून त्यांनी संतोषानं स्मित केलं. उर्वरितांकडे पाहून आशीर्वाद देण्यासाठी उजवा हात वर केला. ठरावीक दिशेकडे त्यांनी निर्देश केला आणि मग दुसऱ्याच क्षणी ते अंतराळात अंतर्धान पावले. अवाक् होऊन सारेजण तो अजब प्रकार बघत राहिले.

"ते... ते कोण होते?"

"हेच ते योगमहर्षी! यांच्याकडेच ती पिंड शेकडो वर्षं होती..."

"मग आता?"

"त्यांचं लक्ष आहे पिंडीवर... केवळ दृष्टीतून त्यांनी मला हा संदेश दिला, विक्रम! त्यांनी आपल्याला दिशा दर्शवली आहे!"

"पण हे तर हिमालयात होते ना?"

"अरे, ते त्रैलोक्यगमन करू शकतात! हिमालयाचं काय घेऊन बसलास...? आता कोणत्याही शंकाकुशंका न काढता पुढे चला! कारण अशा शंका काढल्यामुळे तुमची मनं कार्यरत होतील आणि त्यामुळे हा समोर दिसणारा दिव्य... सुंदर प्रांत नष्ट होईल!"

विक्रम आणि अपूर्वाच्या मनात आणखी काही शंकाकुशंकांनी आकार घेतला होता. पिंडीचा, लेण्यांमधल्या कोडवर्डचा आणि बिंदूसरोवराचा कोणता परस्पर संबंध आहे, हे विक्रमला विचारायचं होतं तर अपूर्वाला त्रिदंडी महाराजांच्या काळ्या कृत्यांविषयी आणखी जाणून घ्यायचं होतं. पण महानंदांचं निर्वाणीचं बोलणं ऐकून ते दोघे गप्प बसले.

परंतु कीथनं एकच शंका उकरून काढली, "गुरुजी, हा प्रांत आमच्यामुळे डिस्ट्रॉय होईल असं तुम्ही म्हणालात तेवढंच क्लीअर करा... मग आम्ही काहीही विचारणार नाही."

पुढचा प्रवास सुकर होण्याच्या दृष्टीनं कीथच्या स्वाभाविक प्रश्नाला योग्य उत्तर देणं महानंदांना भाग पडलं.

आपल्या बोलण्यातलं मर्म त्यांनी तेव्हाच सांगितलं- "बिंदूसरोवराकडे जाणारी ही तीन गेट्स अतिशय महत्त्वाची आहेत. पहिलं द्वार पार करून आपण ज्या भयाण प्रांताला प्राप्त झालो ते वस्तुनिष्ठ द्वार होतं. वस्तूभोवती फिरणाऱ्या दुनियेचं अंतरंग आणि परिणाम आपण तिथे अनुभवला. दुसरं जे द्वार आता आपण पार करून इथे आलो ते मनोनिष्ठ द्वार होतं. इथल्या विश्वाला मनाचा आधार आहे. किंबहुना श्रेष्ठ योगीमनांचा या मनोनिष्ठ सृष्टीला आधार आहे. आता तुम्ही जे दिव्यत्व पाहत आहात ते त्या योग्यांनी मनोमन निर्माण केलेली सात्त्विक सृष्टी आहे. इथे क्षुधा, पाप, राग-लोभ, द्वेष, मोह, मत्सर नाही. निर्मल पावित्र्य आपल्याला इथे अनुभवायला मिळेल. परंतु आपल्या मनातील कुविचारांचे तरंग इथल्या पावित्र्याला मलिन करण्याची शक्यता आहे. म्हणून कोणताही कुविचार, कुशंका मनात न आणता पुढे चला! तुमची मनं या प्रांतात प्रसन्न झालीत ना?"

"ऑफकोर्स!" सर्वांच्या वतीनं कीथनं पावती दिली.

"मनाचा हा भाव तसाच ठेवून शुभव्रत घ्या आणि चला..."

"ठीक आहे काका, पुढचं गेट..." विक्रमनं अखेरचा प्रश्न टाकला.

"वस्तुनिष्ठ, मनोनिष्ठ यानंतर उरतं ते आत्मनिष्ठ द्वार! त्याचं स्वरूप पुढे समजेलच! योगिराजांनी निर्देश केलेल्या दिशेनं तेवढं जायचं!"

मग कुणीच काही विचारलं नाही. नि:शंक मनानं सारेजण महानंदांबरोबर निघाले. तो सारा प्रदेश उंच-सखल होता. परंतु भयाण दऱ्याखोऱ्या, मत्त पहाड, उग्रता यांचं अस्तित्व तिथे नव्हतं. हिरवट शुभ्र प्रकाश आणि शुभ्र-हिरवट बर्फराजी सर्वत्र दृष्टीत भरत होती. जणू हिमगालिचे सर्वत्र अंथरलेले होते. तिथला प्रकाश नेत्रांना आणि शरीराला अतिशय सुखकर वाटत होता. चालण्याचे कष्ट मुळीच जाणवत नव्हते. किंबहुना आपोआप तरंगत जात असल्याचा भास साऱ्यांना होत होता.

एक छोटं टेकाड ओलांडून सारे पुढे गेले. तेव्हा साधारणत: दीड किलोमीटर व्यासाच्या प्रदेशाला छोट्यामोठ्या बर्फाळ टेकड्यांनी कोंदण दिलेलं त्यांना दिसलं. दोन टेकड्यांमधल्या घळीतून अचानक निरनिराळे मनुष्यप्राणी दिसू लागले. पुरुष-स्त्रिया-मुलांना सुवर्णकांती लाभली होती. अंगावर लज्जानिवारणापुरती दिव्य वस्त्रं होती. मधूनमधून जे प्राणी दिसत होते तेही तसेच दिव्य प्रांतातले भासत होते. घोड्यासारखं तोंड आणि जिराफाएवढी उंची लाभलेले विचित्र पण अहिंसक प्राणी इतस्तत: फिरत होते. त्यांनाही सुवर्णकांती लाभली होती. मधूनच ते व्यक्त होत होते तर मधूनच अव्यक्त!

आणखी थोडं पुढे गेल्यावर दिव्य सुगंध सर्वांच्या घ्राणेंद्रियांत कोंदून राहिला. छोट्या-मोठ्या टेकड्यांच्या कोंदणात एक तळं दिसू लागलं.

डोंगर उतरून सारेजण मधल्या तळ्याच्या दिशेनं जात असताना त्यांना विशिष्ट कंपनं जाणवू लागली. हवेला एकप्रकारचा अनामिक सुगंध प्राप्त झाला. त्या दिव्य गंधानं तिथल्या पावित्र्यात भर घातली.

''ते खाली दिसतं तेच बिंदूसरोवर का?'' विक्रमनं हळू आवाजात विचारलं.

''नाही! ते याहूनही दिव्य आहे. हा प्रदेश सिद्धसाधकांचा आहे. ही सारी मनोमय दुनिया आहे विक्रम! शुद्ध चैतन्याचा, दिव्यत्वाचा शोध शेकडो वर्षं इथले सिद्ध घेत आहेत. मनाची आणि विचारांची वर्षानुवर्षं एकच दिशा असल्यामुळे त्यांच्या मनोवकाशातून ही दिव्य सृष्टी तयार झाली. आपल्याला सदेह या सृष्टीत येता आलं हेच आपलं परमभाग्य! इथल्या तापसांचा पृथ्वीवरच्या मनुष्यजातीशी मुळीच संपर्क नाही. त्यांना कोणत्याच भौतिक गोष्टींची आवश्यकता नाही. कशासाठी वाटेल? जेव्हा कमतरता वाटते तेव्हाच भौतिकता प्रस्फुरित होते. पण इथले महर्षी पूर्ण आहेत. निरिच्छ आहेत. त्यांचं दर्शन झालं तर आपलं परमभाग्यच म्हटलं पाहिजे. पण त्यांना त्रास होईल असं वर्तन करायचं नाही हं! पुन्हा मौनव्रत धारण करून आपण ही टेकडी उतरायची आहे.''

एका दमात महानंदांनी अद्भुतातली वास्तविकता कथन केली. थोड्याच वेळात ते निम्मं टेकाड उतरले. तेव्हा हात उंचावून महानंदांनी थांबण्याची खूण

केली. एका बर्फाळ टेकाडाकडे निर्देश केला. सारेजण आश्चर्यानं ते दृश्य बघू लागले.

दहा-पंधरा सिद्ध त्या टेकाडामधून हळूहळू व्यक्त होत होते. त्यांच्या अंगावर कोणतंही वस्त्र नव्हतं. कोणतीही उपाधी जवळ नव्हती. सर्वांचे केस काळेभोर होते. बहुतेकांनी केस मुक्त सोडले होते. त्यांच्या अंगावर फारसं मांस दिसत नसलं तरी ते काटक दिसत होते. अंगकांती सोन्यासारखी झळाळत होती. कसले तरी अगम्य मंत्र म्हणत ते ओळीनं तलावाकाठी आले. पाण्यापाशी न थबकता ते सरळ चालत चालत पाण्यात शिरले. त्या छोट्या तलावातही बर्फ साचलं होतं. सिद्धांच्या आगमनामुळे बर्फ दूर झालं आणि तलावाचं निळंशार पाणी दिसू लागलं. कुठेही शेवाळं अथवा अन्य वनस्पती नव्हती. कचऱ्याचा तर प्रश्नच नव्हता!

पुढे जात जात ते सिद्धयोगी गुडघ्यापर्यंत पाण्यात बुडाले. मग कमरेपर्यंत, छातीपर्यंत, मानेपर्यंतसुद्धा पाणी चढलं. पण चालणं थांबलं नव्हतं. पाठोपाठ त्यांची मस्तकंही पाण्यात बुडाली. सारे सिद्ध पाण्यात गडप झाले.

अवाक् होऊन बिंदूसरोवर-यात्रिक तो अद्‌भुत प्रकार पाहत होते.

एकाएकी दिव्य सुगंध त्या परिसरात पसरला. त्यामुळे यात्रिकांचं भौतिक भान हरपलं. मन कमालीचं प्रसन्न झालं. मनाची इतकी प्रसन्नता त्यापूर्वी त्यांनी कधीच अनुभवली नव्हती. यात्रिकांच्या वाटाड्याला मात्र तो अनुभव असावा!

एव्हाना अर्धा तास निघून गेला.

तिथेच बैठक मारून महानंद हळू आवाजात म्हणाले, "यौगिक क्रियेनं ते सारे साधक पाण्यात शिरले आहेत. अनेक अतर्क्य विद्यांप्रमाणे त्यांना स्तंभन विद्याही अवगत आहे. त्या आधारावर ते कितीही काळ पाण्यात राहून साधना करू शकतात. इतर अनेक विद्यांच्या आधारानं ते हवेत उडू शकतात, दुसऱ्यांच्या शरीरात प्रविष्ट होऊ शकतात, दुसऱ्यांच्या मना-शरीरावरही ताबा मिळवू शकतात! पण या विद्यांचा वापर ते कधीच करीत नाहीत!"

"माय गॉड!" खाली बसता बसता कीथची स्वाभाविक प्रतिक्रिया उमटली.

"आतापर्यंतच्या प्रवासात मला भारत बघायला मिळालाच; पण त्याहीपुढे जाऊन भारताचा प्राण- योग, अध्यात्म मला बघायला-अनुभवायला मिळत आहे! या योग्यांमध्येच कायमचं राहावं असं मला वाटू लागलंय! मला जी शांती हवी आहे ती इथेच लाभेल... "

"मलाही!" अपूर्वानं त्याला दुजोरा दिला.

तेव्हा विक्रमही अनुमोदन द्यायला विसरला नाही!

"अरे, हा प्रांत कोणा देशापुरता सीमित नाही. ही सृष्टीच वेगळी आहे. काही काळ आपल्याला इथे थांबावंच लागणार आहे..."

"रिअली?'' कीथ.

"हो... कारण तिसऱ्या द्वाराचा ठावठिकाणा या योग्यांनाच माहीत आहे.''

"म्हणजे?''

"विक्रम, तिसऱ्या द्वाराची किल्ली यांच्याकडे आहे. त्यांची साधना झाल्यावर कदाचित ते आपल्याला सूचना देतील. तोपर्यंत...''

एव्हाना सारेजण स्थानापन्न झाले होते.

किती वेळ पुढे सरकला होता हे कुणालाच समजलं नव्हतं. वेळेचा अंदाजच येत नव्हता. काल जणू समतल झाला होता.

पाण्यावर तरंग उमटू लागले तेव्हा साधक आता पाण्याबाहेर येणार हे यात्रिकांना समजून चुकलं. साधकांच्या मस्तकांचं प्रथम दर्शन झालं. जसे ते पाण्यात गेले होते तसेच ते बाहेर पडले. मेणाच्या पुतळ्यावरून ज्याप्रमाणे सर्रकन पाणी निघून जावं तसंच त्यांच्या अंगावरून पाणी क्षणात निथळून गेलं. त्यांचं कुणाचंही यात्रिकांकडे लक्ष नव्हतं. परंतु यात्रिकांच्या अस्तित्वाचं त्यांना पूर्ण भान होतं.

म्हणूनच सर्वांत पुढून चाललेल्या साधकानं अभावितपणे यात्रिकांकडे वळून बघितलं. सस्मित मुद्रेनं आपल्या पिछाडीच्या प्रदेशाकडे त्यानं निर्देश केला. यात्रिकांनी त्या दिशेला बघितलं. हिरव्या रंगांच्या डोंगररांगा फार मोठा प्रदेश व्यापून पसरल्या होत्या.

एखादं चित्र काढावं त्याप्रमाणे त्या साधकानं हाताच्या तर्जनीनं हवेतच बोट फिरवलं. यात्रिकांना हवेवर उमटलेलं चित्र दिसू लागलं. त्यात डोंगररांग दिसू लागली. साधकानं त्यावर अर्धवर्तुळाकार बोट फिरवलं. तेव्हा दोन डोंगरांमध्ये उमटलेलं इंद्रधनुष्य दिसू लागलं.

चकित होऊन यात्रिक तो प्रकार बघत होते. साधक पुन्हा बाजूच्या टेकड्यांमध्ये अव्यक्त झाले तेव्हाच ते भानावर आले.

"समजला संदेश?'' महानंदांनी विचारलं.

तेव्हा कीथ मोठ्या उत्साहात म्हणाला, "आय गॉट इट! फॉलो द रेन-बो, ॲम आय राइट?''

"एकदम बरोबर! डोंगरांमधलं इंद्रधनुष्य आपल्याला शोधायचं आहे. त्यांनी पहिली किल्ली फिरवली आहे. दुसरी आपल्याला फिरवायची आहे. चला, इंद्रधनुष्य शोधूया!''

साशंक विक्रमनं नेहमीप्रमाणे त्वरित शंका उपस्थित केलीच, "पाऊस नसताना इंद्रधनुष्य कसं पडेल?''

"फार शंका असतात बाबा याला!'' महानंदांनी लटक्या रागानं म्हटलं. "इतके अनुभव येऊनही तुझा अजून विश्वास कसा बसत नाही?''

अपूर्वानं त्याच्याकडे हळूच हसून बघितलं.

"पुन्हा आपलं मौन सुरू झालं बरं का!" महानंदांनी आठवण करून देताच पुन्हा सारे मौनी झाले.

तलावाच्या काठानं हलक्या पावलांनी ते पुढे डोंगररांगांच्या दिशेनं निघाले.

त्या पवित्र प्रदेशातून पुढे कुठे जाऊच नये, असंच यात्रिकांना वाटत होतं. परंतु आता त्यांना कर्तव्याची जाणीव झाली. त्याबरोबर थांबलेलं विचारचक्र सुरू झालं. शंकाकुशंका आणि विचारतरंगांमुळे भोवतालच्या वातावरणात बदल घडून यायला लागला. तो दिव्य हिरवट-शुभ्र प्रकाश लुप्तप्राय होऊ लागला. काहीसं अंधारून आल्यासारखं झालं. हिमाच्छादित प्रांत मागे पडू लागला. दगडधोंडे, दऱ्याखोऱ्या, दाट वृक्षराजी दृग्गोचर होऊ लागली.

वातावरणातला हा फरक महानंदांनी तेव्हाच ओळखला. ते उच्च स्वरात म्हणाले, "तुमच्या मनोव्यापारांनी सिद्ध-साधकांची सृष्टी नष्ट केली पहा! तो दिव्य प्रांत, तो दिव्य सुगंध, तो निष्काम प्रदेश, ते साधकांचं पवित्र मनोमय जगत संपुष्टात आलं! आपलं वासनामय मन किती प्रभावी आहे पहा!"

"पण आम्ही तर..." विक्रमनं समर्थन करण्याचा प्रयत्न केला तेव्हा महानंदांनी शांत होऊन म्हटलं, "केवळ तुमचा दोष नाही मुलांनो! वासनांची पुटंच्या पुटं चढलेल्या मनांचाही इथे वावर झाला आहे. म्हणून हा बिघाड झाला!"

ते बोलत असतानाच अपूर्वा किंचाळली, "काका..."

"काय...?"

"विक्रम, कीथ, ते पहा... पर्वतांचे सुळके!"

"हो की!"

"हो काय? ते सुळके नाहीत... ते..."

"ओ गॉड! धिस इज टेरिबल..."

सारेजण त्या दृश्याकडे आ वासून बघू लागले.

असं कोणतं दृश्य दिसलं होतं सर्वांना?

समोर दूरवर अर्धचंद्राकृती उंचच उंच पर्वतरांग दिसू लागली होती. पर्वताचा प्रत्येक सुळका म्हणजे नागाचा एकेक विशाल फणा होता. आकाशाला भिडलेल्या अशा वीस फण्यांनी जवळपास वीस किलोमीटर अंतर व्यापलं होतं. मधूनच एकेका फण्याचा फूत्कार होत होता. त्या फूत्काराबरोबर प्रचंड वादळ उठत होतं. फण्यांमधून निघणाऱ्या काळ्याकुट्ट जिव्हा यात्रिकांपर्यंत येऊन पोचत होत्या.

अपूर्वा व्याकूळ होऊन विक्रमला हळूच म्हणाली, "विक्रम, काही नको ते बिंदूसरोवर. चल, आपण कसंही करून परत जाऊया..."

तिची दातखिळ बसायला लागली होती. विक्रम तिला धीर देत होता.

महानंद गरजले- “घाबरू नका!”

“घाबरू नको तर काय करू काका?” अपूर्वा असहायतेनं म्हणाली. “कालिया नागाविषयी कथा वाचली होती. पण हे नागस्वरूप म्हणजे... जणू शेषनाग!”

“अगं, तो रक्षक आहे बिंदूसरोवराचा! मनुष्यमात्रांसह सर्व जीवांपासून हे दिव्य सरोवर सुरक्षित राहावं म्हणून तर या विशाल काळनागाची इथे योजना केली आहे. हा सारा मनोवकाशातलाच खेळ आहे! पृथ्वीवरचं कोणतंही शस्त्र वा अस्त्र या कालनागाला इजा करू शकणार नाही!”

विक्रमनं तेव्हाच विचारलं, “मग याला डावलून आपण पुढे जाणार कसं?”

“प्रार्थना करून! ती सिद्धसाधकांची मनोमय सुंदर सृष्टी आपल्यासाठी नष्ट झालेली आहे. उरली आहे ती दिव्यदाहक सृष्टी. या जगतात प्रार्थना करणं तेवढं माणसाच्या हाती असतं. आस्तिक, तक्षक, वासुकी या नागांची मी स्तुती करतो. त्यानंतर मी जे मंत्र म्हणीन ते तुम्ही सर्वांनी माझ्या मागोमाग म्हणायचे.”

ते पहाड-नाग दृष्टिपथात येताच महानंदांनी नेत्र मिटून हात जोडले. ते विशिष्ट मंत्र म्हणू लागले. बाकीचे त्यांचं अनुकरण करू लागले. नागांची प्रार्थना आणि पाठोपाठ शिवस्तुती करून महानंदांनी नेत्र उघडले. सारेजण भानावर आले. समोरचं शेषनागाचं विराट रूप निमालं होतं. वातावरणात एकाएकी परिवर्तन घडून आलं.

शेषनागानं सोडलेल्या फूत्कारांमुळे म्हणा किंवा अन्य कारणानं म्हणा; पण आकाशात अकस्मात काळे मेघ जमा झाले. पश्चिमेकडे ढळलेल्या सूर्याला मात्र मेघांनी ग्रासलं नव्हतं. तेवढ्यात पावसाचे टपोरे थेंब पडू लागले. यात्रिकांनी जवळच्या आम्रवृक्षाचा सहारा घेतला. जेमतेम पंधरा मिनिटं पाऊस पडला आणि सुस्नात धरती कोवळ्या उन्हानं न्हाऊन निघाली.

आता मात्र अपूर्वा उत्साहानं किंचाळली- “ते बघा इंद्रधनुष्य!”

पूर्वेकडच्या शेषनाग पर्वताकडे सर्वांनी लगोलग बघितलं. पर्वतरांगांच्या मधोमध इंद्रधनुष्याची विशाल कमान तयार झाली होती.

“लवकर मिळालं गेट!” विक्रम उत्साहात ओरडला.

“त्या कमानीखालूनच आपल्याला पुढे जायचं आहे. तेच बिंदूसरोवराचं द्वार आहे... अखेरचं द्वार! चला त्वरेनं! अंधार पडायच्या आत आपल्याला द्वार ओलांडायचं आहे...” महानंद म्हणाले.

सर्व जण उत्साहात त्यांच्याबरोबर निघाले.

एवढ्यात त्यांच्या डोक्यावरून राजहंसाचा एक थवा इंद्रधनुष्याच्या दिशेनं उडत गेला आणि डोंगरात अदृश्य झाला.

कीथ आश्चर्यानं म्हणाला, “पक्षी तर सूर्याच्या दिशेनं झेपावतात. पण हे स्वान विरुद्ध दिशेनं निघालेत!”

"हो..." महानंद सांगू लागले, "राजहंस हे दिव्य लोकातील पक्षी आहेत. फार प्राचीन काळी देव-गंधर्वांनी त्यांना पृथ्वीवर आणलं. स्वाभाविकपणे त्यांना आपल्या मूळ ठिकाणाची ओढ असते. बिंदूसरोवर त्यांना जवळचं वाटतं. शिवाय तिथे त्यांची देवगंधर्वांशीही भेट होते..."

महानंद नेमकं काय बोलत होते ते कुणालाच समजत नव्हतं. राजहंस ज्या उंचीवरून उडत गेले त्याच उंचीवरून तो विषय कीथसह सर्वांच्या डोक्यावरून उडत गेला!

"तुम्हाला माहीत आहे ना," महानंद समजावू लागले, "हंस दूध आणि पाणी वेगवेगळं करू शकतो ते? त्याच्याजवळ दिव्य शक्ती असते. त्याला नीर-क्षीर न्याय म्हणतात..."

कुणालाच काहीही माहीत नव्हतं. नुसत्या माना डोलावून सारे पुढे जाऊ लागले. त्यामुळे तो विषयही तिथेच थांबला. थोड्याच वेळात सारेजण दोन पर्वतांमधील एका घळीपर्यंत येऊन थडकले. तिथेच वर इंद्रधनुष्यानं काही वेळापूर्वी कमान केली होती. पण आता ती कमान दिसेनाशी झाली होती.

घळीच्या तोंडाशी सारेजण पोचले तेव्हा सूर्य क्षितिजावर दहा अंगुळे उरला होता. मावळतीकडे निघालेल्या लालसर सूर्यबिंबाकडे पाहत महानंद तिथेच काही क्षण थांबले. मग नेत्र मिटून त्यांनी सूर्यदेवाला नमस्कार केला. इतरांनीही त्यांचं अनुकरण केलं.

मग वळून महानंदांनी म्हटलं, "बिंदूसरोवर आता फक्त दीड-दोन किलोमीटर अंतरावर आहे. एवढी ही घळ ओलांडून गेलं की आलं ते दिव्य, अद्भुत सरोवर!"

"तुम्ही आतापर्यंत असंच सांगत आला आहात!" अपूर्वा लटक्या रागानं म्हणाली. "गेट ओलांडल्यावर आणखी किती पुढे जायचंय ते नक्की सांगा!"

"हे द्वार ओलांडल्यानंतर कालसापेक्ष-वेळसापेक्ष काही नाही!"

महानंदांच्या शब्दांनी अंगात उत्साह संचारण्याऐवजी घळीच्या प्रथमदर्शनानंच अपूर्वाच्या मनाचा ठाव घेतला होता. घाबऱ्याघुबऱ्या स्वरात ती म्हणाली, "केवढी ही घळ! पुढचं काहीच दिसत नाही."

सर्वांनीच तिला अनुमोदन दिलं.

खरोखर संध्यासमयी ती घळ अधिकच भेसूर दिसत होती. दोन्ही बाजूंनी तांबूस पर्वतांचे भयाण कडे खडे होते. जणू एक विशाल पर्वत मधोमध चिरून कुणा अतर्क्य शक्तीनं ही घळ तयार केली होती. पूर्वेकडे दूरवर गेलेल्या त्या घळीत मावळतीची सूर्यकिरणं जेमतेम पाच-पन्नास फुटांपर्यंतच वाट प्रकाशित करीत होती. घळीत कुठेही झाडंझुडपं दिसत नव्हती. घळीच्या तोंडाशी असलेल्या वृक्षराजींवर अनेकविध पक्ष्यांचा कलकलाट सुरू झाला होता. आपली नित्याची जागा पकडण्यासाठी

अनेक पक्ष्यांमध्ये चढाओढ लागली होती. चतुर, नाकतोडे उडताना दिसत होते. रातकिड्यांचा वाद्यवृंद वाजू लागला होता. पाकोळ्या, वटवाघळं या निशाचर पक्ष्यांच्या-प्राण्यांच्या हवेत झोकांड्या सुरू झाल्या होत्या. घळीतूनही कित्येक वटवाघळं बाहेर पडत होती. घळीत काहीसा ओलसर कुबट वास भरून राहिला होता. कदाचित तो वटवाघळांच्या वास्तव्यामुळे असावा!

अशा त्या भेसूर घळीत जाण्याचा कुणालाच धीर होईना.

महानंद केव्हाच पुढे जाऊन उभे ठाकले होते. इतर चौघे आपापल्या जागांवर पुतळ्यासारखे निश्चल उभे राहिले होते.

अपूर्वा विक्रमच्या कानाशी पुटपुटली, ''या भयाण ठिकाणी असलेलं बिंदूसरोवर आणखी कसं असणार? दुरून डोंगर साजरे म्हणतात तेच खरं! आपण जाऊ या का परत?''

त्याच वेळी महानंद गरजले, ''कसला विचार करताय? चला लवकर! अंधार पडल्यानंतर पुढेही जाता येणार नाही आणि मागेही! माझ्यावर विश्वास आहे ना तुमचा?''

''इतका वेळ होता!'' विक्रमनं धाडस दाखवून म्हटलं, ''पण आता मात्र... नक्की कुठे नेणार आहात तुम्ही आम्हाला? इथे कुठे सरोवराचं अस्तित्वही दिसत नाही...''

''एखाद्या गुहेतबिहेत तर नेत नाही ना तुम्ही आम्हाला?'' अपूर्वानं शंका उपस्थित केली. ''आम्ही कुणाचं भक्ष्य तर बनलेलो नाही ना?''

कीथही थोडाफार हादरला होता. त्याचा सहा फुटी देहही जागेवरच रुतून बसला होता. अपूर्वानं उपस्थित केलेल्या शंकेमुळे सारेच जण मनातून हबकून गेले होते. कुणालाच काही सुचेनासं झालं होतं. पाठीमागे सूर्य पश्चिम क्षितिजावर टेकला होता. रातकिड्यांचे जोरदार आवाज सुरू झाले होते. त्यांच्या वाद्यवृंदानं द्रुत लय पकडली होती. मधूनच विविध हिंस्र प्राण्यांच्या ओरडण्याची त्यांना साथसंगत लाभत होती.

बिंदूसरोवर दृष्टिपथात आलं होतं. मागे परतण्यानं जिवाची शाश्वती वाटत नव्हती. महानंदांवर विश्वास टाकण्यावाचून गत्यंतर उरलं नव्हतं. कीथनं ते धाडस दाखवलं. तो महानंदांसमोर जाऊन उभा राहिला. त्यानं स्पष्टपणानं म्हटलं, ''तुमच्यावर दाखवलेला विश्वास तुम्ही फोल ठरवणार नाही ना अंकल?''

''नाही वत्सा! विश्वास डळमळीत झाला तर बिंदूसरोवराला आपण प्राप्त होणार नाही. मला तुमचं काही बरंवाईट करायचं असतं तर ते मी यापूर्वीच नसतं का केलं? पण वाईट काम करण्यासाठी मी आलेलो नाही. उलट जे चुकीच्या मार्गावर आहेत त्यांना योग्य ठिकाणी नेण्यासाठी माझी योजना झाली आहे... अजून

तुमच्या मनात संदेह आहे?''

''आय बिलीव्ह, आय ॲम विथ यू!'' कीथनं पुन्हा आपली निष्ठा दर्शवली. तेव्हा इतर तिघेजणही नि:शंक मनानं महानंदांजवळ आले.

शंकर हसून म्हणाला, ''तुमच्यावर सारं काही सोपवून दिलं आहे बघा! तुम्ही कशाला आमचं वाईट कराल? चला, येतो आम्ही...''

''आता वेळ घालवू नका! घळीत काळोख दाटला आहे हे खरं! पण ती ओलांडेपर्यंत चंद्रोदय झालेला असेल. आज पौर्णिमा आहे ना! द्वार उघडण्याचा दिवस...''

''काय म्हणालात काका तुम्ही? गेट उघडण्याचा दिवस?''

''होय अपूर्वा! पूर्ण चंद्र असताना बिंदूसरोवराची द्वारं उघडली जातात. मला हाच दिवस साधायचा होता! योग्य वेळेत आपण इथे आलो आहोत. आता जराही वेळ घालवू नका...''

सारेजण पुन्हा नि:शंक होऊन महानंदांमागोमाग घळीत प्रवेशले.

आता मागून प्रकाश आक्रसू लागला आणि पुढून अंधाराचा रेटा वाढू लागला. पायाखालची वाट तेवढी दिसत होती. बॅटरी, मोबाइल वगैरे वस्तू मागेच एका झाडावर ठेवून दिल्यामुळे पथदर्शनासाठी कोणतंही साधन जवळ नव्हतं. मधूनच रानमांजरांचे रोखलेले डोळे चमकत होते; तर क्वचित बिळांमधून फूत्कार कानी पडत होते. महानंद वगळता प्रत्येकानंच मनातल्या मनात आपापल्या देवाचा धावा सुरू केला होता. त्यामुळे आत्मिक बळ वृद्धिंगत होऊ लागलं होतं. 'काय होईल ते होईल' अशी निर्वाणवृत्ती तयार झाली होती. श्रद्धा बळावल्यामुळे भीतीनं मनातून बस्तान उठवलं होतं.

अशा तऱ्हेनं दोन किलोमीटर अंतर काटून जायला अर्धा तास लागला. त्या वेळी घळीत पूर्णत: काळोखाचा अमल सुरू झाला होता. वर आकाशात गेलेल्या उंच कड्यांमधून दिसणारं निळसर-तांबूस आकाश थोडाफार मार्ग उजळवीत होतं. केव्हा एकदा ही घळ ओलांडतो असं सर्वांना होऊन गेलं होतं.

परंतु पलीकडचा प्रदेश... विशेषत: बिंदूसरोवर अजूनही दृष्टिपथात येत नव्हतं. किंबहुना एका विशालकाय अंधाऱ्या पहाडानं पुढची वाट बंद करून टाकावी असंच दृश्य दिसत होतं. 'कुठे आहे ते दिव्य सरोवर? कुठे आहे पलीकडचं टोक? का जगाच्या अंतापर्यंत हा असाच मार्ग आहे? का बिंदूसरोवर या अंधारातच लपेटून गेलं आहे?'

सर्वांच्या मनात असेच प्रश्न उठत होते आणि प्रश्नांचं मोहोळ त्यांच्याबरोबर पुढे पुढे जात होतं. पण आता विचारशक्तीही क्षीण होऊ लागली होती. वाट संपता संपत नव्हती. अंधारानं वाटेलाच गिळून टाकलं होतं. वरचं आकाशही प्रकाश

देईनासं झालं होतं. तेही आता अंधारानं लपेटून घेतलं होतं. दिशांचं भान सरलं होतं. एकाच दिशेनं त्यांचा प्रवास चालला असला तरी दशदिशा त्यांच्यासाठी शून्य बनल्या होत्या. आपण नेमके कुठे आणि कशासाठी निघालो आहोत याचंही भान लुप्तप्राय होऊ लागलं. स्मृतिभ्रंश होऊ लागला होता. त्यातच स्वत्व, अहंभाव लोप पावू लागले. यांत्रिकपणे पाय फक्त चालले होते.

तेवढ्यात समोर पन्नास फुटांवर मंद निळसर प्रकाश दिसू लागला. त्या दृश्यामुळे प्रत्येकाला वास्तवाचं भान आलं. स्मृती कार्यरत झाली. हळूहळू प्रकाशाचं तेज वृद्धिंगत झालं. प्रत्येकालाच मनातून हायसं वाटलं. प्रकाशाचा आधार वाटू लागला. इतक्यात तो प्रकाश वर उचलला गेला आणि डोलू लागला. नेत्र विस्फारून सारेजण सत्यस्वरूपाचा वेध घेऊ लागले. आणि जेव्हा त्यांना वास्तवाचं भान आलं तेव्हा सारेजण जागीच थंड पडले.

फण्यावर नीलमणी धारण केलेला एक विशाल नाग त्यांची वाट अडवून डोलत होता!

सरोवर दिसू लागलं; पण!

नीलमणी धारण केलेल्या विशाल नागराजाकडे पाहून यात्रिक मनातून हबकून गेले होते. नागाचा फणा वर उचलला गेला तेव्हा त्याच्या समोरची वाट प्रकाशित झाली. त्या प्रकाशात पुढे असलेला भूतसमूह सर्वांच्या उरात धडकी भरवून गेला. शेकडोंचा भूतसमूह एकमेकांमध्ये मिसळून, एकरूप होऊन... पुन्हा विभक्त होऊन पुढे सरसावत होता. धुरांचे लोट एकमेकांत मिसळून जावेत असं ते दृश्य दिसत होतं. शुभ्र धूमातून मधूनच व्यक्त होणाऱ्या त्या भुतांचे चेहरे अतिशय विद्रूप होते. डोळे कवटीच्या आत खोल खोल चकाकत होते. नाक-कान नव्हतेच. मुद्रेवरची कातडी मधूनमधून फाटलेली होती. काहींच्या कपाळावर शुभ्र भस्माचे पट्टे ओढलेले होते. काहींच्या शिखा कमरेपर्यंत हेलकावत होत्या. काहींच्या मुखातून धूर तर काहींच्या मुखातून ज्वाळा बाहेर पडत होत्या. परशू, भाले, काटेरी करेली, तलवार अशी शस्त्रं पुष्कळांनी धारण केली होती. अनेकांच्या गळ्यात मुंडक्यांच्या माळा होत्या.

मधूनमधून एडका, बैल, रेडा, बोकड अशी त्यांची वाहनंही व्यक्त होत होती. विशेष म्हणजे एडका, बोकड असे प्राणी हत्तीएवढे उंच आणि विशाल होते. त्यांच्यावर आरूढ झालेला भूतगण भेसूर आवाज काढत होता. दात विचकत होता. आरोळ्या देत होता.

यात्रिक काहीसे भेदरून गेले असले तरी आतापर्यंत असे दिव्य अनुभव गाठीशी असल्यामुळे त्यांचं अवसान मात्र गळालं नव्हतं.

महानंदांजवळ येत विक्रमनं अवसान राखूनच विचारलं, “बिंदूसरोवर म्हणजे इतकं भयाण ठिकाण असेल असं मला वाटलं नव्हतं... का ही त्रिदंडी महाराजांची किमया आहे?”

“बरोबर बोललास!” महानंद शांतपणानं म्हणाले, “त्यांच्या मनातल्या विचारतरंगांनी ती सात्त्विक सिद्धांची मनोमय सृष्टी नष्ट केली; आणि ही भयाणता उभी केली... पण

विक्रम! बिंदूसरोवराकडे उघडणारं अंतिम द्वार हे असंच आव्हानात्मक असतं!''

''मग त्या आव्हानांवर मात करण्यासाठी मी समर्थ आहे...''

इतकं बोलून विक्रम हातातली काठी उगारून त्या भूतगणांच्या दिशेनं धावून गेला! कीथ आणि शंकरही पुढे सरसावले.

मागून महानंद ओरडत राहिले, ''विक्रम, कीथ... थांबा... अविचार करू नका... अरे थांबा! मी काय सांगतो ते ऐका!''

पण कुणीच ऐकण्याच्या मन:स्थितीत नव्हतं.

पुढे सरसावून ते भूतगणांवरून सपासप काठ्या फिरवू लागले. पण त्यांचे वार त्या भूतगणांच्या शरीरांमधून आरपार फिरत होते. परंतु त्याचंही भान आक्रमकांना उरलं नव्हतं! हवेत काठ्या फिरवल्याप्रमाणे त्यांच्या काठ्या उभ्या-आडव्या फिरत होत्या. ते पाहून भूतगण विकट हास्य करू लागला होता.

अखेर आक्रमकांनी स्वत:ला आवरलं. तिघेही मागे परतले. तेव्हा महानंद त्यांना शांत करीत म्हणाले, ''निष्कारण कशाला दमलात? मनोमय सृष्टीतल्या भुतांवर तुमच्या भौतिक शस्त्रांचा प्रयोग थोडाच यशस्वी ठरू शकणार आहे?

''सॉरी अंकल!'' विक्रमनं खाली मान घालून म्हटलं. त्याच्या साथीदारांनीही महानंदांची क्षमा मागितली.

तेव्हा महानंद उत्तरले, ''अरे, कोणत्याही भौतिक शस्त्रांचा या भूतगणांवर परिणाम होणार नाही.''

''मग?''

''विक्रम, मागे मी सांगितलेली गोष्ट विसरलास वाटतं?''

''कोणती?''

''हे द्वार आत्मनिष्ठ आहे ते...? वस्तुनिष्ठ, मनोनिष्ठ अशी दोन द्वारं ओलांडल्यानंतर प्राप्त होतं ते आत्मनिष्ठ द्वार! आणि त्यानंतर परमात्म्याचं द्वार!... पण आपण आत्मनिष्ठ द्वारापर्यंतच जायचं आहे.''

''पण ते उघडायचं कसं?''

''आत्मरूपानं बघून... विश्वात्मकाची प्रार्थना करून!''

महानंद बोलत असतानाच त्या भूतगणांमध्ये वृद्धी होऊ लागली होती. त्यांच्या मागे नीलमणी धारण केलेल्या नागानंही विशाल रूप धारण केलं होतं. घळीची रुंदी नागफण्यानं व्यापून गेली. त्याच्या अंगावरचे दीड इंच लांबीचे केस तरारून उठले. फुटबॉलच्या आकाराचे त्याचे गरगरीत डोळे जणू आग ओकत होते. त्याची दुभंगलेली काळी जीभ भूतगणांवर छत्र धरत होती. त्याच्या फण्याखाली असलेल्या विषदर्शक निळसर, जांभळट रेषा विश्वाच्या अंताचाच जणू संकल्प दर्शवत होत्या!

भूतगणांसह तो शेष आता पुढे सरसावून येत होता.

ते पाहून महानंदांनी लगबगीनं बैठक मारली. ''बसा इथेच सगळे!''

सर्वांनी त्यांचं अनुकरण केलं. कीथला मांडी घालणं अवघड जात होतं. कशीबशी अर्धवट मांडी घालून तो बसला.

''आता कोणताही विचार, चिंता, भीती मनात न आणता नेत्र मिटून घ्या! तुम्हाला कोणीही कोणतीही इजा करू शकणार नाही याची खात्री बाळगा!''

महानंद सूचना देतच होते, ''आता दृश्य जगताला हळूहळू विसरून जा. ॐ गं गणपतये नम: हा मंत्र आपल्या गर्भगृहात प्रतिध्वनी करीत म्हणायला लागा...''

सारेजण महानंदांचा उपदेश तंतोतंत पाळू लागले. कुणाच्याही मनात आता संदेह उरला नव्हता. महानंदांवर त्यांनी सारं काही सोपवून दिलं होतं. दृढ भावानं ते मंत्र म्हणू लागले. कीथ 'ऑम गॅन्ग गॅणपतये नॅमहा' असा उच्चार करीत होता. पण तो भावपूर्ण म्हणत होता. शेवटी शब्दांपेक्षा भावालाच अधिक महत्त्व असतं!

महानंद अजूनही सूचना देतच होते... ''या दृश्य जगाचं वास्तविक अस्तित्वच नाही, अशी भावना मनात दृढ करा... ज्या विश्वाचं अस्तित्वच नाही त्याविषयी चिंता कशासाठी बाळगायची? दृश्य विश्व हे खोटं आहे. त्यामुळे समोरचं संकट हे खोटं असून सत्‌रूपी विश्व हेच एकमेव खरं विश्व आहे. त्या सत्‌विश्वात प्रवेश करण्यासाठी आपण श्रीगणेशामार्फत भगवान शिवाचीच आराधना करीत आहोत, ही समज पक्की करा. तसा आत्मबोध तुम्हाला होत आहे, अशी भावनाही दृढ करा... सत्‌विश्वात प्रवेश करण्याच्या अंगभूत शक्ती- बिल्ट-इन पॉवर्स परमेश्वरानं तुम्हाला दिल्या आहेत. त्या शक्तींना उत्तेजित करा...

''ॐ गं गणपतये नम: हा मंत्र म्हणताना सात्त्विक विचारांचं प्रस्फुरण करा... गणेश हा शिवांच्या घराचा द्वारपाल! त्याच्या स्तुतीनं असत्‌ संकटांचा विनाश होऊन शिवांच्या घराचं द्वार उघडेल! चला सारेजण... अंतर्यामीच्या केंद्रकाकडे आणि म्हणत रहा 'ॐ गं गणपतये नम:!'''

सामूहिक मंत्रोच्चार होऊ लागला. एकसूर जमला. अरुंद घळीत प्रतिध्वनित नादलहरी उमटू लागल्या. केंद्रकातील घुमकामुळे सर्वांचं मूलाधार चक्र उत्तेजित होऊ लागलं. इडा आणि पिंगला नाड्यांमधून सात्त्विक वृत्तीचा आनंदस्वरूप स्रोत मस्तकाकडे सरकू लागला. मंत्रांची कंपनं मस्तकाला प्रभारित करू लागली. भगवान शिवांच्या मस्तकातून गंगेचा ओघ उत्सर्जित व्हावा तसा प्रत्येकाच्या मस्तकातून सात्त्विक लहरींचा ओघ बाहेर पडू लागला. पाठोपाठ शुभ्र परंतु आत्यंतिक तरल असा तेजोखंड उत्सर्जित होऊ लागला. वर्षानुवर्षं साधना करूनही जी गोष्ट शक्य होऊ शकणार नव्हती ती गोष्ट या भिन्न समाजातल्या सामान्य जनांकडून सहज शक्य होऊ लागली. बिंदुसरोवराला प्राप्त झाल्यामुळेच ते शक्य होत होतं.

'ॐ गंगणपतये नम:' हा मंत्रजप सुरूच होता. हळूहळू शब्दही लुप्त झाले

आणि प्रभारित ध्वनी तेवढा उरला. ध्वनीमुळे आसमंत कंपित होऊ लागलं. त्या एकसुरी कंपनलहरींमुळे भौतिक जगताचा अंत होऊ लागला. कल्पित जगाच्या ठिकऱ्या उडू लागल्या. भ्रमयुक्त भयकारी जगत नष्ट होऊ लागलं. प्रत्येकाच्या भ्रूमध्यामध्ये प्रकाशाचं केंद्रक प्रस्थापित झालं. ते विस्तार पावू लागलं. सर्वांच्या दृष्टीसमोर प्रकाशसागर साकारला. पुन्हा तो आक्रसू लागला. 'ॐ गं गणपतये नम:'चा जपही मूक झाला. ध्वनीही लुप्त झाला. विश्वद्वार उघडल्याची प्रत्येकालाच जाणीव झाली.

सर्वांनी आपले नेत्र किलकिले केले. तो विशाल नागराज, तो भूतगण सारं काही अदृश्य झालं होतं. त्यांच्या मागे असलेला काळा पहाड दुभंगला होता. त्याच्या ठिकऱ्या उडून त्या अव्यक्त झाल्या. पलीकडच्या दिव्य प्रांतातला निळसर, तरल प्रकाश घळीत शिरला होता. एक वेगळंच विश्व पलीकडे साकारलं होतं.

त्या दिव्य प्रदेशाच्या ओझरत्या दर्शनानं साऱ्यांची मती कुंठित झाली. नेत्र विस्फारून ते दिव्य सृष्टीचं दर्शन घेत तिथेच निस्तब्ध उभे राहिले.

"चला, कुणाची वाट पाहताय?" महानंद अतीव उत्साहानं म्हणाले, "हाच तो दिव्य प्रांत! इथेच आहे या विश्वातलं अलौकिक बिंदूसरोवर!"

महानंदांसमवेत सारेजण हलकी पावलं टाकत त्या दिव्य प्रांताकडे निघाले. तो निळसर तरल प्रकाश भेदून सारेजण पलीकडे गेले आणि असीम आनंदाचं त्यांना भरतं आलं. साऱ्या शरीरातून आनंदलहरी फिरू लागल्या. ते दिव्यत्व त्यांच्या नेत्रांना कमालीची तृप्ती देत होतं. मनाला प्रशांती तर आत्म्याला ज्ञानानंद देत होतं. शरीरबद्ध भौतिक मनानं कधीही कल्पना केली नव्हती असं ते दिव्यदर्शन होतं. चहुबाजूंनी पौर्णिमेच्या चांदण्या रात्रीचं निळसर तेजस्वी अवकाश व्यक्त झालं होतं. लक्षावधी चांदण्या चंद्रप्रकाशातही आपलं अस्तित्व प्रकर्षानं दर्शवीत होत्या. ग्रहमंडळ नजीक आलं होतं. अवकाश डोंगररांगांपर्यंत चहूकडून खाली उतरलं होतं. साऱ्या चांदण्या जणू एकमेकींशी खेळण्यासाठी खाली उतरल्या होत्या!

अवकाशाच्या पडद्याखाली अवकाशाशीच जणू एकरूप झालेल्या डोंगरांचं एक कोंडाळं दिसत होतं. मधोमध निळसर रंगाचं भव्य जलाशय पूर्वेकडून बऱ्याच वर आलेल्या चंद्रप्रकाशात चमचमत होतं. त्या निळसर जलाशयाची शीतलता दुरूनही यात्रिकांच्या मनाला रिझवत होती.

"हेच ते दिव्य बिंदूसरोवर!" महानंद हलकेच पुटपुटले. मग त्यांनी आपली चांदीच्या मुठीची काठी दोन्ही हातांत धरली. चांदीची मूठ झाकणासारखी फिरवून बाजूला केली. त्याचवेळी काठीच्या पोकळीतून शुभ्र प्रकाशतरंग बाहेर पडू लागले. आपल्या उजव्या हातात काठी घेऊन त्यांनी त्या प्रकाशतरंगाचा झोत प्रत्येकाच्या भ्रूमध्यावर केंद्रित केला. ते दिव्य प्रकाशतरंग सर्वांच्या शरीरात प्रविष्ट झाले आणि त्या तरंगांनी प्रत्येकाच्या शरीराभोवती एक दिव्य प्रभा निर्माण केली.

सर्वांकडे सस्मित दृष्टीनं बघून महानंद म्हणाले, ''आता तुमचा 'अहं' टिकून राहील. जीव म्हणून तुमचं स्वतंत्र अस्तित्व अबाधित राहील. हा तेजस्वी चंद्र काटकोनात वर आल्यानंतर विश्वद्वार उघडलं जाईल. त्या वेळी तुमचं अस्तित्वच उरलं नसतं! आता तुमच्याजवळ सुरक्षा कवच आहे, चला...''

त्या अगम्य, अद्‌भुत प्रदेशाच्या प्रथमदर्शनानं आणि दिव्यानुभूतीनं सारे यात्रिक दिङ्मूढ होऊन गेले होते. सारे उद्‌गारवाचक शब्द त्यांच्या मुखातून हरवून गेले. वाचेचं कार्यच संपलं होतं. त्यामुळे दिव्यत्वाचं... अलौकिकत्वाचं वर्णन ते कोणत्या शब्दांत करणार होते? ती केवळ अनुभूतीचीच गोष्ट होती. नि:स्वार्थ, निरपेक्ष भावानं आलेल्या त्या यात्रिकांनाच केवळ तो दिव्यानुभव मिळत होता. स्वार्थी जनांना त्याची थोडीच प्राप्ती होत असते?

महानंदांनी यात्रिकांना भानावर आणत म्हटलं, ''असे पाहत काय राहिलात? चला, त्या सरोवराचं दर्शन घेऊ!''

डोंगर उतरून सारेजण त्या दिव्य सरोवराजवळ आले. चहुबाजूंच्या निळसर-शुभ्र डोंगररांगांमधलं ते निळंशार सरोवर पाहून प्रत्येकालाच अंतिम तृप्ती लाभली. तो सारा प्रदेश म्हणजे अनंत अवकाशात तरंगणारा दिव्य लोक वाटत होता. सरोवर, डोंगर, लक्षावधी ग्रह-तारे आणि अवकाश एकरूप होऊन गेल्यासारखं दिसत होतं. चंद्र अधिक जवळ आल्यासारखा भासत होता. त्याच्यातून सांडणारं शीतल तेजामृत यात्रिकांच्या मनाला रिझवत होतं; तर निर्मल, सुगंधित वातावरण त्यांना सुखावीत होतं.

''सृष्टीतील हे अलौकिक सरोवर ब्रह्मदेवाच्या संकल्पातून निर्माण झालं आहे. इथलं तीर्थ प्राशन करू या!''

महानंदांपाठोपाठ सारे यात्रिक जलापाशी गेले. जलाशयात चंद्रमा आणि त्यानं फुलवलेला चांदण्याचा मळा उतरला होता. जलाला अल्पसा जरी स्पर्श झाला तरी अनेक तरंग त्यावर उठत होते. त्या अस्पर्शित जलावर घाणीचा लवलेशही नव्हता. जलावर आणि जलगर्भात वसून होतं केवळ निर्मल पावित्र्य! त्या नीतळ जलाचा तळ फार खोल नव्हता. शुभ्र वाळूचे आणि अगम्य रत्नांचे अनंत कण तळाशी दिसत होते. ते कण, ती रत्नंही स्वयंप्रकाशित असल्यासारखी चमचमत होती.

महानंदांच्या सूचनेनुसार प्रत्येकानं ओंजळीतून ते शीतल जल प्राशन केलं. कमालीची तृप्ती आणि प्रसन्नता त्या जलानं त्यांना प्राप्त झाली. नकळत प्रत्येकाचे हात जोडले गेले. आपल्या नेत्रांना आणि मस्तकालाही त्यांनी जलाचा स्पर्श केला.

महानंदांनी आकाशात डोकावून बघितलं. चंद्र आकाशात बराच वर आला होता. सरोवरापासून बाजूला होत ते म्हणाले, ''चला, त्या डोंगरमध्यावर जाऊन बसू. चंद्र झपाट्यानं वर येतो आहे. तो बरोबर माथ्यावर आला म्हणजे या सरोवरात एका वैश्विक क्रीडेला प्रारंभ होणार आहे. त्यामुळे पट्‌कन चला...''

डोंगरमध्यावर येऊन सारेजण स्टेडियममध्ये बसावं तसे ओळीनं तिथे बसले. तिथून बिंदूसरोवर अतिशय विलोभनीय दिसत होतं. मंद, शीतल वाऱ्याची झुळूक, पूर्वेकडून बराच वर आलेला चंद्रमा, त्यानं फुलवलेला चांदण्याचा मळा आणि त्याला आपल्या गर्भात सामावून घेणारं ते दिव्य सरोवर! चारही बाजूंनी उंच पर्वतरांगांनी सरोवराला दिलेलं कोंदण, पूर्वेकडे दूरवर धुरकट होत गेलेल्या डोंगररांगा, भगवान शिवाच्या जटाभारातून फेसाळलेली पवित्र गंगा खाली सांडावी तसा डोंगर माथ्यांवर सांडलेला चंद्रप्रकाश, त्यामधून चमचमणारी विविध वृक्षांची पानं... सारंच चराचर स्वर्गीय भासत होतं. स्वर्गीय सौंदर्यात भर म्हणून की काय; बिंदूसरोवरामध्ये शुभ्र राजहंसांचा मुक्त विहार प्रारंभित झाला होता. त्यांच्या लयबद्ध तरंगण्यामुळे जलावरही मंद लयबद्ध तरंग उमटत होते.

आता कुणीच काही बोलत नव्हतं. चंद्र माथ्यावर येत होता. त्या दिव्य प्रदेशावर चंदेरी शाल लपेटली गेली. खाली-वर रुपेरी पोत विणला गेला होता. अंतर्बाह्य सुखावून गेलेले ते जीव असीम आनंद अनुभवत होते.

सरोवराकडे बघत असतानाच महानंदांच्या मुखातून सहजगत्या शब्द बाहेर पडू लागले...

"मित्रांनो, या अतिदुर्लभ सरोवराला आज आपण प्राप्त झालो आहोत, हे आपलं महत्‌भाग्यच म्हटलं पाहिजे. आजपर्यंत कुणीही नर या ठिकाणी येऊ शकलेला नाही... बिंदूसरोवर हे विश्वद्वार आहे. ज्याप्रमाणे माणसाच्या शरीरातला आत्मा मूलाधार चक्रापाशी वास्तव्य करून असतो तसंच हे आहे..."

सारेजण महानंदांचं बोलणं उत्सुकतेनं ऐकत होते. मधे कुणीही बोलत नव्हतं.

"पृथ्वीचा प्राण तिच्या पोटात आहे, तर बिंदूसरोवर तिचा भ्रमूध्य आहे, असं म्हटलं तरी चालेल. त्यातूनच विश्वाशी संपर्क होऊ शकतो. थोडक्यात, बिंदूचा सिंधूशी संपर्क होऊ शकतो. विश्वात व्यापून उरलेल्या सत्याचा अंश इथेच आहे! एका अंशाचं ज्ञान झालं की विश्वाचं ज्ञान ओघानंच होतं! म्हणूनच हे आहे बिंदूसरोवर! विक्रम..."

"काय?"

"त्या पिंडीत तू डोकावून बघितलं होतंस तेव्हा काय दिसलं होतं तुला?"

"प्रथम इलेक्ट्रॉन्स फिरताना दिसले... आणि मग चेन-रिॲक्शन झाल्याप्रमाणे इलेक्ट्रॉन्सचे अनेक संच फिरू लागलेले दिसले... त्यातून भविष्यात साकार होणारं विश्व दिसू लागलं..."

"बरोबर! अरे, तो विश्वनिर्मितीचाच फॉर्म्युला आहे. ते नव्यानं निर्माण होणारं विश्व वेगळं आणि आपलं हे जगत वेगळं. काल, मिती, पदार्थ अशा सर्व गोष्टींमध्ये दोन विश्वांत भिन्नता आहे..."

"म्हणजे अशी किती विश्वं आहेत?"

"कल्पना करशील त्याहून अधिक!"

"माय गॉड! धिस इज् टेरिफिक!" कीथनं तोंड उघडलं.

"म्हणजे, म्हणजे हे जे आपलं विश्व दिसतंय त्यापेक्षा निराळी, कधीही न दिसणारी अशी विश्वं खरंच आहेत?" कपाळावर घसरलेली आपली केसांची बट कानामागे अडकवत अपूर्वानं विचारलं.

"होय अपूर्वा," महानंदांनी हसून म्हटलं. "अशी अगणिक विश्वं प्रत्यक्षात आहेत आणि नव्यानंही निर्माण होत आहेत! कुणाचाच कुणाशी संपर्क नाही! प्रजापती ब्रह्माचं सूत्र घेऊन कुणीही विश्व निर्माण करू शकतो. बिंदू ते विश्वनिर्मिती हे त्या ब्रह्माचं कार्य आणि विश्वातून पुन्हा बिंदूकडे येणं हे शिवाचं कार्य! हाच तो विनाश! हेच ते शिवाचं विनाशकार्य!"

"म्हणजे शिव माणसांचा, सृष्टीचा संहार करत नाही? प्रलय करीत नाही!"

"त्याची आवश्यकताच काय?" महानंद हसत उत्तरले.

"असं बघा, जे अस्तित्वातच नाही त्याचा संहार तरी कशासाठी करायचा? त्याचं कारणच काय? प्रस्फुरण झालेल्याचं आकुंचन होणं हेच शिवकार्य! हे शिवत्त्व सर्वच विश्वांना व्यापून उरलेलं आहे. आणि म्हणूनच प्रत्येक विश्वामध्ये शिवत्वाचा समान गोफ आहे. जिथे जिथे हा गोफ गुंफला गेला आहे, तिथे तिथे विश्वद्वारं आहेत. म्हणूनच एरवी कोणत्याही विश्वांचा, ग्रहांचा, मितींचा, कालाचा परस्परसंबंध नसला तरी प्रत्येक ग्रहावर... विश्वातल्या यच्चयावत ग्रह-ताऱ्यांवर एकेक बिंदूसरोवर आहे! या बिंदूंवर विश्वांमधले सर्व काल, मिती समाहित होतात - न्यूट्रल होतात. म्हणूनच हे बिंदू म्हणजे विश्वद्वारं आहेत! ही द्वारं परस्परांना जोडलेली आहेत. बिंदू-बिंदूमधून आपण ब्रह्मांडात कुठेही जाऊ शकतो!"

"बापरे!" सहजगत्या विक्रम आणि अपूर्वानं प्रतिसाद दिला. कीथचा आ वासला गेला होता. अनेक विश्वांची, तिथल्या न्यूट्रल पॉइंट्सची आणि त्यांच्यातल्या समान धाग्यांची कल्पना त्याच्या वाचनात कधीच आली नव्हती किंवा त्यानं इंग्रजी चित्रपटातही कधी पाहिली नव्हती. त्यामुळे हे दिव्य ज्ञान पचवताना त्याला फार सायास पडत होते. ते सारं अगाध ज्ञान शंकर भाबडेपणानं भारावून श्रवण करीत होता.

डोईवरची लाल कानटोपी काढून महानंदांनी ती उजव्या मांडीवर ठेवली. सोनेरी फ्रेमचा चश्मा थोडा मागे सरकवून ते पुढे सांगू लागले, "शुक्लपक्ष आणि उत्तरायण कालात ही विश्वद्वारं उघडली जातात. ज्यानं आयुष्यभर चांगली कामं केली आहेत ते या विश्वद्वारांमधून उत्तमोत्तम विश्वात जातात. ज्या विश्वामधली परिस्थिती भयाण आहे, प्रतिकूल आहे, दूषित आहेत अशा विश्वांमध्ये वाईट कर्मं केलेले लोक जातात. या बिंदूसरोवरावर मात्र पवित्र जीवच येऊ शकतात. यदाकदाचित पापी जीव आलेच तर..."

तो विषय महानंदांनी अर्धवटच सोडला. संपूर्ण परिसरावरून त्यांनी दृष्टी फिरवली. मग त्यांनी वर आकाशाकडे दृष्टिक्षेप टाकला. ''चंद्र आता माथ्यावर येत आहे... अजून थोड्याच वेळात आपल्याला इथे विश्वनाट्य बघायला मिळणार आहे... अनुभवायला मिळणार आहे म्हणा हवंतर!''

''तत्पूर्वी मला एक शंका आहे काका!''

''इथे आल्यावर साऱ्या शंकाकुशंका गळून पडतात, विक्रम! तरीही... ठीक आहे, विचार, पण लवकर! कारण हा चंद्र विशिष्ट अंशात आला की विश्वद्वार उघडलं जाईल. तुम्हाला दिव्य सृष्टी बघायला मिळेल... केव्हाही त्या खेळाचा प्रारंभ होईल. तेव्हा...''

विक्रमलाही तो खेळ पाहण्याची उत्सुकता होतीच. म्हणून आपल्या मनातली शंका त्यानं लगोलग विचारली, ''त्या पिंडीचा आणि बिंदूसरोवराचा संबंध अजून माझ्या नीटसा ध्यानात आलेला नाही... शिवाय पिंडीसह इथे आल्यामुळे एखाद्याला विश्वावर कन्ट्रोल कसा काय करता येणार होता, हेही मला समजलेलं नाही.''

''ऐक!'' एक दीर्घ श्वास घेऊन महानंद सांगू लागले- ''ती पिंड म्हणजे विश्वात्मकाशी संलग्न होण्याचं एक माध्यम आहे. पौर्णिमेला विश्वद्वार उघडत असताना जर बिंदूसरोवरातील जलानं विधिवत् त्यावर अभिषेक केला तर विश्वात्मकाशी एकरूपता येऊ शकते. तुम्हाला माहीतच आहे की ही सृष्टी पंचमहाभूतांनी बनलेली आहे! पृथ्वी, आप, तेज, वायू आणि आकाश! यांपैकी आपण या प्रवासात तेज इथे घेऊन आलो आहोत. या सरोवराशी त्या तेजाचं मीलन झालं की आपल्याला सृष्टिदर्शन होईल! या एका बिंदूसरोवरावर आपण ताबा मिळवला की विश्वावर ताबा मिळवल्यासारखंच होईल.''

''पण ती पिंड तर आपल्याजवळ नाही...''

''नसेना का! ती योग्य ठिकाणीच येणार...

''ओके, म्हणजे त्या पिंडीच्या साहाय्यानं आणि सरोवराच्या माध्यमातून कुणालाही विश्वावर कन्ट्रोल करता येईल, बरोबर ना?''

''विक्रम, आपण स्वतःच विश्वरूप बनून गेल्यावर आणखी कुणावर कन्ट्रोल करणार? आणि कशासाठी?...''

''मग त्रिदंडी महाराज...''

विक्रम बोलत असतानाच कीथनं सर्वांना भानावर आणलं. तो उत्साहानं म्हणत होता, ''अंकल, सी देअर! इट्स अमेझिंग... बियाँड माय एक्स्पेक्टेशन्स!!''

सर्वांनी सरोवराच्या दिशेनं माना वळवल्या.

थक्क होऊन ते त्या अद्भुताकडे पाहत राहिले!

वैश्विक खेळ

तो वैश्विक खेळ पाहून साऱ्यांची मती कुंठित झाली. एक शुभ्र प्रकाशझोत अवकाश भेदून बिंदूसरोवरात उतरला. प्रकाशाचा उत्सव अवकाशातच प्रारंभित झाला होता. सरोवरावरील उंचच उंच, अथांग अवकाशाला विशाल छिद्र पडलं होतं. अतिशुभ्र, निळसर, तरल, मधूनच जांभळट रंगांचे दिव्य प्रकाशझोत त्या अवकाश-छिद्रातून खाली पाझरले होते आणि बिंदूसरोवरात उतरले होते. ते झोत जणू त्या जलावर फेर धरून नाचू लागले.

ते पाहून सर्वांची वाचा मूक बनून गेली.

महानंद तेवढे भारावून उद्गारले, ''वर विश्वद्वार उघडलं आहे पहा! ते विविधरंगी प्रकाशझोत निरनिराळ्या विश्वांमधून इथे परावर्तित झालेले आहेत! विविध विश्वांमध्ये वसत असलेल्या दिव्य संस्कृतीसुद्धा तुम्हाला इथे बघायला मिळतील... पण... पण त्या केवळ भासमान असतील...''

''म्हणजे नजरबंदीचा खेळ?'' अपूर्वानं दिव्यत्वाकडे दृष्टी ठेवूनच शंका काढली.

महानंद उत्तरले, ''ही नजरबंदी नाही, अपूर्वा; हे प्रत्यक्षाचं प्रतिबिंब आहे. आरशाच्या साहाय्यानं तुम्ही सूर्याला नाही का घरातल्या भिंतीवर आणू शकत?''

आणि खरोखर ते विविध विश्वातले प्रकाशझोत बिंदूसरोवरावर आपल्या विश्वाचं ओझरतं दर्शन घडवू लागले. विश्वद्वार उघडून चंद्र किंचितसा पुढे सरकला तेव्हा ते शुभ्र-निळसर प्रकाशझोत सरोवराच्या पृष्ठभागावर स्थिरावले होते. ती निरनिराळ्या विश्वांमधली दृश्यं द्विमिती, त्रिमिती तर काही चार मिती स्वरूपाची सुद्धा होती! निरनिराळ्या आकाराचे, उंचीचे, रूपाचे जीव, प्राणी, मानव, अतिमानव, राक्षस अशा साऱ्यांनी यात्रिकांना आपापल्या जगाचं दर्शन घडवलं. केवळ सजीव सृष्टीच नव्हे; तर भिन्न भिन्न प्रदेश, वायुरूप ग्रह-तारे, हिरवी, गुलाबी, पिवळ्या-जांभळ्या रंगांची वृक्षराजी, केवळ अचल नव्हे; तर चालणारे वृक्ष, बोलणारे वृक्ष,

पृथ्वीवरच्या वनस्पतींपेक्षा पुढारलेली... प्रगत वनस्पतीसृष्टी देखील त्यांना बघायला मिळाली. त्यात मधूनच प्रा. विश्वनाथनांनी दर्शन दिलं. सस्मित मुद्रेनं ते विक्रमकडे पाहत होते. त्यांची मुद्रा तृप्त भासत होती. ते अतिउन्नत सृष्टीत गेल्याचं पाहून विक्रमलाही समाधान वाटलं.

काही वेळानं ते वैश्विक प्रकाशझोतही स्थिरावले. प्रतिबिंब स्वरूपात दिसलेली आणि वेगानं साकार झालेली लक्षावधी दृश्यं लुप्तप्राय होऊ लागली. चंद्र आणखी किंचित पुढे सरकला होता.

महानंद जणू आपला अनुभव सांगू लागले, "या सृष्टींपुढची उन्नत सृष्टी म्हणजे गंधर्वलोक! हा लोक परमलोकाच्या अगोदरचा लोक आहे. संगीत हा तिथल्या सृष्टीचा स्थायिभाव. त्या प्रांतातले स्वरही तसेच दिव्य... असीम आनंद देणारे! नादब्रह्मातून जी अंतिम आनंदाची अवस्था प्राप्त होते त्या अवस्थेत उरते ती केवळ आनंददायी निर्वात शांती! त्या परमशांतीची एकसंध अवस्था ही अत्युच्च अवस्था असते, गंधर्वलोकापलीकडची! आता आधी हा गंधर्वलोक साकार होतोय पहा! पहा, पहा ती रासक्रीडा!"

दिङ्मूढ होऊन ते सारे यात्रिक सरोवराकडे बघू लागले. अवकाशातून उतरलेल्या त्या शुभ्र, शीतल, प्रशांत आणि निळसर प्रकाशझोतात आणखी एक परमपवित्र, शुभ्र डोंगररांगांनी वेढलेला प्रदेश दिसू लागला. त्या प्रदेशातही एक सरोवर दिसू लागलं. पौर्णिमेचा चंद्रही त्या दृश्यातल्या दृश्यात दिसू लागला. भोवती कदंब, पिंपळ, आम्र असे वृक्ष दिसू लागले. जलाशयाकाठी दिव्य देहधारी स्त्रिया-पुरुषांनी फेर धरला होता. त्यांच्यामधेच एक बालक नाचताना दिसू लागला. त्याच्या मस्तकावर तीन मोरपिसं होती. नाचता नाचता तो बासरी वाजवत होता. अतीव आनंदाचे दिव्य स्वर यात्रिकांना ऐकू येऊ लागले.

"काका... तो कृष्ण तर नव्हे?" अपूर्वाला उत्साहाचं भरतं आलं होतं.

"होय बाळा, तो कृष्णच!"

"मग तो या गंधर्वलोकात कसा?'

"अगं, कृष्णाचं जीवन सृष्टीत कुठे ना कुठे चाललेलंच असतं!"

"किती सुंदर ही रासक्रीडा! मी कधी अशी कल्पनाही केली नव्हती!"

आता प्रत्येकाची जणू त्या सुरांनी समाधी लागली. मन असीम आनंदाच्या डोही तरंगू लागलं.

मग नकळत अपूर्वाच्या तोंडून शब्द ओसंडू लागले- "पहाडीचे हे सूर किती सुंदर! परमतृप्तीचा मी अनुभव घेते आहे!"

"खरंच!" विक्रमही सहजगत्या म्हणाला, "किती पवित्र, अतिसुखद..." त्याचा शब्दसाठा खंडला. जी गोष्ट केवळ अनुभवायचीच होती त्याला उपमा तरी

कशाची देणार? साऱ्यांचीच तशी अवस्था झाली होती.

तेवढ्यात तेही दृश्य अदृश्य झालं. केवळ पहाडीचे सूर मागे रेंगाळले आणि प्रत्येकाच्या कर्णेंद्रियात फिरत राहिले, परमानंद देत राहिले.

पुढचं दृश्यही तसंच होतं. शुभ्रता तशीच होती. फक्त त्या दृश्यातला चंद्र पश्चिमेला पुरता कलला होता. दृश्यातल्या नीलसरोवरात शुभ्र राजहंस विहार करीत होते. सभोवतालच्या वृक्षवेलींवर विविधरंगी फुलं फुलली होती. त्या दृश्यानं दिव्यलोकातला सुगंधही बरोबर आणला होता. दृश्यामधल्याच राजहंसांनी एका शुभ्र, नक्षीदार नावेभोवती फेर धरला. नावेत विविध वादक बसले होते. त्यांच्या हातात वीणा, शततारा, बासरी, पखवाज आणि बरीच अगम्य वाद्यं दिसत होती. वादकांच्या भोवती सुंदर स्त्रिया-मुलं संगीतात रंगून गेली होती. पुष्कळांनी हातानं ताल धरला होता. नावेभोवती फेर धारणारे राजहंस लयीनुरूप, समेनुरूप आपले पंख फुलवत होते, वर-खाली करीत होते; आणि जलावर आपटत होते. मधूनच ते माना उंचावत होते. चोची उघडत होते.

नावेभोवतीच्या अवकाशात स्वर्गीय संगीत ऐकण्यासाठी देवांनी गर्दी केली होती. त्यांच्या मुद्रा केवळ अस्पष्ट स्वरूपात व्यक्त झाल्या होत्या. त्यांचे उंच भव्य किरीट, लांबसडक नासिका, कमलपत्राप्रमाणे असणारे विशाल नेत्र, शुभ्र, निळसर कांती, गळ्यातल्या सुगंधी माळा धूसर स्वरूपात दृष्टीस पडत होत्या.

गंधर्वांच्या गळ्यातही सुगंधी मालांबरोबरच दिव्य आभूषणं होती. आपल्या केसांची त्यांनी वैशिष्ट्यपूर्ण रचना केली होती. त्यांनी ल्यायलेली वस्त्रं अतिशय तलम आणि उंची होती. काळजी, चिंता, आसक्ती यांचा लवलेशही त्यांच्यापाशी दिसत नव्हता.

"किती सुंदर हे जीवन!" अपूर्वा पुन्हा बोलून गेली. "काका, असं जीवन आपल्याला जगता आलं तर..."

"मुली, पृथ्वी हे कर्ममय जगत आहे. उत्तम, अभिजात संगीताचा व्यासंग, संयमशील सात्त्विक तसंच भावपूर्ण जीवन इथे जगलीस तर अशा दिव्य लोकाला निश्चितच प्राप्त होशील. अर्थात पृथ्वीवर कर्म करता करतासुद्धा तू अशा प्रशांत जीवनाचा अनुभव घेऊ शकशील!"

गंधर्वसृष्टीकडे पाहूनच तिनं विचारलं, "यांची कितीतरी वाद्यं आपल्या इथल्यासारखीच वाटतात!"

"देवलोकातल्या गंधर्वांनीच सहस्रो वर्षांपूर्वी ही वाद्यं पृथ्वीवर आणली होती."

"पण यांचा प्रदेश खूप खूप दूर असेल ना? कदाचित... कदाचित लक्षावधी प्रकाशवर्षं दूर...?"

"असेना का, विक्रम! बिंदूसरोवरावर काल न्यूट्रल होतो आणि..."

“पण हा चंद्र तर पुढे सरकताना दिसतो की! म्हणजेच या प्रदेशात तोही कालबद्ध आहे!”

“तो कालबद्ध आहे... आपणही कालबद्ध आहोत. पण हे समोरचं दिव्य सरोवर कालातीत आहे. पृथ्वीचं अस्तित्व संपलं तरी हे सरोवर, हा पॉइंट असाच उरणार आहे. अनेक विश्वांमध्ये विखुरलेले असे ‘न्यूट्रल पॉइंट्स’ ज्या वेळी पुन्हा एकत्र येतील तेव्हा कोणतंच भौतिक विश्व उरणार नाही. केवळ एक, समतल, कालातीत ईश्वरी व्यवस्था उरेल. पुन्हा हे बिंदू किंवा न्यूट्रल पॉइंट्स नवनिर्मित विश्वांबरोबर प्रस्फुरित होतील आणि त्यातून बिंदूसागर निर्माण होईल. बिंदूतून सिंधूकडे जाण्यासारखाच हा प्रकार आहे!”

ते अगाध ज्ञान मस्तकात साठवण्याचा सारेजण प्रयत्न करीत होते. तेव्हाच अपूर्वाचा उत्साह बोलू लागला- “किती सुंदर स्वर्गीय स्वर!”

अपूर्वाला संगीताची उत्तम जाण होती. तिच्या मुद्रेवर तृप्तीचं समाधान विलसत होतं. तिची केसांची खाली घसरलेली बट डोलत होती. ती बट उजव्या कानांमागे ठेवत ती सहजानंदात म्हणाली, “बागेश्रीचे स्वर! वा! आता मालकंस... पहाडी... आणि आता झिंझोटी! अहाहा!! किती प्रशांत, पवित्र...”

तिचे नेत्र मिटले गेले. विक्रमनं तिला भानावर आणलं. “ते पहा अपूर्वा!”

महानंदही पाठोपाठ म्हणाले, “एरवी पृथ्वीवर नेत्र मिटून ही सृष्टी बघण्याचा प्रयत्न करायचा आणि इथे डोळे उघडे ठेवून बघायचं! तुमच्या हाती ती पिंड आली त्यामुळे तुम्हाला हे दिव्यलोक बघण्याचं भाग्य लाभतंय. अन्यथा हे दर्शन फार दुर्लभ आहे... आता समोर परमलोक साकारतोय बघा!”

अतिउन्नत प्रदेशातली दृश्यं आता आकार घेऊ लागली होती. ती दृश्यं कोणत्याही भौतिक विश्वातली नव्हती. कोणत्याही ग्रह-ताऱ्यांवरची नव्हती. तर ती पारलौकिक होती. परमपवित्र प्रांतातली होती. शुभ्रता, निर्मळता, तेज:पुंजता हा तिथला धर्म होता. परमशांती तिथला बोध होता. ऋषिगण तिथे ध्यानस्थ बसलेले दिसत होते. अनेक देवदेवतांचं साकार रूप त्या प्रदेशात भासमान होत होतं.

बिंदूसरोवरावर तो दिव्यलोक अवतरला तेव्हा महानंद सहजगत्या बोलू लागले-

“हीच ती परमसृष्टी! साकार परमेश्वराचा हा अंतिम अतिउन्नत लोक! यापुढचा लोक निराकार आहे. तो आपल्याला सदेह कधीच दिसू शकणार नाही. तथापि हा साकार परमलोक आपल्यासाठी व्यक्त होणं हा आपल्यासाठी परमबोध आहे. या लोकात द्वैत आहे; पण ‘अहं’ नाही. ‘अहं’ नाही म्हणून षड्रिपू नाहीत. त्रिगुण नाहीत. त्यामुळे व्यवहार नाही. आपपर भाव नाही. तिथला जन्म अयोनिज आहे. तरीपण जन्म ही संकल्पनाच नाही. त्याचप्रमाणे देहाचा मृत्यू हीसुद्धा संकल्पना नाही. इच्छा आहे; परंतु ‘अहं’चं पोषण नसल्यामुळे आसक्ती नाही. त्यामुळे इथे

परमशांती आहे. हा परमलोक द्वैतरूपी आनंदस्वरूप आहे...''

परमलोकातला परमशांतीचा अनुभव सारेजण घेत होते.

आता कुणीच काही बोलत नव्हतं. एकदम नि:स्तब्ध शांतता पसरली. चंद्र किंचितसा पश्चिमेकडे झुकला होता. त्याच्या तेजाची प्रभा द्विगुणित झाली होती. सरोवराभोवतीच्या पूर्ण चंद्राकृती डोंगररांगांवरून चंद्रकिरणं परावर्तित होऊन बिंदूसरोवराच्या मध्यावर सम्मीलित झाली होती. अवकाशातून सरोवरावर उतरलेले प्रकाशझोत आता अव्यक्त होऊ लागले होते. त्या जागी चराचरातून आलेले प्रकाशपुंजके जमा व्हायला लागले. बिंदूसरावरोत दडलेल्या लक्षावधी रत्नांमधूनही प्रकाशतरंग वर फेकले जाऊ लागले. जणू संपूर्ण चराचरात दडलेलं विशुद्ध चैतन्य सरोवरावर एकत्रित होऊ लागलं होतं. त्यामुळे त्या जलावर अधांतरी स्वरूपात एक अतिविशाल प्रकाशखंड तयार झाला. तो प्रकाशखंड हळूहळू आकार घेऊ लागला. तेव्हा सारं वस्तुजात कंपित होऊ लागलं. यात्रिकांनाही दिव्य स्पंदनं जाणवू लागली. सरोवरावर आता शुभ्र, धुरकट रंगाची एक अनेक मिती असलेली आकृती साकार होऊ लागली. बघता बघता त्या निळसर शुभ्र प्रकाशखंडानं भगवान महादेवांचा आकार घेतला.

नेत्र विस्फारून सारेजण त्या अद्‌भुत दृश्याकडे बघत होते. आपण स्वप्नात तर नाही ना, याची अंगाला ते चिमटे काढून खात्री करून घेत होते. आश्चर्यदर्शक अस्फुट शब्द त्यांच्या मुखातून बाहेर पडत होते.

एकाएकी बिंदूसरोवरातील जलाचा प्रत्येक थेंब, प्रत्येक बिंदू प्रकाशित होऊ लागला. काजव्यांप्रमाणे दिसणारे परंतु तेज:पुंज, पांढरेशुभ्र प्रकाशबिंदू कारंज्याप्रमाणे वर उडू लागले. ध्यानस्थ शिवाची तेज:पुंज प्रकाशमूर्ती आता दृग्गोचर झाली होती. महादेवांचं प्रसन्न, प्रशांत मुखमंडल, त्यांचे ऊर्ध्व दृष्टीनं मिटलेले नेत्र, शुभ्र जटासंभार, गळ्यातल्या रुद्राक्षमाळा, मस्तकावरचा अर्धचंद्र आणि जटेतून उफाळणारी शुभ्र गंगा स्पष्ट दिसू लागली.

सरोवरातून उफाळलेले सहस्रो प्रकाशबिंदू चक्राकार आवर्तनं घेत शिवाभोवती फेर धरू लागले. विश्वद्वाराचं कुलूप उघडून चंद्र आता बराच पुढे सरकला होता. काही क्षणांमधेच शिवामध्ये वृद्धी होऊ लागली. त्यांच्याभोवती फिरणाऱ्या प्रकाश-बिंदूंनी आणखी वेग घेतला. बिंदूंच्या वेगवान परिभ्रमणातून ॐकाराचा नाद निघू लागला. साकार शिव-प्रकाशखंडाचं आणि सहस्रावधी प्रकाशित बिंदूंचं नातं जमून गेलं. त्यांना संवेदना प्राप्त झाली.

पृथ्वीवरचे ते यात्रिक केवळ त्या विश्वनाट्याचे प्रेक्षक होते. त्यांचं विचारचक्र थांबलं होतं. संकुचितता लोप पावली होती. त्यामुळे वैश्विकता आपोआपच प्राप्त झाली होती! त्यांचा 'अहं' तेवढा सुरक्षित होता. त्यामुळे द्वैतभावानं ते तो अपूर्व परमसोहळा 'याचि देही याचि डोळा' पाहत होते... अनुभवत होते.

शिवस्वरूपानं आता डोंगराएवढं रूप घेतलं होतं. सरोवरातून उठणारे लक्षावधी प्रकाशित बिंदू त्याच्याभावेती फेर धरूनच होते. काही क्षणांमध्येच तो प्रकाशित तेजोखंड आभाळापर्यंत वृद्धिंगत झाला. भोवतीच्या बिंदूंमध्येही वृद्धी होऊ लागली. तारामंडलालाही गती प्राप्त झाली. शिवाभोवती चक्राकार आवर्तनं घेत सारं तारकामंडल फिरू लागलं. लक्षावधी स्वयंप्रकाशित ग्रह-तारे शिवस्तुतीसाठी आकाशमंडलात एकत्रित जमले. त्या वैश्विक क्रीडेमध्ये बिंदूसरोवरातील जलही सामील झालं होतं. त्या चक्रिवातानं जलाला प्रोत्साहित केलं होतं. शिवाभोवती ते जल पिंगा घालू लागलं. जलाचे सूक्ष्म तुषार फवाऱ्याप्रमाणे चहूकडे उडू लागले.

एव्हाना प्रकाशित शिवस्वरूप आभाळ भेदून अवकाशात गेलं. निळसर, शुभ्र, निर्मल प्रकाश बघणाऱ्यांच्या नेत्रांना अतीव आनंद, परमशांती देत होता. असं शुभ्रत्व त्यांनी पूर्वी कधी बघितलंच नव्हतं.

आता सारं बिंदूसरोवर, सभोवतालचे डोंगर, आकाश, अवकाश प्रकाशित होऊन शिवाशी एकरूप होऊन गेलं होतं. त्या वैश्विक क्रीडेपासून यात्रिक मात्र अलिप्त होते. जणू भगवान शिवानंच त्यांना सुरक्षित ठेवलं होतं! त्यांचं द्वैत राखलं होतं. परंतु बिंदूसरोवरावर आलेले इतर जीव...!

शंकर तेव्हाच ओरडला- ‘‘ते खाली पहा! ते साधू महाराज...’’

‘‘आणि तो ऑस्कर... ती चिनी माणसं...’’ विक्रम उठून उभा राहिला.

‘‘मुळीच हलू नका! बसा इथेच!’’

विक्रम पुन्हा खाली बसला. सारेजण खालच्या दृश्याकडे नेत्र विस्फारून पाहू लागले.

भगवी वस्त्रं धारण केलेले त्रिदंडी महाराज सरोवराच्या दिशेनं धावत होते. त्यांच्या मागोमाग ऑस्कर आणि ते तीन-चार चिनी लोक!

‘‘त्या साऱ्यांचं संगनमत होतं विक्रम! त्रिदंडी महाराजांनी सर्वांना गूढवादाची दीक्षा दिली होती. तुझ्या हातून पेटी हिसकावून नेल्यानंतर ते अदृश्यरूपानं इथपर्यंत आले. आपल्याबरोबरच त्यांनी तिसरं द्वार पार केलं होतं!’’

‘‘तुम्ही त्यांना बघितलं होतं?’’

महानंद नुसते हसले.

‘‘विक्रम, महाराजांच्याच हातात ती पिंड आहे बघ!’’ अपूर्वानं म्हटलं.

स्वार्थांध त्रिदंडी महाराज विश्वावर ताबा मिळवता यावा म्हणून पिंडीसह वेड्यासारखे सरोवराच्या दिशेनं धावत होते. भगव्या कफनीवरचं भगवं उपरणं मागे उडत होतं. ऑस्कर डिसूझा त्यांच्या हातातून पिंड हिसकावून घेण्याचा प्रयत्न करीत होता. दोघेही अडखळत, ठेचकाळत होते; पण सर्वसामर्थ्यवान होण्याच्या महत्त्वाकांक्षेपुढे त्यांना कशाचंच भान उरलं नव्हतं. त्यांच्या मागे लागलेले ते पाच-सहा चिनी

सैनिकही बेभान होऊन त्यांचा पाठलाग करीत होते.

एव्हाना बिंदूसरोवरावरचं विश्वनाट्य लुप्त होऊ लागलं. भगवान महादेवांचं ते मूर्तिमंत साकार रूप अव्यक्त होऊ लागलं होतं. मलिनतेचा स्पर्श ते थोडाच होऊ देणार होते?

शिव अदृश्य झाले; परंतु अनेक उग्र प्रकाशखंड सरोवरावर साकारले. त्यांनी लाल, पिवळा, जांभळा असे उग्र रंग धारण केले. त्या प्रकाशखंडांनाही आता गती प्राप्त झाली. ते चक्राकार फिरू लागले. काही सेकंदातच त्या प्रकाशखंडानं प्रचंड... कल्पनातीत वेग घेतला. त्यामुळे एकच मातकट रंग सरोवराला व्यापून उरला.

त्याच वेळी त्रिदंडी महाराज जलाशयापाशी जाऊन पोचले होते. ऑस्करशी झटापट करून त्यांनी त्याला खाली पाडलं. पिंडीवरचा बाण त्यांनी लगेच फिरवून काढला. सरोवर जलात पिंड बुडवून त्यांनी त्यात पाणी भरून घेतलं. दोन्ही हातात पिंड धरून ते पळभर निश्चल उभे राहिले.

मागून आलेले चिनी सैनिक त्यांच्यामागे येऊन थबकले होते. ऑस्कर उठून उभा राहिला होता. पण कुणाचंही पुढे येण्याचं धाडस होत नव्हतं. कारण त्या पिंडीतून तेजोवलयं बाहेर पडू लागली होती. त्रिदंडी महाराज निश्चल उभे राहून मंत्र पुटपुटत होते. लेण्यांमध्ये सापडलेला मंत्र ते म्हणत असावेत, हे यात्रिकांनी तेव्हाच ओळखलं.

आता भोवतीचे डोंगर कंपित होऊ लागले. दगडधोंडे वर उसळू लागले. प्रकाशझोताबरोबर ते सरोवराभोवती चक्राकार फिरू लागले. त्यांचा परिभ्रमणाचा वेग प्रतिक्षणी वाढत गेला.

स्थितप्रज्ञ वृत्तीनं महानंद तो प्रकार पाहत होते. पण विक्रमचं मात्र अवसान गळालं होतं. इतके प्रयत्न करून कित्येक संकटांशी सामना करून तो त्या पिंडीसाठी बिंदूसरोवरावर आला होता. अखेरच्या क्षणी त्रिदंडी महाराजांच्या हाती ती पिंड जाऊन त्यांनी नको ती गोष्ट साध्य केली होती. वरपांगी सौम्य, सोज्ज्वळ, मृदुभाषी असणाऱ्या दुष्ट, पाताळयंत्री, स्वार्थी, लबाड माणसाच्या हाती वैश्विक शक्ती लागली, या विचारामुळे विक्रम खंतावला होता. कार्यपूर्तीसाठी आपण कमी पडलो याचंही त्याला राहून राहून वाईट वाटू लागलं. इतका वेळ तो आनंद डोहात तरंगत होता. आता तो दुःखाच्या खाईत लोटला गेला. निराश होऊन तो समोरच्या भेसूर प्रकाराकडे पाहत राहिला.

त्याची मनःस्थिती अपूर्वानं तेव्हाच ओळखली होती. तिनं हळूच विक्रमचा हात हाती घेतला. त्या वेळी त्या हाताचा विक्रमला केवढा आधार वाटला! दोघेही महाराजांकडे हताशपणे बघत राहिले.

एव्हाना सर्वत्र धुळीचे भोवरे उडू लागले; आणि वर वर आकाशात जाऊ

लागले. त्यामुळे चंद्रही ग्रासला गेला. कर्णकटु कडकडाट सुरू झाला. प्रचंड वेगानं फिरणाऱ्या धुळीत सरोवरातील जल मिसळून गेलं. सारं चराचर भयाणतेनं कंपित होऊ लागलं. वरचं आकाश फाटलं. त्यातून दगडधोंडे, धुळीचे चक्राकार लोट वर जाऊ लागले. सहस्त्रो मेघांचा घनगंभीर नाद सर्वत्र कोंदून राहिला होता. त्यात त्रिदंडी महाराजांच्या मुखातून निघणाऱ्या मंत्रांचा आवाज मिसळून गेला होता.

महानंदांच्या कृपेमुळे सारे सत्रवृत्त यात्रिक मात्र त्या उद्रेकापासून सुरक्षित राहिले होते. एकही दगड, खडा त्यांना स्पर्श करू शकत नव्हता.

अचानक सहस्त्रो विजांचा कडकडाट व्हावा तसा सृष्टिभेदक नाद उमटला. बिंदूसरोवराचा परिसर कंपायमान होऊ लागला. त्रिदंडी महाराजांच्या हातात असलेल्या पिंडीतून सर्वांतक तेजोवलयं बाहेर पडू लागली. त्या तेजोवलयांनी संपूर्ण परिसर व्यापून टाकला. विनाशकारी तेजोमंडलानं सारं स्थिरचर गिळंकृत करायला सुरुवात केली.

त्रिदंडी महाराज आणि त्यांच्या मागे उभे असलेले स्वार्थीजन स्वत्व हरवून बसले होते. त्यांना कशाचंच भान उरलं नव्हतं. त्या तेजोवलयांनी आणि चक्राकार फिरणाऱ्या वस्तुजातानं त्यांना घेरून टाकलं. विश्वावर अधिराज्य गाजवायला निघालेले ते स्वार्थीजन त्या प्रलयंकारी वेढ्यात अडकले आणि दगडधोंडे, माती यांबरोबर प्रचंड वेगानं चक्राकार फिरून कापरासारखे वरच्या पोकळीत अदृश्य झाले.

स्वार्थलोलुप, अहंकारी, परपीडा देणाऱ्या दुष्ट लोकांचा ग्रास घेतल्यानंतर बिंदूसरोवरावरचं तांडव हळुहळू शमू लागलं. मती कुंठित झालेल्या यात्रिकांचं विचारचक्र यथावकाश पूर्ववत सुरू झालं. सर्वांना वास्तवाचं भान आलं. सारेजण उठून उभे राहिले.

अपूर्वा उत्साहानं सरोवराकडे निर्देश करून म्हणाली, "विक्रम! ते पहा! ते सुंदर सरोवर आहे तसंच आहे!"

"ॲन्ड धिस फुल मून ॲज वेल!" कीथनं आकाशाकडे निर्देश केला. विक्रमनं लगोलग म्हटलं, "म्हणजे काका, आपण स्वप्नात तर नव्हतो ना?"

"नाही! वैश्विक शक्तीचं दर्शन तुम्हाला खरोखरच घडलं. त्या शक्तीनं सरोवराच्या सौंदर्याला मुळीच बाधा आणलेली नाही. फक्त त्या काठी आलेली घाण ती शक्ती घेऊन गेली! हीन वृत्तीचे, स्वार्थी, मदांध, सत्तांध, दुसऱ्याचं जीवन उद्ध्वस्त करणारे, भ्रष्ट लोक कोणत्या लोकात जातात ते तुम्ही मागे पाहिलंच आहे!"

मग महानंद उठून उभे राहिले. सर्वांनी तत्परतेनं त्यांचं अनुकरण केलं. विक्रम, कीथ, अपूर्वा आणि शंकर यांच्या मस्तकांवरून प्रेमळपणानं हात फिरवत महानंदांनी गहिवरून म्हटलं, "तुमच्यासारखे नि:स्वार्थी लोक भेटले हे माझंच भाग्य! कोणत्याही

प्रलोभनांना तुम्ही बळी पडला नाहीत म्हणून तुम्हाला या दिव्यत्वाचं दर्शन घडलं. माझं काम आता संपलं...''

''म्हणजे?''

''विक्रम, आता मला गेलं पाहिजे...''

''पण तुम्ही आला होता केव्हा?''

''तुझ्या प्रो. विश्वनाथनांना मी सूचना दिली होती, मी आलोय म्हणून!''

''माय गॉड! आम्हाला वाटलं होतं...''

''जाऊ दे! मी त्या दैवी सृष्टीतून... 'त्याच्या' आज्ञेवरूनच मी या अतिमहत्त्वाच्या कार्यासाठी पृथ्वीवर आलो होतो. तुमच्यासारख्या नि:स्वार्थी जनांच्या हातूनच मला हे कार्य घडवायचं होतं. कारण मानुषी व्यवहारात आम्हाला ढवळाढवळ करता येत नाही. अन्यथा, मीच नसती का ती पिंड इथे आणली?''

सारे यात्रिक महानंदांकडे आश्चर्यानं पाहत राहिले. महानंदांच्या मुखावर आता तेज चढू लागलं. त्याच वेळी बिंदूसरोवरातील जलाला उकळ्या फुटू लागल्या. असंख्य तुषार सर्वत्र उडू लागले. पुन्हा अवकाशातून दिव्य प्रकाशझोत सरोवरात उतरले. त्याभोवती जलानं फेर धरला. नीलधवल प्रकाशझोतानं सारं आसमंत व्यापून टाकलं. त्या प्रकाशझोतांना चक्राकार गती प्राप्त झाली.

सर्वांकडे प्रेमळ दृष्टीनं बघून महानंदांनी आपले दोन्ही हात पसरले. मग एवढंच म्हणाले, ''भगवान महादेवांच्या इच्छेनुसार पिंडीचं रक्षण करण्यासाठी मी इथे अवतरलो होतो. आता मला गेलं पाहिजे.''

सर्वांचे हात नकळत जोडले गेले.

बघता बघता महानंद अव्यक्त झाले आणि प्रकाशझोताच्या चक्राकार गतीत मिसळून अंतराळात अदृश्य झाले. पाठोपाठ बिंदूसरोवराला व्यापून उरलेल्या चक्राकार प्रकाशखंडाचा जबरदस्त तडाखा उर्वरित चारही यात्रिकांना बसला.

सर्वांची शुद्ध हरपली!

*

सूर्याची कोवळी किरणं मुखावर पसरली तेव्हा विक्रमला जाग आली. नेत्र किलकिले करून त्यानं सभोवार दृष्टी फिरवली. त्याच्या एका बाजूला शंकर उठून बसला होता. त्याच्या शेजारीच कीथचा देह हालचाल करताना दिसला. विक्रम हलकेच उठून बसला. त्याची शोधक नजर भिरभिरली. कीथच्या पलीकडेच त्याला अपूर्वा दिसली.

सारेजण हळूहळू उठून बसले. वास्तवाचं त्यांना भान आलं. एका तडाख्यानं आपण बेशुद्ध झालो आणि...

पण त्या तडाख्यामुळे त्यांना कोणतीच इजा पोचली नव्हती. किंबहुना अंगी

अमाप उत्साह संचारला होता. महानंद बरोबर नसल्याची रुखरुख मात्र चौघांच्या मनाला लागून राहिली होती.

सर्वजण उठून उभे राहिले... नव्या जोमानं... नव्या उत्साहानं! सूर्य आता दहा अंगुळे वर आला होता. भारद्वाज, बुलबुल, मैनाक, मधुपक्षी अशा विविध पक्ष्यांचं वृक्षांवर कूजन चाललं होतं. मंद, शीत पवन वाहत होता. कुणीही त्या निसर्गसौंदर्याकडे दुर्लक्ष केलं नाही. प्रत्येकालाच महानंदांचे शब्द आठवत होते-

'या सुंदर निसर्गाचा आनंद घ्या! साधं-सरळ जीवन फार आनंददायी असतं. निसर्गाशी सामीप्य ठेवूनच मानवी जीवनात समृद्धी आणली पाहिजे... माणूस जितका निसर्गापासून दूर जाईल तितका तो अशांत होईल...'

अपूर्वा विक्रमच्या जवळ येऊन म्हणाली, "हा निसर्ग सोडून कुठे जाऊच नये असं वाटतं..."

"खरंय!"

"पण काका बरोबर नाहीत याचं..."

तिला हुंदका आवरला नाही.

कीथही म्हणाला, "नेव्हर माइंड... माझे गुरू आता माझ्या हार्टमध्ये आहेत. केवढं ज्ञान दिलं त्यांनी मला!"

शंकरनं आपला मळका रुमाल डोळ्यांना लावला.

विक्रमनं गहिवरून म्हटलं, "त्यांची स्मृती, त्यांचा उपदेश कायम आपल्या स्मरणात राहील..."

सभोवार दृष्टी फिरवून विक्रमनं एकदम म्हटलं, "पण आपण नक्की कुठे आलो आहोत?"

केसांची बट कानामागे अडकवत अपूर्वा मोहक हास्य करून म्हणाली, "ओळखलं नाहीस विक्रम? आपण पहिल्या गेटमधूनही बाहेर पडून त्या आदिवासी रक्षकांच्या परिसरात येऊन पडलोय!"

"माय गॉड!" कीथचा स्वाभाविक प्रतिसाद उमटला. "आपण तीन गेट्स पार करून इथे कसे काय आलो?"

विक्रमला त्यापेक्षाही अधिक महत्त्वाची गोष्ट जाणून घ्यायची होती. त्यानं लगोलग म्हटलं, "एका गोष्टीचा मात्र आपल्याला उलगडा झालेला नाही..."

"कोणत्या?" अपूर्वानं नेहमीप्रमाणे उत्साहात विचारलं.

त्रिदंडी महाराजांनी पिंड मिळवली होती. पिंडीचा कोड... मंत्र मिळवला होता. असं असूनही त्यांना विश्वावर कन्ट्रोल..."

"खरंच की! असं कसं झालं?"

सारेजण एकमेकांकडे बघायला लागले असतानाच विक्रमनं उत्साहात म्हटलं,

"थांब अपूर्वा! आपल्याला उत्तर मिळेल!"

त्यानं झटपट आपल्या जीन्सच्या खिशातून ती डायरी बाहेर काढली. ती उघडून डाव्या पानावर तोच प्रश्न लिहिला- त्रिदंडी महाराजांनी पिंड मिळवली होती. पिंडीचा मंत्र मिळवला होता. असं असूनही त्यांना विश्वावर ताबा कसा मिळवता आला नाही?

उजव्या पानावर लगेच अक्षरं उमटली-

'त्या मंत्रानं कदापि ताबा मिळवता आला नसता. कारण तो पाशुपतास्त्राचा मंत्र होता. त्याचा पिंडीशी काहीही संबंध नव्हता! त्या मंत्राचा परिणाम म्हणूनच त्यांचा सर्वनाश झाला...'

सारेजण त्या उत्तरामुळे अवाक् होऊन गेले.

विक्रमनं पुन्हा एकदा प्रश्न लिहिला-

'मग विश्वावर ताबा मिळवण्यासाठी कोणता सांकेतिक मंत्र होता!'

उजव्या पानावर पुन्हा अक्षरं उमटली-

'प्रेम आणि ज्ञान' हाच सांकेतिक मंत्र! 'याच बळावर विश्व जिंकता येतं!'

"ओ शिट्! हा कोड होता होय? आम्ही उगाचच डोंगर हिंडत बसलो!"

सारेजण हसले.

आता त्या यात्रिकांच्या मनावर कोणतंच मळभ उरलं नव्हतं. मनाला आणि शरीराला थकवा जाणवत नव्हता. प्रचंड उत्साह, जोम अंगात संचारला होता. दिव्यत्वाच्या दर्शनानं मनातली सारी किल्मिषं गळून पडली होती. जीवनाचा अर्थ समजला होता. स्वत्वाची जाणीव झाली होती. कार्याची दिशा दिसली होती. परस्परांचे संबंध उमजले होते. मनाला वैश्विकता प्राप्त झाली होती.

उत्साहात ते चौघे परतीच्या प्रवासाला निघाले. बाजूला पडलेली सॅक विक्रमनं सहजगत्या हाती घेतली. आता त्या सॅकला जिवापाड जपण्याचं काहीच कारण नव्हतं. कुणापासून लपवून ठेवण्यासारखंही त्यात काही नव्हतं.

म्हणून त्यानं झोकात ती सॅक पाठीला अडकवली; परंतु त्याला सॅक जड वाटली. सर्वांवरून दृष्टिक्षेप टाकून त्यानं लगबगीनं सॅक हाती घेऊन चेन उघडली.

सारेजण आत डोकावून बघू लागले.

ती पंचधातूची पेटी सॅकमध्ये सुखरूप होती!

◆

www.ingramcontent.com/pod-product-compliance
Lightning Source LLC
LaVergne TN
LVHW092353220825
819400LV00031B/355